Con Đường Của Chữ

phan ni tấn

tập văn

Văn Học Mới
2026

CON ĐƯỜNG CỦA CHỮ
tập văn, Phan Ni Tấn
bìa, Nguyễn Thị Sông Hương
văn học mới, 2026

BUÔN HÔ

Buôn Hô là một quận của tỉnh Darlac, nằm trên quốc lộ 14 về phía Đông Bắc, cách Ban Mê Tthuột khoảng 30km. Quận Buôn Hô được người Pháp thành lập năm 1931.

Buôn Hô có nghĩa là "Làng có nước", nơi có hồ Ea Blong tạo điều kiện thuận lợi trong việc canh tác và sản xuất nông nghiệp. Vào mùa đông, Buôn Hô thường có sương mù đầy đặc, nhất là trên đỉnh đèo Hà Lan cao khoảng 780m, sương mù tạo cảm giác huyền ảo. Dọc theo đường đèo là những cánh rừng thông bát ngát, rừng cà phê rậm màu.

Trong chiến tranh, quận Buôn Hô có sự hiện diện của lực lượng Biệt Động Quân trực thuộc Liên Đoàn 21 Biệt Động Quân (đóng tại Ban Mê Thuột, gần Bangalow và sân đá banh).

Ngoài Biệt Động Quân, tại quận Buôn Hô còn có sự phối hợp của các đơn vị Địa Nghĩa Phương Quân **và** Quân thuộc Chi khu Buôn Hô để giữ an ninh địa phương.

Cũng cần nói thêm một chút về Tiểu Đoàn Biệt Động Quân đồn trú tại quận Buôn Hô. Đây là đơn vị chủ lực trực thuộc Liên Đoàn 21 Biệt Động Quân, thường xuyên hoạt động và đồn trú tại khu vực Buôn Hô để bảo vệ quốc lộ 14 và khu vực cửa ngõ phía Bắc của tuyến đường giao thông huyết mạch. Lực lượng Biệt Động Quân này thường trấn đóng các cứ điểm chiến lược, nổi bật là đèo Hà Lan, nơi có các công trình phòng thủ kiên cố, cũng là nơi từng xảy ra những trận đánh khốc liệt.

Đó là nói về thời gian trước 1975 tôi cùng đồng đội từng đi qua đèo Hà Lan của quận Buôn Hô mà không lần nào đụng trận. Sau 1975 tôi bị bắt đi tù Cộng Sản tại Ban Mê Thuột rồi tìm cách rời xa đất nước. Tính đến nay gần 50 năm tôi chưa trở về quê nhà lần nào nên tôi hoàn toàn không biết gì về Buôn Hô nơi tôi từng đi qua dưới hình thù của một người lính. Thuở đó, tôi chỉ biết địa danh Buôn Hô là Buôn Hô chớ không phải là Buôn Hồ như sau này bị đổi tên. Có một điều đáng nói ở đây, rằng quận lỵ Buôn Hô, một địa danh nhỏ rức xưa kia hầu như vô danh mà nay lại sinh ra vài tên tuổi nổi tiếng trong nền văn học nghệ thuật nước nhà.

Đó là nhà thơ Như Thương, tác giả của 11 tập thơ, 1 tập văn và 1 CD nhạc xuất bản từ 2004 đến 2023 tại Hoa Kỳ. Nhà thơ Như Thương tên thật Phạm Kim Hương từng là học sinh trường Trung học Ban Mê Thuột, niên khóa 1967-1974. Trước 1975, ông thân sinh Phạm Công Cẩn (1930-2023) của Như Thương là

Trung tá Pháo Binh về sau là Quận Trưởng Chi khu Buôn Hô đến cuối tháng 4/1975.

Ngoài ra, Buôn Hô còn... sinh ra hai nữ ca sĩ nổi tiếng về tài năng và sắc đẹp, là Phương Anh (sinh 4/1993) và Phương Ý (3/1996). Cả hai chị em cùng lớn lên trong một gia đình Công Giáo có 6 anh chị em. Ba mẹ của Phương Anh-Phương Ý là người gốc Huế vô Ban Mê Thuột sinh sống, lập nghiệp. Cả hai chị em đều nổi tiếng là Thần Tượng Boléro.

CĂN NHÀ XƯA

Sau 45 năm xa quê, nhìn tấm hình chụp căn nhà xưa do mấy đứa em ở bên nhà gởi qua làm tôi giựt mình. Thời gian thật khủng khiếp, nó như bàn tay quỷ mị mọc ra lạnh lùng úp chụp các thứ rêu phong ẩm mốc lên tường nhà trông giống như một bức tranh vụng về của thiên nhiên. Tuy nhiên, vách tường vẫn đứng vững kiên trì tỏa ra một sức mạnh kỳ lạ dù đen đúa vì mốc meo, cũ mèm đến tội nghiệp và thê thảm hệt như một người bạn thất chí lâu năm gặp lại. Nhưng mà nhìn kỹ lại một ký ức xa vời tôi có cảm tưởng như căn nhà thật quen thuộc, thật bình yên, tự nó vẫn lặng lẽ đứng đó dưới bầu trời xám xịt, vững chắc trong cơn nắng lụt mưa lầy, ngạo nghễ vươn lên mặc cho con tạo xoay vần, thế sự đổi thay.

Căn nhà này đã từng diễn ra biết bao là buồn, vui, tốt, xấu, bình yên và dữ dội, xiết bao là nỗi niềm ẩn chứa những kỷ niệm khôn nguôi. Căn nhà có ban công kia, đứng trên đó dựa vào lan can ta có thể nhìn bao quát chung quanh khu phố cũng như nhìn thẳng xuống suối sâu; xa hơn là dãy Trường Sơn nằm ở phía Tây lãnh thổ Việt Nam đổ dài về phía biển Đông theo hình cánh cung một màu xanh thẳm.

Cả một dãy phố với những cấu trúc sát liền nhau lại xẻ ra một con hẻm không tên. Con hẻm là điểm chốt cặp hông căn nhà này, tuy nhỏ nhưng vô cùng tiện lợi trong đời sống hàng ngày của bổn phố đi ngược về xuôi.

Mưa nắng từng đổ xuống và gió từng luồn qua con hẻm này, lâu năm đất hẻm trở thành đất nện khô cứng khá bằng phẳng đa phần cũng vì dấu chân người qua. Nhưng tội nghiệp cho con hẻm cũng thường bị ẩm ướt vì nước thải, vì rác rưởi và khai nồng vì nước tiểu. Phố núi chúng tôi xưa nay không có nhà xí công cộng nên con hẻm không tên vô tình lại trở thành một vị trí địa lý vĩ đại cho những ai mắc tiểu. Thập niên 1950, những người đàn bà Thượng lưng mang gùi, bụng địu con trong buôn ra phố đi chợ lúc mắc tiểu thường ghé vô con hẻm này dạng chân đứng tiểu thật tự nhiên.

Có lẽ ông bà ta xưa quan sát thấy chị em ta đái ngồi mới phán một câu xanh dờn: "Đàn bà đái không qua ngọn cỏ". Tôi nhận thấy câu tục ngữ này ngày nay không còn chính xác vì đã lỗi thời. Cũng có thể các cụ ta xưa chưa từng nhìn thấy đàn bà miền núi mặc yêng (váy) đứng đái, đương nhiên là... ướt hết đầu ngọn cỏ.

Họ, những người đàn bà trong buôn ra chợ lúc mắc tiểu không tiện cởi yêng nên phải tiểu đứng. Cái dáng đứng tiểu của họ liếc qua cũng đã thấy gọn gàng, kín tiếng và khá ngộ nghĩnh. Tôi nghĩ rằng vì ảnh hưởng phong thổ khí rừng khí núi cộng với công việc nương rẫy đã nung đúc họ có một dáng dấp thon thả, thân hình săn chắc, mạnh mẽ và đằm thắm.

Có thể nói phụ nữ tiểu đứng là một nghệ thuật hiếm thấy ở các dân tộc khác. Nhằm bảo đảm an toàn hoặc giảm thiểu tối đa không để yêng bị ướt người phụ nữ miền cao phải đứng hơi dạng chân, đầu gối chùn xuống, lưng hơi khum đâu vào đấy xong mới đái nhín từng đợt sao cho dòng nước tiểu lặng lẽ chảy dọc từ đùi xuống đất. Hẻm hào phóng và bao dung những ai cần giải quyết mọi rắc rối một cách ổn thỏa. Nghệ thuật tự nhiên này chỉ xẩy ra trong hẻm ít người nhìn thấy nên không ảnh hưởng gì đến cái gọi là công xúc tu sỉ, một Hình luật Canh cải 330 của nhà nước thời phong kiến. Hơn nữa, nghệ thuật tuyệt vời độc đáo này phụ nữ người Kinh không tài nào bắt chước được vì kỳ cục quá, thẹn quá, ngại phạm thuần phong mỹ tục.

Tôi không sinh ra trong căn nhà rêu phong này như các em tôi, nhưng dưới nền móng của nó lại là nơi chôn nhau mình. Sáu mươi bốn năm trước, tiền thân của nó là căn nhà gỗ đơn sơ mái tôn, vách ván, không có trần nhà, nền nhà ngăn trước tráng xi-măng, nhưng nhà bếp ngăn sau là nền đất.

Đặc biệt, phía sau hè, nhà nào cũng có một cái cầu tiêu còn gọi là nhà cầu hoặc nhà vệ sinh. Tuy bình dị nhưng cực kỳ phổ biến và vô cùng hữu ích trong đời sống hàng ngày của mọi người. Thời đó, dựng nhà vệ sinh không có gì khó. Sau khi đào một cái hố vuông vức sâu chừng 1, 2 thước xong người ta dựng kín quanh miệng hố bằng bốn tấm ván hoặc phên tre, cửa cũng bằng vật liệu thô sơ này, mái lợp lá hoặc tôn. Sàn cầu được khoét một cái lỗ hình vuông hoặc hình chữ nhật khoảng một gang tay, hai bên lót hai viên gạch để ngồi thả chất thải thẳng xuống hố sâu.

Thập niên 1950, đời sống của người dân hiền hòa trên phố núi cứ thế trôi dần theo thời gian. Cho đến một hôm, nửa đêm khuya khoắt, cả một khu phố đang ngủ say thình lình bị bà hỏa nổi lửa cùng cơn gió lớn thiêu rụi không chừa bất cứ một căn nhà nào, cho đến rạng sáng ngày hôm sau mới hạ hỏa. Không nghe nói có ai chết cháy trừ gia súc, rắn rít và lúc nhúc dòi bọ dưới hố phân. Riêng con Kiki lông vàng, đuôi xoắn ốc chạy theo chúng tôi là may mắn thoát nạn.

Mãi đến năm 1960 nhà cửa mới được khởi công xây dựng lại. Thời đó, má tôi, suốt một đời sớm khuya tần tảo, hạp mệnh tuổi nên bà tự đứng ra theo dõi, đốc thúc công việc xây nhà mới. Chính cái sinh khí tốt của má tôi giúp cho nhà cửa không phạm phải tam tai, hoàng ốc, kim lâu mà tồn tại cho đến tận ngày nay.

Căn nhà xưa kia và con hẻm không tên mà độc đáo này từng là nơi in dấu chân tôi từ thuở ấu thời cho tới một ngày, vì thời thế tôi phải lìa xa. Đi xa mà không biết bao giờ mới trở lại để đến ngày nay, ở tuổi về chiều, bằng hết cả tâm tình, chăm chú nhìn căn nhà rêu phong ẩm mốc kia tôi có cảm tưởng như nó cũng lặng lẽ giương mắt nhìn lại cố nhân. Trang Chu ngày xưa nằm mơ hóa bướm *(Hồ điệp chi mộng vi Chu dư?)* có khác nào tâm trạng của tôi ngày nay.

Căn nhà xưa vẫn đứng đó như một bức tượng bám đầy rêu phong; còn con hẻm không tên kia đến nay tôi không hề nghe ai nhắc tới, dù xưa kia nó từng có một vị trí địa lý vĩ đại cho những ai cần giải quyết khẩn cấp mọi rắc rối ở người.

Căn nhà nay đã xưa, con hẻm kia cũng đã cũ, ở đó chứa đựng rất nhiều thương nhớ của tôi.

BẬC SINH THÀNH

Nội của tôi có bốn người con sanh ra và lớn lên ở Cần Giuộc. Nhưng khi về chiều mỗi người mất một phương.

Mặc dù ba tôi có mặt ở đời tròm trèm chỉ sáu mươi năm, nhưng nghiệp lực của ông khá sâu dầy, nói đúng ra ba tôi có năm nghề nghiệp.

Nghề thứ nhất: Quân nhân Quân Lực VNCH. Trưởng bang Quân Xa. Hiền như bù loong, con táng, như dầu mỡ xe nhà binh.

Thứ nhì: Thợ máy siêu đẳng. Chỉ cần cái sườn xe, một mình ông lui cui dần dà chế biến thành một chiếc xe hơi bốn bánh, không cửa, chạy ì xèo trong phố. Anh em tụi tôi được đi xe reo hò, khoái chí tử.

Thứ ba: Nghệ sĩ vĩ cầm. Những đêm rằm, bên ly rượu đế, ông kéo vĩ cầm mùi tận mạng. Mùi tới độ thằng cuội ngồi gốc cây đa và Hằng Nga trên Cung Trăng cũng phải thất thần té xuống trần gian nghe một cái "huỵch", áo quần rách teng beng.

Thứ tư: Thợ săn trứ danh. Mỗi lần Bảo Đại và đoàn tùy tùng đi kinh lý trên Bản Thuột, vua đều sai cận thần triệu ba tôi đi săn cọp cùng Vua.

Thứ năm: Tu sĩ. Nhà Phật có câu "Phóng hạ đồ đao, lập địa thành Phật". Ba tôi buông súng tuy không thành Phật cũng thành nhà tu.

Ngoài ra, em của ba tôi, nhà thường gọi là chú Năm Bé, một tay đờn vọng cổ số dzách. Người em út là chú Sáu Nho, nhạc sĩ Hạ Uy Cầm (Hawaiienne) điệu nghệ. Chú Lai Anh (con dòng sau) đờn ca tài tử không thua gì Út Trà Ôn, Thành Được. Tới thời anh em tôi thì chuyên về Guitar cổ điển, riêng tôi lại mắc thêm cái bệnh sáng tác diễu dỡ dài hơi.

Một dòng dõi nghệ sĩ như vậy biểu sao má tôi không "nhiễm bệnh nghệ sĩ". Lúc mất, gia tài duy nhất của ba tôi để lại là cây vĩ cầm già nua. Ngày giỗ ba, có lúc cao hứng má tôi lấy cây vĩ cầm của ba ra kéo. Tiếng đờn không ngon lành téo nào, không o e mà rất ọ ẹ. Vì má tôi đờn dỡ ẹc, dỡ hết nói nỗi.

Năm nay má tôi 94 tuổi vẫn khỏe mạnh, tinh thần minh mẫn, tiếng cười giòn tang.

CHIỀU HIỀN LƯƠNG

Lâu lắm tôi mới có dịp trở về quê cũ sau nhiều năm xa cách. Thả từng bước chậm trên đường, tôi chăm chú nhìn đôi bờ và dòng sông, nhìn từng lùm cây, bụi cỏ, từng đám lục bình và những con đò dập dềnh ngược xuôi trên sông nước. Đứng trên bến đò xưa, nhìn hoàng hôn tím thẩm lan trên dòng phù sa đỏ ối, nỗi u hoài trong tôi dâng lên. Chiều nay tôi lại đi trên lối mòn rắc đầy bông điên điển, tôi đi qua con đê, qua những thửa ruộng xanh rờn, đi qua cầu tre lắc lẻo. Vẫn còn đây cây đa, bến cũ, vẫn ngọn gió đượm mùi bùn nâu và mùi cây trái, vẫn tiếng mái chèo khua nước, vẫn tiếng gọi đò ơi quen thuộc. Tất cả, tất cả chiều nay, một buổi chiền hiền lương lại theo tôi đi vào cảnh cũ, kỷ niệm xưa, theo tôi trở về tuổi thanh xuân nơi người xưa như con sáo đã bay đi biền biệt tự thuở nào.

Bản tình ai hát sao mà ngọt
Bàn tay xưa xóa miếng yêu đầu
Qua sông con sáo nay là bậu
Tiếng hát năm nào lạc phía sau.

CÂU HÁT CAO NGUYÊN

Giữa thập niên 1940 tôi sinh ra trong một gia đình gồm mười một anh em. Nghĩ lại hồi đó không riêng gì má tôi, hầu như các bà mẹ khác cũng sanh con đẻ cái thiệt dễ nể. Ông bà ta xưa từng chịu ảnh hưởng Tàu, không giàu của thì giàu con, nghe bùi tai. Mà thật, gia đình ba má tôi đông con đông cái nên nhà cửa lúc nào cũng nhộn nhịp ra vào. Nhất là ba ngày Tết, từ ông bà cha mẹ cho tới đàn con quay quần quanh bàn thờ gia tiên, với những lễ vật và những câu chúc đầu năm, nghe ấm áp mà náo nhiệt như... kẻ chợ. Hạnh phúc cứ thế kéo dài từ năm này qua năm khác. Cho đến một ngày anh hai tôi lên đường tòng chinh. Gia đình đang vui vẻ mà thiếu một người thân, tự nhiên mái ấm của chúng tôi khuyết đi một khoảng trống.

Rồi năm tháng trôi qua, con đường hoạn lộ lại đưa tôi vào lính. Theo chân ông anh, lần đầu tiên tôi cũng ăn một cái Tết xa nhà. Đêm giao thừa trong trại lính Quân Đoàn II Pleiku, tôi nằm lắng nghe đoàn trực thăng bên phi trường Cù Hanh bay đi hành quân mà lòng dâng lên một nỗi u hoài. Từ trong máu và nước mắt, cuộc chiến tranh Nam Bắc ngày càng đen tối và quyết liệt. Chợt nhớ trưa mai mồng một Tết, anh hai tôi, đang đóng quân tại một tiền đồn hẻo lánh ở Plei

Bai, phía Tây Bắc Pleiku, sẽ tìm thăm làm tôi nôn nao trong bụng rồi ngủ thiếp đi.

Trưa hôm sau tôi đáp xe lam về thành phố. Hai anh em lâu năm gặp lại mừng mừng tủi tủi, kéo nhau vô một quán nhậu trên đường Hoàng Diệu lai rai vài đường tâm sự. Ngồi trước mặt tôi, ông anh nghệ sĩ tài hoa năm nào giờ đây lại đậm lên một dáng vẻ phong trần, sương gió. Hai anh em vừa dứt xong xị rượu thì ông đại úy Đại đội trưởng, cấp chỉ huy của anh hai tôi, chẳng biết ma đưa quỉ dắt thế nào lại nhắm ngay quán này lù lù dẫn xác vào. Ở đời có những tình cờ thật thú vị. Vừa cấp phép (bằng miệng) cho ông anh ra Pleiku ăn tết một ngày, ông Đại đội trưởng liền lọt tọt dọt theo sau. Kể ra anh chàng đại úy này chì thật; đã cho phép ông Đại đội phó ra Pleiku ăn Tết còn dám bỏ đơn vị một mình dọt về thành phố du xuân. Tôi biết người lính tiền đồn nào mà không thèm đến cháy lòng không khí gia đình ba ngày tết. Con người ai cũng có tình yêu và nỗi nhớ khác nhau mà. Riêng tôi chẳng lẽ không da diết hơn sao; tôi nhớ những người thân và cái mảnh đất nơi tôi sinh ra bây giờ ở một nơi thật xa xôi.

Giới thiệu nhau qua loa xong ba chàng sĩ quan QLVNCH, đại úy Đại đội trưởng, trung úy Đại đội phó là anh hai tôi và chuẩn úy mới ra lò là tôi xáp vô nhậu một trận sanh tử lửa. Không ngờ đêm hôm đó, cái đêm oan nghiệt, tiền đồn của hai ông như rắn không đầu bị Việt Cộng đánh úp, tất cả những binh sĩ trong đồn đều hy sinh. Thế là hai ông Đại đội trưởng và Đại đội phó rũ nhau vác chiếu ra tòa án quân sự, đi tù và giáng xuống một cấp. Thời gian này tôi được lệnh thuyên chuyển đi nhiều nơi, từ cao nguyên Djarai, Pleiku về Ban Mê Thuột xuống bình nguyên Nha Trang, Cam Ranh, Ba Ngòi rồi ngược lên Quảng Đức (Gia Nghĩa), Pleiku, Kontum; đơn vị cuối cùng là Vịnh Cam Ranh.

Mãn tù ra ông cựu đại úy Đại đội trưởng trở thành trung úy Liên Đoàn 21 Biệt Động Quân; còn ông cựu trung úy Đại đội phó thành thiếu úy Trung Đoàn 45, thuộc Sư Đoàn 23 Bộ Binh. Cả hai Bộ chỉ huy nồng cốt này đều đặt bản doanh tại Ban Mê Thuột, một địa thế chiến lược quan trọng hàng đầu trong vùng Đông Nam Á.

Tháng 8 năm 1971 từ mặt trận về, ông cựu Đại đội trưởng, tức Trung úy Biệt Đông Quân ghé nhà thăm hai anh em tôi. Lúc này tôi đóng quân tại Ban Mê Thuột. Thế là ba chàng sĩ quan QLVNCH lại kéo nhau ra quán xáp vô nhậu một trận sanh tử lửa để gọi là mừng tri ngộ trong cơn chinh chiến. Nhưng mà ở đời không ai học được chữ ngờ. Bạn bè mới gặp nhau đã vội chia tay, mới sống đó lại chết đó. Khoảng một tháng sau trận nhậu, anh em tôi được tin ông bạn trung úy Biệ Động Quân tử trận tại ngã ba biên giới Việt Miên Lào, thuộc quận Đức Lập (Dak Mil), cách Ban Mê Thuột khoảng 45 cây số hướng Tây Nam. Xác được đồng đội chở về đơn vị. Lúc hai anh em tôi đến viếng xác, chung quanh lặng như tờ, không một bóng người, không cả một bát nhang, chỉ độc một chiếc quan tài bọc kẽm đặt trên bộ ngựa, quá ba ngày đã phình to, nước vàng chảy ngoằn nghoèo xuống nền đất trông như một vết thường dài, mùi tử thi xông lên nồng nặc làm tôi ngạt thở. Ông bạn của chúng tôi, lúc sống từng mang lon đại úy, lúc chết cũng đại úy. Cùng một cấp bậc, nhưng chỉ khác nhau ở chữ cố cựu.

Cuộc chiến ngày càng trở nên khốc liệt. Mùa hè năm 1972, Bộ chỉ huy Sư Đoàn 23 Bộ Binh được lệnh di tản chiến thuật ra Pleiku. Tháng 7/1972 anh hai tôi tử trận tại quận Lê Trung, nằm sâu trong quốc lộ 1, giữa Pleiku và Kontum. Người chết 45 ngày sau mới lấy được xác.

Sau 30 năm chiến tranh tương tàn, tôi may mắn sống sót được về quê ăn tết, dù là tết ở trong tù Cộng sản; còn anh hai tôi từ ngày đi lính cho đến lúc ngã xuống chẳng có lấy một ngày đoàn tụ với gia đình trong ba ngày tết thiêng liêng.

Con người ai cũng có số cả. Số anh hai và bạn bè tôi đều chết rất trẻ. Họ chết vì tổ quốc.

THƯƠNG CON SÁO HUẾ

Cho tới bây giờ tôi vẫn không sao quên được con sáo Huế của chị Mành, chị họ của tôi. Con Sáo Huế là tên họ chị đặt cho nó khi chị thấy nó đang ngắc ngoải trong tổ đan trên cây trứng cá. Chị nghĩ chắc cha mẹ con sáo bị gì mà đành bỏ con, dù nó đang mọc lông cánh. Mang chim về nhà chị cẩn thận đặt tổ chim vô trong hộp cạt-tông lót thêm vài miếng vải vụn cho chim khỏi lạnh. Từ đó, ngày nào hai chị em tôi cũng ra đồng bắt cào cào, châu chấu về cho chim ăn. Khi chim lớn lên mới biết đó là chim sáo đá đầu trắng có khả năng bắt chước tiếng người. Mỗi lần đút mồi chị luôn miệng huýt sáo, kêu tên nó: "Con Sáo Huế ới ời..." Cái giọng Huế của chị sao mà ngọt xờ ngọt xợt chi lạ.

Không thể nói chị Mành của tôi không đẹp. Dù không sánh như chim sa cá lặn nhưng ở tuổi mười ba chị khác nào một bông hoa mặn mà, tươi thắm. Có điều, tính khí chị Mành cứ y như là con trai. Chị hay vật lộn với đám con gái lẫn con trai cùng trang lứa trong xóm Cầu Lòn (*) thuộc phường Phường Đúc, thành phố Huế của chị. Đi đâu chị cũng khệnh khạng như con trai, nói cười thì văng mạng. Tôi chậm lụt, rụt rè bao nhiêu thì chị thẳng thừng, bỗ bã bấy nhiêu.

Chị Mành là con gái rượu của bác Hai, anh của ba tôi. Hồi trước, hè nào tôi cũng theo ba mẹ từ Hương Cần về Cầu Lòn ở nhà bác Hai đổi gió, sau này ba mẹ tôi dọn luôn về Cầu Lòn cho gần anh gần em. Bác Hai và ba tôi là hai anh em sinh đôi, tuy ba tôi sinh sau bác Hai vài phút nhưng lớn lên ông lại có vợ trước bác Hai một tháng, ngược lại bác Hai gái sinh chị Mành trước tôi năm năm. Vậy mà éo le thay, mẹ tôi chết vì một trận cảm đột ngột, bác Hai gái thì trúng gió sau đó không lâu. Thành ngữ "Gà trống nuôi con" tôi nghe đã nhiều không ngờ lại vận vào gia đình bất hạnh của chúng tôi. Đời người vốn ngắn ngủi mà buồn thì nhiều.

Nhà bác Hai có nhiều sách, tôi thích đọc sách nhưng hầu như ngày nào cũng bị chị Mành không lôi đi câu cá thì cũng kéo tôi đi bắn chim sẻ về nướng ăn. Chị ăn ngấu ăn nghiến a thần phù một hơi ba con trong khi tôi ăn chưa xong một con. Chị Mành tôi thích nuôi chim sáo nhưng lại thích bắn chim sẻ để ăn. Ngược đời rứa nạ.

Ngày tháng trôi nhanh như nước chảy qua cầu. Chớp mắt, chị Mành đã là một thiếu nữ đương thì, tôi cũng nhổ giò cao vượt chị một cái đầu. Ngày tôi từ biệt Huế lên đường nhập ngũ, chị không còn ồn ào, năng động mà bình thản tiễn tôi đi. Riêng con sáo mồ côi suốt ngày nó hót líu lo và luôn miệng gọi "Mành ơi..." rất bài bản y lời chị dạy nó.

Nhưng đời tôi không như con sáo ở hoài một chỗ. Từ ngày ra trường đáo nhậm đơn vị ở miệt Đầm Dơi, Cà Mau tôi đi hành quân liên miên. Hết ngã ba biên giới lại sang Lào, Campuchia, lao mình vào những mặt trận ác liệt nhất. Sau những trận đánh trở về hậu cứ, chiều chiều nhìn đàn cò trắng bay là là trên sông Cửa

Lớn tôi lại nhớ chị Mành, nhớ con sáo Huế của chị. Sau ba năm tôi giã từ Huế, được tin bác Hai mất đã đành, lúc ba tôi mất, tôi bị thương nặng nằm bệnh viện Cộng Hòa chữa trị. Chị Mành gởi thư thăm, cho biết con sáo Huế cũng đã chết vì trúng nước mưa, chị chôn nó dưới gốc cây Đề.

Từ ngày đi lính, ít khi tôi có dịp về thăm nhà. Phần vì đường xa cách trở, ngày phép lại ngắn, hơn nữa chiến tranh ngày càng leo thang khốc liệt. Cho tới một ngày tôi bị loại ra khỏi vòng chiến vì một tràng đạn địch cầy mất nửa bàn chân. Ngày tôi trở về Huế dưới hình thù của một người tàn phế, nhìn bước đi khập khiễng, nhất là nhìn thấy vết sẹo nổi cộm trên cổ tôi, chị Mành khóc. Giọt nước mắt lăn nhanh xuống gò má chị là nét động duy nhất như thấm vào vết thương trên cổ tôi, vết thương tạo bởi một viên đạn quái ác xẹt qua cổ trong một trận đánh ở rừng U Minh Hạ. Cái nét bệ vệ, oai phong của một anh lính chiến miền xuôi hoàn toàn chìm sâu trong nước mắt của chị. Tôi nhận ra chị Mành đã khác xưa nhiều rồi. Tóc chị đã pha sương. Ở tuổi này lẽ ra chị đã có một gia đình ổn định, vậy mà chị vẫn một mình. Bản tính, nhất là hình tướng con trai để tóc ngắn dữ dội một thời đã được chị thay bằng chiếc áo dài mang phong cách Huế và mái tóc thề buông nhẹ sau lưng, một mẫu mực muôn đời của người con gái Huế.

Ở Huế với chị Mành, thỉnh thoảng tôi thấy mình như trở lại ngọn nguồn của tuổi thơ, cái tuổi hoàn toàn vô tư ở Cầu Lòn cùng chị Mành mươi năm trước. Cầu Lòn thật chân chất, bình dị như người, như tên gọi.

Chị Mành đã mất mấy năm nay. Nhớ chị, chiều chiều tôi hay ra sau hè ngồi cạnh gốc cây Đề thả hồn theo mây gió. Cây Đề còn gọi là cây hoàng lan, chị em tôi trồng lúc nhỏ nay đã cao gần năm mét. Hoàng lan có cánh hoa dài, màu vàng cam, mùi thơm rất nồng, đầy quyến rũ và ma mị. Con sáo Huế của chị Mành thường đứng hót trên cành cây này, không những hót rất hay mà nó còn biết nói "Mành ơi!..." Tôi thương chị Mành cũng như thương con sáo Huế mồ côi của chị.

(*)

Cầu Lòn là chiếc cầu có đường sắt ở trên và đường bộ trải nhựa nằm phía dưới cầu thì gọi là cầu Lòn. Người Huế mình thật khéo đặt tên.

CON DẾ HUẾ

Huế năm nào mà không lụt. Trời hành cơn lụt mỗi năm đó thê. Mà năm ni 2025 không riêng chi Huế, cả nước Việt Nam đều lụt. Nhớ nhất là năm 1952, ba cơn bão lịch sử Iris, Joan, Kate hay Két chi đó hùa nhau gây thiệt hại nặng nề cho Huế, lũ hắn cướp đi sinh mạng của sáu, bảy ngàn người và cả trăm ngàn gia đình mất nhà mất cửa. Thương dân tình lâm cảnh hoạn nạn đã đành, tôi thương luôn cả bầy gia súc hiền lành vô tội vạ; trâu bò, heo, dê, gà, vịt, chó, mèo... trôi lềnh bềnh, nhất là mấy chú dế than, dế lửa cất trong ba cái hộp quẹt giấy của tôi để dưới gầm giường, đêm đêm nghe hắn gáy ru tôi vào giấc ngủ mộng mơ. Nhớ có lần gặp lụt tôi mới có 9 tuổi, trèo lên rầm thượng mà tiếc ba con dế chết đuối quá chừng.

Trời sinh con dế để...người lớn ăn và để trẻ con tụi tôi chơi đá dế, một trò chơi hồn nhiên nhất của tuổi thơ. Dế thì ở đâu mà không có. Có đất, có đá, có cỏ, có hang là có dế. Dế trống, dế mái, dế than, dế lửa, dế cơm, dế chó, dế nhũi, dế ma, dế mọi, dế mèn...đâu đâu cũng có. Nhóc! Huế của tôi cũng thiếu chi, dế gáy điếc cả tâm hồn tuổi thơ trong veo véo của tôi một thời đó nờ.

Nhưng mà Huế ơi! Huế có còn ai nhớ cái làng Hà Khê sau chùa Linh Mụ không? Hồi xưa Ba Mạ tôi ở làng nớ. Chùa Linh Mụ gắn liền với Huế tuy hai mà một thì làng Hà Khê và chùa Linh Mụ tuy hai cũng là một luôn. Ở đó thiếu chi dế. Dưới Hà Khê hay trên chùa Linh Mụ đều có dế. Vạch bụi cỏ, vẹt đám lá khô, lật mấy cục đá là có dế, không cần đợi hắn gáy mới biết. Nhưng bắt dế ở làng Hà Khê thì được, chớ dế ở chùa Linh Mụ là... dế của Phật, của các sư. Nhớ hoài có lần hai anh em tôi bắt được con dế cồ dưới chân tháp Linh Mụ, đang hí ha hí hửng thì – hình như là thầy Trụ Trì từ tốn bước tới, tay lần chuỗi miệng khuyên các con là Phật tử không nên băt dế... của chùa, thả dế đi các con sẽ được phước. Dù tiếc đứt ruột anh em tôi cũng lắm lét thả chú dế lửa về miền tự do.

Rồi tôi theo gia đình lìa xa Huế lâu đến nỗi tôi quên cả đường về quê Huế xưa; có gần bảy chục năm chớ ít ỏi chi. Chừ thì tôi... trên đầu già đến rồi tưởng không còn chi để nhớ. Người ta nói người già ít ngủ mơ, rứa mà có lần nằm mơ tôi thấy mình già đầu vẫn giành chơi đá dế với mấy đứa con nít dưới xóm Hà Khê.

Bây giờ là mùa đông, mới đầu tháng 11 mà tuyết đã rơi trắng trời trắng đất của xứ La Phong tôi. Ngồi co ro bó gối trong nhà rảnh rỗi không biết mần chi bèn bổn cũ soạn lại kể Quí vị nghe chuyện dế. Có điều, dế có hàng trăm hàng ngàn loài dế, kể sao cho hết. Nhưng gần gũi nhất là mấy chú, mấy thím dế dưới đây:

Dế cơm

Tôi không biết tại sao con dế cơm lại có tên là... dế cơm. Nó có giống... hột cơm xí nào đâu. Hay là dế cơm có thân mình trăng trắng, mấy cái chân của nó cũng có đốm trăng trắng nên người ta đem nướng ăn với cơm bèn gọi nó là dế cơm? Đã vậy nó thuộc giống bự chảng, bự nhất trong tất cả loài dế. Nó to cỡ ngón chân cái, to gấp ba lần chú dế cồ. Nội cái giò của nó búng "pặt" một phát, chú dế lửa nổi tiếng hung hăng nhất loài dế đá cũng bị bắn văng xa... cả cây số.

Hồi nhỏ, con nít Huế tụi tôi không ai bắt dế cơm cho đá lộn; cũng không phải để... nướng ăn như người ta. Í ẹ. Có lần theo Ba Mạ lên Bản Thuột chơi, chính mắt tôi thấy thằng Đê con trong buôn Cô Thôn chợp được chú dế cơm liền ngắt đầu, lặt cánh, "bọp" lòi ruột xong nó làm bộ đưa con dế vô miệng nhai nhai cho tôi sợ để nó khoái chí cười chơi. Thật ra sau đó nó lấy que xuyên bụng dế đem hơ lửa cho chín xong vừa chu mõ thổi phù phù vừa nhai rào rạo ngon lành. Thằng ni còn khoe nó từng ăn rắn, rít, bò cạp, ếch, nhái nướng trui. Hồi đó dân Huế tụi tôi sức mấy có thằng nào dám... "rừng" như thằng này.

Ra đồng ra ruộng lật cục đất lên thấy chú dế cơm là tôi nghĩ ngay tới thằng Đê dễ sợ nớ. Nói không ai tin, có lúc bất ngờ gặp phải anh dế cơm bá đạo thấy tôi con nít con nôi vô hại nó bèn nghênh mặt dòm lên thấy bắt ghét. Nếu con dế cơm biết "xì" thì nó cũng xì một phát rồi... phủi đít lững hững bỏ đi.

Dế chó

Cũng như dế cơm, không biết tại sao con dế chó có tên là... dế chó. Nó có giống xí xì xi nào hình dáng của con gâu gâu mô!? Ngay cả con mắt, cái mũi, cái lưỡi, cái tai, cái móng chân hay sợi lông đuôi cũng không mảy may tương cận nữa là!

Ngoài dế chó mình mẫy đen thủi đen thui còn có dế chó mình đen, đầu đỏ. Trẻ con tụi tôi thấy nó còn không thèm dòm, ở đó mà bắt chơi. Nó nhỏ xíu hà. Đâu chừng 1 hoặc 2cm là cùng. Sau này nghe nói dế chó dùng để nuôi chim chóc hay làm mồi câu. Tội nghiệp cái kiếp... dế chó.

Dế mèn

Nói tới dế mèn người ta thường nhớ tới câu chuyện Dế Mèn Phiêu Lưu Ký của nhà văn Tô Hoài, một loại truyện ngụ ngôn thật hay, hoặc ư ử bài hát thiếu nhi Thằng Cuội của nhạc sĩ Lê Thương mộc mạc dễ thương từ âm điệu tới lời ca. Tội nghiệp ông nhạc sĩ nhân từ. Thương thằng Cuội cô đơn ngồi ôm một mối mơ nên tác giả nhét vô bản nhạc đủ thứ món trên trời dưới đất, từ bóng trăng, ngọn gió, cây đa, ánh sáng cho tới cái thang, trong đó "có con dế mèn, suốt trong đêm khuya, hát xẩm không tiền, nên nghèo xác xơ".
Vậy dế mèn là dế gì, ai mà không biết. Đây nè:

Dế mèn là chú dế có hình dáng nhỏ xíu xìu xiu, thân dẹt, râu dài, thường có màu tro. Hồi đó trẻ con tụi tôi sợ quê nên không đứa nào chơi dế mèn. Hầu hết ở đâu cũng thấy nó: đồng ruộng, bụi cỏ, đống đá, hang hóc, góc nhà.... Dế mèn thường sống về đêm, con trống có tiếng gáy rỉ ra, rỉ rích dai dẳng suốt canh khuya để dụ con mái.

Dế Nhũi

Dế nhũi còn gọi là dế trũi là thứ dế trẻ con tụi tôi ghét nhất, vì nó có hình dạng xấu xí nhất trong các loài dế. Thân dài khoảng 3 tới 5cm, mắt tròn tròn, hai chân trước như hai cái xẻng đào đất cát để nhũi xuống trốn kẻ thù nên gọi là dế nhũi. Dế nhũi thường ở dưới đất, trong các hang động nên ít khi thấy, chúng thường kiếm ăn ban đêm.

Dế đá

Hồi nhỏ, ngoài các trò chơi như "Rồng rắn lên mây, bịt mắt bắt dê, u mọi, ô quan, đánh thẻ, thảy lỗ, tạt lon, tạt hình, búng thun, chọi đáo, bắn bi, đánh trõng, đá cầu v.v... , đá dế là môn trẻ con tụi tôi đứa nào cũng mê tít thò lò. Đi học về là quăng cặp sách ôm hộp dế chạy đi chơi đá dế với đám con nít quỉ hàng xóm

Phải nói dế than dù to con hơn nhưng không ngon bằng dế lửa. Vì ít khi bắt được dế lửa. Dế lửa đã hiếm mà xung trận lại hăng hơn dế than, hầu như đá đâu thắng đó. Dế cũng giống như... người, trước khi xáp -lá -cà có nhiều chú dế hù địch thủ bằng cách nhe càng, gáy ren rét, toàn thân giựt giựt thị oai. Ê càng hay thua thì xoay đầu bỏ chạy, thắng thì dế nhà ta phùng cánh gáy vang lừng. Không có gì hấp dẫn cho bằng tiếng dế gáy "rét rét rét" lúc thắng trận.

Dế đá có hai lớp cánh xếp gọn gàng đẹp mắt trên lưng, phủ từ ngấn cổ xuống đít. Dế màu đen thì gọi là dế than. Dế màu lửa thì gọi là dế lửa. Ông bà mình nhìn mặt đặt tên không trật cái chỗ mô. Cặp cánh phía ngoài dầy và khá trong suốt. Lúc gáy hai cánh phùng lên cọ vào nhau liên hồi tạo nên âm thanh "rét rét" nghe đã cái lỗ nhĩ.

Dế mà mất lớp cánh phía trong thì gọi là dế trục. Không những không tổn hại chi tới dế mà nhiều khi càng..." trục" càng dễ nổi khùng, đá rất hăng. Tui có thằng bạn học tên Sơn khoái chơi dế trục nên chết danh "Sơn trục".

Hình như dế gáy bất kể giờ giấc. Dế gáy lúc tinh sương, hay giữa trưa hè nắng gắt, gáy lúc chiều tà hay đêm khuya lơ đều làm cho trẻ con tụi tôi không ngớt xốn xang, háo hức. Đặc biệt là tiếng "chịch mái". Nghe tiếng "chích chích" đều đều, liên tục là biết anh dế trống đang "dê" chị dế mái. Lúc "dê", hai cái đít anh chị cạ vào nhau trông thiệt ngộ. Dế trống không có hai cái kim nhọn ở đằng đít như dế mái. Hai cái kim đó để cắm xuống đất khi dế mái đẻ con. Trời sanh nhiều cái thiệt ngộ hè.

Tuổi thơ tôi ở Huế có nhiều bạn bè. Nghĩ mà thắc cười. Trong băng thằng nào cũng có hỗn danh để gọi. Anh tôi có gương mặt dài như mặt ngựa, coi già già thì tụi hắn đặt tên là Khánh già. Tôi mắt hí chết danh Hòa hí. Quế mập xịt thì gọi là Quế ù. Vì là hàng xóm nên tụi tôi đi học cũng rủ nhau đi, về cũng chờ nhau về, chơi trò chơi gì cũng có mặt, nhất là đi bắt dế.

Bắt dế có nhiều cách: bỏ kiến bù nhọt hoặc đổ nước xuống hang, một chặp sau dế nhà ta bị kiến cắn hoặc ngộp nước là trồi đâu lên ngay. Dế bắt được đem về đựng trong hộp bánh bích quy hoặc trong lon sữa bò hay trong hộp quẹt giấy. Thức ăn của dế thường là cỏ, giá sống, rau sam, bánh mì, cơm nguội.

Tôi thật sự không biết Huế bây chừ thay da đổi thịt ra răng, nhưng thập niên 1950, 1960, khu vực bao quanh tỉnh Thừa Thiên, Huế có nhiều rừng và núi. Biết rứa song dĩ nhiên dấu chân tuổi thơ tụi tôi đi bắt dế cũng chỉ quẩn quanh trong làng trong xóm chớ có dám đi mô xa. Mỗi lần bắt được dế tôi khoái chí tủm tỉm cười hoài. Đêm đêm nghe hắn ngứa cánh hồn nhiên gáy rèn rẹt trong lon sữa bò là tôi... xuất hồn một khi. Ấy rứa mà có lần tôi lớ quớ thò tay vô lon sữa bò bắt dế ra đá bị nó cạp cho một phát la làng. Đau toé khói tôi rút tay ra vẫy mạnh một cái ra gì. "Bịch!". Vừa rẫy rẫy ngón tay tui vừa nhìn xuống đất thì ôi thôi chết cha con dế của tôi rồi. Thuở đời nay, con ruồi con muỗi tôi còn không dám giết huống hồ con dế thân yêu. Thấy nó bẹp di mà tôi ngẩn ngơ tiếc đứt ruột.

Chuyện mới đó thoắt một cái đã xuýt xoát 70 năm trời. Ngày nay tôi đã lưu lạc xứ người, xa Huế của tôi đến nửa vòng trái đất. Đôi khi ngồi một mình nhớ lại chuyện đời xưa tôi không biết ông anh Khánh già của tôi và hồn mấy con kiến, con dế đang làm gì. Nhưng tôi biết chắc một điều khi gặp lại nhau, bằng một trái tim dịu dàng, trong sáng và chân thành họ đều gợi đến sự cảm thông, tha thứ cho nhau, cùng nhau san sẻ niềm hạnh phúc trên thiên đàng.

Trong thi ca Việt Nam, có những câu thơ nói về con dế thiệt hay mà cũng thiệt bồi hồi:

Con dế vẫn là con dế ấy
Hát rong bờ cỏ giọng thân quen
(Tô Thùy Yên)

Nghe con dế gáy sao em thương cái góc nhà
(Cao Huy Khanh)

Vì lý tưởng du dương bất tử
Con dế thất tình vấp phải giọt sương
(Phan Huyền Thư).

GIA ĐÌNH RỒNG

Thằng bạn tôi tuổi Rồng, không may tôi lại tuổi... Tôm. Dân gian thường ví von "Rồng đến nhà Tôm", rứa mới sanh chuyện vui để kể. Chuyện rằng:

Rồng là một sinh vật thần thoại, xuất hiện từ khi nền văn minh Trung Hoa ra đời. Trong Tứ Linh: Long, Ly, Quy, Phụng, rồng đứng hàng thứ nhất tượng *trưng* cho sự cao quý, vương quyền, điềm lành *và* phồn thịnh.

Trên trái đất này có nhiều loại Rồng: Rồng Trung Quốc, rồng Việt Nam, rồng phương Tây, rồng Nam Mỹ, rồng Ấn Độ, rồng Nhựt Bổn, rồng đất, rồng nước, rồng biển, rồng bạch kim, rồng kỳ nhông, rồng Komodo...

Nói về rồng Việt Nam thì thời vua Hùng ví rồng là vật tổ của người Việt sinh ra truyền thuyết Con Rồng cháu Tiên. Kinh Dương Vương làm vua nước Xích Quỷ vào năm Nhâm Tuất 2789 trước Tây lịch, lấy con của Động Đình Quân là Long Nữ, sinh ra Sùng Lãm tức Lạc Long Quân.

Rồng tuy không có thật nhưng ... người tuổi Rồng thì lại có thật.

Con rồng tuy là một sinh vật khổng lồ nhưng chỉ có 4 móng trong khi con người nhỏ xí xì xi lại có... 10 móng (5 móng tay và 5 móng chân).

Rồng sợ sắt. Thấy sắt là hết hồn, là quay đầu Long cong đuôi Rồng chay tét; còn người tuổi Rồng thường có xu hướng mạnh mẽ, lôi cuốn và tự tin..

Những người tuổi Rồng sinh ra vào các năm 1928, 1940, 1952, 1964, 1976, 1988, 2000, 2012 và 2024, theo quan niệm phương Đông là tượng trưng cho sự may mắn, sức mạnh, đại diện cho quyền lực.

Nói tới nói lui thì tôi xin nói thiệt. Rằng gia đình họ Phan tôi và bên nhạc gia họ Châu tôi có nhiều người tuổi Rồng. Xin đơn cử: Má tôi sinh năm Rồng. Nhạc mẫu tôi cũng tuổi Rồng. Bà cùng chồng sanh ra trưởng nữ nhằm năm Rồng. Rồi mới đây, năm 2024, trưởng nữ lên chức bà nội, ngoài cháu nội đích tôn lại có thêm cháu gái mới sanh vào cuối năm Rồng, mới bảnh.

Từ đó hai gia đình nhà Rồng cứ tuần tự hạ sanh... 100 trứng rồng. Theo ngày chầy tháng trứng rồng thời hiện đại lần lượt nở ra một đàn đủ các con giáp Tý, Sửu, Dần, Mẹo... trong đó có vài chục con Rồng.

Chuyện Rồng nhà tôi kể tới đây là hết.

RẠCH GIÁ NGỒI MỘT MÌNH

Cho tới bây giờ, sau 53 năm tôi vẫn còn "nghe thấy" Rạch Giá cười cười dang tay đón mừng tôi ngay khi tôi đặt chân tới trước Cổng Tam Quan, một biểu tượng thần kỳ mà cũng là linh hồn của Rạch Giá.

Hồi đó, năm 1970, đường Sài Gòn - Rạch Giá lở lói, lởm chởm những ổ gà, ổ voi. Chuyến xe xuôi Nam như con ngựa sắt già nua, ốm đói, xục xịch, lắc lư đưa tôi cùng anh bạn đồng hành người Rạch Giá về miệt Phú Lâm, chạy qua Bình Chánh, qua cầu Bến Lức, qua phà Mỹ Thuận về Bắc Vàm Cống, qua ngã ba lộ tẻ theo con đường số 8 hướng về thị xã Rạch Giá. Hồi đi học mỗi lần nghỉ hè về Tiền Giang thăm quê nội lòng tôi như trẻ nhỏ lúc nào cũng nôn nao háo hức; lần này xuống tuốt miền Hậu Giang lòng càng náo nức nôn nao.

Tôi còn nhớ xe đò vừa qua cống Rạch Mẻo theo con dốc đổ dài vào thị trấn Rạch Giá, hình ảnh đầu tiên đập vào mắt tôi là cách cấu trúc sống động của Cổng Tam Quan đứng sừng sững giữa trời và đất từ bao giờ. Biểu tượng muôn đời của người Rạch Giá lúc đó trông cũ kỹ nhưng không kém vẻ trang nghiêm.

Về sau này tìm hiểu thì được biết cổng Tam Quan do nhà thầu Mười Cối dựng năm 1955 qua họa đồ của thầy Lộc, một nhân viên công chánh địa phương. Về ý nghĩa Cổng Tam Quan thì bậc Thiền giả kiến giải như sau:

Tam Quan là 3 cửa. Một bên là Không quan. Một bên là Giả quan. Ở giữa là Trung quan. Người mới nhập đạo thích vào Không quan những mong sớm tiêu trừ nghiệp chướng nặng nề để thành Không. Học đạo rồi mới hiểu cái mình có là giả nên hướng qua Giả quan. Sau khi ngộ đạo là khai huệ, mở được con mắt bát nhã mới biết cái mình cảm thấy vừa không phải là Không mà cũng không phải là Giả. Nghĩa là bậc thiện tâm đã bước qua Trung quan. Lúc đó người lẫn tam quan đều tan biến.

Qua 3 cách nhìn của nhà Phật làm tôi nhớ mấy vần thơ nổi tiếng của thi hào Tô Đông Pha, một quan đại phu đời nhà Tống cảm tưởng (tôi không còn nhớ nguyên bài thơ chữ Hán *Lô sơn yên tỏa Chiết giang triều...*, chỉ nhớ bản dịch):

Khói ngút sông Lô sóng Chiết giang/ Khi chưa đến đó luống mơ màng/ Đến rồi hóa vẫn không gì khác/ Khói ngút sông Lô sóng Chiết giang.

Cũng như Thiền sư Thanh Nguyên Duy Tín đời Tống có lời tự thuật như sau:

"*Sãi tôi ba mươi năm trước, khi chưa học Thiền thấy núi là núi, thấy nước là nước. Nhân sau theo bậc thiện tri thức chỉ cho chỗ vào thì thấy núi chẳng phải núi, thấy nước chẳng phải nước. Rồi nay thể nhập chốn tịch tĩnh, y nhiên, thấy núi chỉ là núi, thấy nước chỉ là nước"*

Xe đò vừa tới bến trời cũng đã xế chiều. Bến xe đò nằm cạnh rạp hát Châu Văn ngó qua bên đường là chợ búa cuối năm khá nhộn nhịp. Ngồi ăn cơm chiều ở một quán cơm lộ thiên người qua kẻ lại, người mua kẻ bán vui vẻ tấp nập tôi lại nhớ tới nhà văn Sơn Nam nói về nguồn gốc Rạch Giá quê ông: *" Xứ quê của tôi là con rạch mà nơi cửa biển mọc nhiều cây giá nguyên sinh, cây giá giờ đã biến mất, nhưng đã để lại một địa danh, một thành phố hiện đại. "*

Cơm nước xong trời còn sớm bạn đưa tôi đi loanh quanh vô nhà lồng chợ rồi rảo bước ngược ra hướng Cầu Đúc (tức Cầu Kinh) về nhà bạn. Đứng trên cầu ngó xuống dòng nước lấp loáng những vệt nắng hoàng hôn tự nhiên lòng tôi cảm thấy buồn hiu. Rồi tôi ngước lên nhìn ngọn đèn đỏ phía mờ xa vươn lên cao vút, âm thầm soi mình trong chạng vạng tối.

Ngày hôm sau, bạn dắt tôi vô nhà lồng chợ lót bụng tô bún cá Kiên Giang nổi tiếng thơm ngon và cà phê sáng ở quán Văn xong chúng tôi rảo bước ra trước khu chợ nhà lồng chiêm ngưỡng bức tượng đồng Nguyễn Trung Trực (1838-1868). Đứng trước bức tượng đồng của người anh hùng dân tộc khởi nghĩa chống thực dân

Pháp tôi nghĩ đến nỗi buồn trời biển của Đốc Binh Tiền Đạo Nguyễn Trung Trực, một đấng trung can nghĩa đảm đã cùng các trang nghĩa sĩ vì nước đứng lên chống quân xâm lược. Tuy nhiên khi lâm cảnh mạt lộ, ông đã tự ý ra nôp mình cho giặc để đồng bào khỏi bị chết oan và để mẹ già khỏi bị hành hạ. Nỗi buồn bất đắc chí của Quan Thượng Đẳng Đại Thần Nguyễn Trung Trực là cái tang lịch sử chung cho cả nước. Cái tang dân tộc đó khởi từ ngày 27 tháng 10 năm 1868, nhằm ngày 12 tháng 9 năm Mậu Thìn tại chợ Rạch Giá kéo dài cho tới ngày nay và mãi mãi về sau.

Đặc biệt trong phong trào kháng Pháp của Nguyễn Trung Trực có phó tướng Lâm Quang Ky (1839-1868) với tinh thần xả thân vì đại nghĩa. Năm 1868, sau khi bị quân Pháp phản công trong trận đồn Kiên Giang, phó tướng Lâm Quang Ky đã quyết định hy sinh để cứu chủ tướng. Cuối cùng ông và các nghĩa quân bị bắt và bị xử chém tại chợ Rạch Giá.

Ngoài ra, Rạch Giá cũng là nơi ông Phó cơ Điều vì nước hy sinh. Năm 1686, nhằm ổn định tình hình xung đột giữa người Việt và người Khmer, triều đình nhà Nguyễn phái Nguyễn Hiền Điều (giữ chức Quản cơ nên gọi là Phó cơ Điều), từ Vĩnh Long về Tà Niên dẹp loạn. Ông đã hy sinh tại gốc cây trâm, bên bờ rạch Tà Niên.

Rạch Giá có từ lâu đời nên Rạch Giá có rất nhiều di tích lịch sử đáng kể.

Ngoài di tích lịch sử Đình thần Nguyễn Trung Trực tọa lạc tại trung tâm thị xã Rạch Giá, còn có các đền thờ vị anh hùng này ở Phú Quốc, Gò Quao, Hòn Đất, Tân Điền, Vĩnh Hòa Hiệp (Tà Niên)... Cũng cần nói thêm Phó tướng Lâm Quang Ky và Phó cơ Nguyễn Hiền Điều (Phó cơ Điều) hiện được thờ chung trong Đình thờ Nguyễn Trung Trực.

Ngoài ra, các di tích lịch sử khác không kém phần quan trọng như Chùa Láng Cát (1455) và chùa Phật Lớn (1504) là hai ngôi chùa lâu đời của người Khmer. Chùa Quan Đế của người Hoa xây dựng năm 1752, thờ Quan Thánh Đế (Quan Vân Trường). Chùa Tam Bảo do Bà Hoặng (Dương Thị Oán) thành lập vào cuối thế kỷ 18, từng giúp Nguyễn Ánh thoát khỏi sự truy nã của quân Tây Sơn...

Về giáo dục học đường, thời đó Rạch Giá có nhiều trường tiểu học và trung học. Ngoài trường Hùng Vương, Vĩnh Lạc, Kiên Thành, Võ Văn..., có ba ngôi trường mang tên anh hùng dân tộc Nguyễn Trung Trực, Lâm Quang Ky và Phó Cơ Điều.

Sống đời có những nỗi buồn thâm hậu mà thời gian trăm năm cũng chẳng phôi pha, giống như những nỗi buồn dẫu phớt nhẹ cũng đủ làm đời lay động, nhưng mà cũng có những nỗi buồn chẳng ra gì, chẳng thấm thía chi như cái buồn tôi mang trong lòng khi tôi bỏ xứ mà đi.

Hôm nay là ngày đầu năm mới 2023 tôi xa Rạch Giá vừa tròn 53 năm. Rạch Giá ngày nay đã thẩm mỹ hóa như một thiếu phụ tân thời đến nỗi người Rạch Giá kỳ cựu đi xa về có người không còn nhận ra chốn xưa. Rạch Giá xưa vốn mộc mạc, hiền lành như một cô thôn nữ miệt thứ. Trong tâm khảm tôi, Rạch Giá xưa vẫn hiền hòa và vẫn còn Rạch Giá ngồi một mình.

MỘT NGƯỜI RẠCH GIÁ BÌNH THƯỜNG

Hôm nay tôi xin kể Quí vị nghe một câu chuyện bình thường về một người đàn ông bình thường trong hàng triệu triệu người bình thường từng sống trên đời này. Ông tên Châu Ngọc, một doanh gia thành đạt trước 1975 ở thị trấn Thứ Ba, Rạch Giá, vừa ra đi ở độ tuổi chín mùi 102.

Chuyện bình thường như vầy:

Sau 102 năm sống đùm bọc, chắt chiu cùng gia đình vợ con cháu chắt, 11 giờ đêm hôm qua ông vừa qua đời trong bệnh viện quê người. Thật ra, nếu không bị trợt ngã xuống cầu thang ông vẫn sống bình thường như thường ngày cùng con cháu.

Sau một tuần lễ nằm trong bệnh viện cấp cứu ông nửa tỉnh nửa mê. Lúc tỉnh ông nhớ rất rõ tên tuổi những ai còn ai mất; nhưng lúc ông oằn oại trong hôn mê thấy mà xót thương. Cuối cùng, để ông được nhẹ nhàng ra đi người nhà đều đồng ý đề nghị của bác sĩ ngưng chuyền nước biển và rút ông dưỡng khí. Ấy vậy mà sau mười lăm ngày không thuốc men chạy chữa, không ăn không uống ông vẫn thoi thóp sống. Có lẽ nhờ ông ăn chay trường nên sức khỏe và tinh thần của ông bền bĩ hơn. Ông cố bám víu cuộc sống chỉ mong được trở về nhà, đến bác sĩ cũng phải ngạc nhiên, lắc đầu phán: "Miracle! Your father's a top man!" ý nói phép lạ đã biến ông thành một người ngoại hạng. Nhớ lúc ông 100 tuổi, ông được Nữ Hoàng Anh quốc Elizabeth và thủ tướng Tredau Canada chúc thọ và gởi bằng mừng thọ người cao tuổi. Nhưng rồi cuối cùng ông cũng thanh thản ra đi. Người già thường khô lệ, riêng ông lại khác. Nhìn ông nhắm mắt xuôi tay với hai dòng lệ mà đau lòng xót dạ.

Nhìn lại cuộc đời ông, cái gọi là ốm đau, bệnh tật hễ thấy ông đều cười cười rồi né tránh, lũi đầu, chạy mặt. Ông vạm vỡ trong cuộc sống, cường tráng qua từng thời kỳ đất nước thái bình đến chiến tranh. Sống đến 102 tuổi đâu phải dễ, cũng chẳng có nhiều người. Tử thần đã từng mệt mỏi trước sức sống bền bĩ của ông, cuối cùng mới chộp được ông.

Ông sinh ra để làm việc. Ông coi công việc kinh doanh như một loại hình nghệ thuật, một vẻ đẹp giữa nhốn nháo sự đời. Ở tuổi cường tráng, siêng năng, xốc vác đã tạo cho ông cái khí cốt lực lưỡng của một nhà kinh doanh thành đạt: nhà cao cửa rộng, tàu bè trăm tấn, đất đai mầu mỡ. Với ông Châu Ngọc, nghề kinh doanh mới thực sự là thành trì vững chắc của một doanh nhân. Theo nghĩa này, ông trở thành một nhân vật mang tính biểu tượng về ngành nghề đầy sức mạnh thể chất và tinh thần. Giàu có vậy, nhưng gia đình ông bà đều lấy đức làm trọng nên ở chợ Thứ Ba ai cũng nể vì. Thị trấn Thứ Ba, nơi xưa kia là đơn vị hành chánh Kiên An do người Pháp thành lập đầu năm 1936, trụ sở đặt tại chợ Thứ Ba.

Tuy nhiên, tình huống lịch sử xẩy ra ở miền Nam nước Việt ngày 30/4/1975 dẫn đến việc mất nước. Tất cả sản nghiệp đồ sộ của ông Châu Ngọc gầy dựng từ bao năm bị chế độ mới tịch thu, buộc gia đình ông phải rời khỏi thị trấn Thứ Ba. Từ đó, ông âm thầm đưa gia đình lần lượt vượt biên đến trại tỵ nạn sau đó đi định cư tại Canada cho đến nay.

Hồi ở lính, đọc cuốn sách For Whom The Bell Tolls (Chuông Gọi Hồn Ai) của nhà văn Mỹ Ernest Hemingway, tôi có cảm tưởng như mỗi lần người lính ngã xuống hoặc bất cứ người dân vô tội nào tử nạn thì tiếng chuông rung lên, tiếng chuông không phân biệt dân tộc, màu da, tuổi tác hay giới tính, rung lên như một cách thể hiện lòng quý trọng người mới qua đời. Tác phẩm For Whom The Bell Tolls được xuất bản năm 1940 đã miệt mài rung chuông gọi hồn nhưng mãi đến giữa năm 2023 mới tới phiên ông Châu Ngọc.

Thời kỳ Phản Thanh Phục Minh, để tránh bị truy sát, ông Châu Hiệp gốc người Minh Hương xuống tàu vượt biển đến Việt Nam, lập gia đình mới có ông Châu Ngọc. Sau này ở Rạch Giá, ông Châu Ngọc kết hôn với bà Thái

Thị Mười ngày 9 tháng 6 năm 2023 tại Toronto, Canada, hưởng đại thọ 102 tuổi.

Cũng cần nói thêm, ông bà Châu Ngọc là đấng sanh thành của người bạn đời của tôi.

Bà Mười sanh được sáu người con, ba trai, ba gái, đều đã trưởng thành. Thời thế đổi thay, bà Thái Thị Mười cùng gia đình vượt biên từ năm 1981 đến lúc qua đời bà vẫn chưa về Viêt Nam lần nào.

Ông Châu Ngọc, người đã về thiên cổ, nhưng về mặt tinh thần ông đã để lại cho con cháu chắt chit của ông một sản nghiệp đồ sộ, vẫn còn mãi đó trong tâm thức cái cơ ngơi sống động, tuyệt vời như một nếp nhà thanh khiết mà cũng như một ngọn đèn bình thường soi đường cho con cháu mạnh bước về phía trước.

NGÀY NHẠC MẪU

(Mother-in-law's Day)

Má vợ ai thì tôi không biết chớ Má vợ tôi chì lắm đa. Hồi xưa ở bên nhà Bà rất có uy. Ông cò, ông quận, hay ông úy, ông tá gì thấy Bà là răm rắp: "Dạ, chào thím Chín", "Dạ, thưa bà Chín".

Bà giàu nứt đố đổ vách ở Rạch Giá. Giàu nhưng không keo. Bà sống rất bình dân giản dị, thường đi chùa và hay giúp đỡ những người nghèo khó trong làng trong xóm. Bà coi người ở như người trong nhà. Thậm chí ăn cơm cũng ăn chung bàn, chung chiếu, không hề phân biệt chủ tớ. Ngày Ta ngày Tết Bà chủ phát lương, mua quà, sắm quần áo mới cho họ về quê ăn Tết mà có người nào chịu đi đâu. Gởi tiền về quê giúp gia đình họ cảm thấy yên bụng hơn là lủi thủi về quê. Xưa nay quê họ ở đâu tuốt trên ngọn, chum húm trong lùm sâu, nơi chó ăn đá gà ăn muối, vốn nghèo trơ nghèo trất, nghèo trật bản lề, nghèo ê mặt mũi làm gì có Tết với nhất mà về.

Kho lúa của Bà cao lút đầu tới hai ba thước, bề dài thì ngút mắt, ăn cả đời cũng không hết. Vậy mà ngày Cộng sản miền Bắc vô chiếm nhà Bà, đuổi cả nhà đi kinh tế mới, xong đem mấy chiếc Molotova chở lúa của Bà hơn một tháng trời mới vét sạch kho lúa. Người không còn gạo thóc mà ăn huống hồ là con chim, con chuột. Mất hột lúa hột gạo, ngay cả lũ chim chuột miền Nam còn hổng ưa gì Cộng sản đừng nói là con đen con đỏ miền Nam.

Có bà Má nào ưa chiến tranh đâu, kể cả các bà Má Chiến Sĩ. Hồi chưa mất nước, đêm nào đồn Pháo Binh ở quận Thứ Ba, Rạch Giá cũng rót "đại bác ru đêm" đì đùng vô rừng sâu, đáp lại thỉnh thoảng mấy ổng pháo kích bừa bãi vô quận khiến Bà mất ngủ, giựt mình hoài.

Bà có ba trai, ba gái. Cô hai duyên dáng nhất nhà, tới tuổi cặp kê, nhiều người nhờ mai mối Bà lắc đầu nguầy nguậy. Bà phán: "Thời buổi chiến tranh, con gái con lứa lấy chồng Sĩ quan có nước sớm ở góa". May phước cho tôi, lúc đó tôi còn ham ngửi mùi thuốc súng, sắm tuồng y trang Nguyễn Bắc Sơn "xem cuộc chiến như tai trời ách nước, chọn rừng sâu núi cả đánh nhau", hổng để ý gì tới chuyện vợ chồng. Không phải Bà ăn nên làm ra rồi chê bai gì ai đâu, chẳng qua Bà không muốn con mình sớm thành vợ góa con côi. Vậy thôi.

Bà giàu có tới nỗi ngày mất nước bị đuổi đi vùng kinh tế mới, sống lầm lũi vậy mà cả nhà còn bị công an rình rập theo dõi, đến con chó phèn lẽo đẽo theo chủ trông chừng nhà cửa cũng bị thuốc chết. Sợ quá, Bà mới lén tìm cách đưa cả nhà xuống tàu đi vượt biên. Ông trời quả có mắt. Sau ba ngày đêm lênh đênh trên biển, cả nhà họ Châu của Bà đều bình yên vượt tới bến bờ tự do.

Ngày bỏ xứ mà đi Bà đâu còn gì để mang theo ngoài mấy xâu chuỗi bồ đề và... nỗi buồn mất nước. Mỗi năm tới ngày 30 tháng Tư ai nói là "ngày giải phóng", Bà một mực khẳng định đó là "ngày mất nước". Mấy ông kẹ giải phóng cái nỗi gì mà toàn dân miền Nam đều ùn ùn bỏ chạy thí mạng ra khỏi nước, mặc kệ rủi ro sống chết vượt rừng vượt biển đi tìm cuộc sống mới.

Tưởng bỏ xứ mà đi là đi biệt, ai dè sau một thời gian dài tương đối ổn định tình hình cả nước, nhà nước Cộng sản mới ra chính sách chiêu dụ "khúc ruột ngàn dặm" về thăm quê hương. Ai "hồ hởi phấn khởi" xách va-li trèo lên tàu bay về nước mặc họ, riêng gia đình họ Châu của Bà đều bình chân như vại. Tuyệt nhiên không một người nào, dù "ngó về quê mẹ ruột đau chín chiều", cũng không ai đòi về.

Má vợ của tôi có cặp mắt tinh đời lắm đa. Trong ba chàng rể Bà biết tôi là chàng rể cực nhất nhà, lại còn biết tôi là... nhạc sĩ. Bà muốn nghe một bài hát kể về những người mẹ bỏ xứ một đi không trở lại, cho đỡ buồn. Thương Bà, tôi viết ra bản Tình Má Hậu Giang.

Đại khái: *"Từ ngày bỏ xứ Má ra đi không về. Tình Má mang theo biết bao hình bóng quê nhà... Má đau trong lòng, hồn quê cũng xót xa đau. Một kiếp lai sinh buồn cách xa muôn dặm. Thắp cây hương trời soi tới ngọn nước non. Cầu xin cho Má ở đời với con".*

Bà nghe rồi rưng rưng khen chàng rể giỏi quá xá ể.

Âm thầm sống ở nước ngoài gần 40 năm Má vợ tôi mới nhắm mắt xuôi tay, từ giã cõi đời. Bà đi nhằm ngày vía Đức Quán Thế Âm, tôi âm thầm tiễn Bà về nơi thiên cổ bằng một bài thơ. Giản dị thôi, nhưng bằng cả tấm lòng của tôi thương tiếc Má vợ của mình.

RỒI MÁ CŨNG ĐI

Cuối cùng rồi Má cũng ra đi
Chuyến xe xuôi về miền thiên cổ
Môi chưa nói hết được những gì
Tháng mười khuya buồn như tiếng khóc

Giọt nước mắt tháng mười trong suốt
Treo mặn mòi sướt mướt nỗi đau
Buổi trưa nắng dưới tàn phong úa
Theo gió mùa rót xuống mộ sâu

Giọt lệ khô vắt ra tiếng khóc
Nén giữa khuôn ngực nức nở hoài
Trang kinh Phật hứng lời chuông mõ
Đất sụt sùi cỏ xót tâm ai

Mọc trên vai mộ bia lấp loáng
Thịt xương người ngủ giấc mồ côi
Những vòng hoa cất lời than oán
Tiếng thơ tôi rụng xuống im ngồi

Đêm nối ngày mọc lên vạm vỡ
Nỗi tiếc thương đẫm ướt mắt người
Má đi rồi còn ai canh giữ
Buồn vui xưa thả trắng lưng đời

Quê nhà núp sau bờ sông Hậu
Ôm vết thương chảy máu phù sa
Bờ đất cũng mọc lên kỷ niệm
Thỏi bùn non sướt mướt bóng tà

Sông ơi giữ giùm tôi nước mắt
Rửa vết tôi trăm nỗi nhọc nhằn
Con đò cũ mòn như gốc rạ
Bờ tre xưa nhớ Má nên cằn

Đôi mắt Má khép vào thanh tịnh
Sợi tóc bay theo nắng vàng sa
Chỗ Má tới rất xa miền cố thổ
Nẻo Má đi không có bóng quê nhà.

CHUYỆN TÌNH THỨ BA

Thứ Ba là tên của con rạch thứ hai trong 10 con rạch (vùng đất Thập Câu) xuôi theo dòng kinh chính Xẻo Rô, tỉnh Rạch Giá đổ ra biển.

Năm 1936, Thứ Ba cũng là nơi quân đội viễn chinh Pháp thành lập một đơn vị hành chánh, trụ sở đặt tại chợ Thứ Ba. Về sau, dưới thời Cộng Hòa, trụ sở hành chánh này dùng làm đơn vị Nghĩa Quân, tiền thân là Đồn Dân Vệ.

Thứ Ba, một trong những vùng đất miệt thứ thời khẩn hoang đã cùng Rạch Giá đi vào câu thơ

Đường đi Rạch Giá thị quá sơn trường.
bên đế rợp, mà điệu cang thường phải đi

Đó là chuyện đời xưa của con người hôm xưa. Ở đây, nếu gấp nếp thời gian xít lại gần hơn, như thập niên 1950 của vùng đất Thứ Ba chẳng hạn, thì nguyện vọng sinh cơ lập nghiệp của dân chúng Thứ Ba lần theo năm tháng biến chốn hoang dã này ngày càng phát triển hơn, sầm uất và phì nhiêu hơn. Nhờ vậy, thị trấn Thứ Ba sau này có khá nhiều phú gia trong đó có gia đình ông bà Sáu Hiến vừa giàu có vừa nhơn đức, được người địa phương thương mến gọi tắt là ông bà Sáu.

Thuở đó, ngoài công việc đồng áng, chợ búa, cái đất Thứ Ba đâu có chộn rộn như Sài Gòn, ấy vậy mà cũng có nhiều chuyện để mà kể. Thí dụ chuyện tình Thứ Ba là chuyện tình hàng xóm của cậu ấm cô chiêu ở tuổi 13, 14 vừa chớm biết yêu.

Số là gia trạch ông bà Sáu những ba từng lầu cất bên cạnh tiệm vàng Hưng Thạnh của chú thím Năm, cũng lầu ba từng. Mỗi sáng cửa sổ bên hông hai nhà trên từng ba thường mở ra để đón gió trời mát mẻ. Cửa sổ tuy ít có ánh nắng nhưng gió lại thổi vào một niềm vui mới. Đó là nơi cậu ấm nhà ông bà Sáu bí mật gởi gắm tâm tình cho cô chiêu của chú thím Năm qua đôi mắt.

Nhớ lại một buổi sáng tinh khôi cậu ấm vốn vô tư lự vừa mở cửa sổ bên hông nhà để hít thở khí trời tình cờ cậu bắt gặp một ánh mắt lấp lánh nhìn qua, đó là một thiếu nữ xuân thì. Chỉ một cái nhìn đầu tiên đó thôi cậu ấm đã ngất ngư trong ánh mắt long lanh kia. Đổi lại, cái trong trẻo của tuổi 13 bị một thứ ân tình không tên đã kín đáo nẩy mầm với ngay anh bạn hàng xóm của cô.

Từ đó, từ cái ngày hôm đó, cả ngày hôm sau và ngày tiếp ngày, cứ thế cửa sổ hai nhà vẫn mở, cậu ấm cô chiêu vẫn kín đáo chia sẻ ánh nhìn hạnh ngộ với nhau mỗi ngày. Và rồi một hôm trong cái phút giây thần kỳ một tràng thơ vụng dại trong lòng cậu ấm bỗng vọt ra, ào xuống trang giấy.(Thật ra cậu sao chép từ thơ Xuân

Diệu, Lưu Trọng Lư, Huy Cận, cả thơ Nguyên Sa lọng cọng sửa thành thơ mình).

Thơ chưa biết làm sao gởi đi thì bổng nhiên tiếng hát không hát hết một bài ca từ cửa số bên kia vọng sang. Dĩ nhiên, người lớn của hai nhà không hề hay biết cuộc tình len lén tâm tư này trừ cái hồn hậu của thị trấn Thứ Ba là nhân chứng vô hình âm thầm chứng kiến, se duyên.

Mưa.

Mưa xuân thấm đẫm không gian ướt cả thị trấn Thứ Ba nhưng khi tạnh mưa lại làm mát một niềm vui sống động của tình yêu đôi lứa. Trong cuộc lén lút hẹn hò lần đầu đời của cậu ấm cô chiêu, bên bờ rạch Thứ Ba gió đưa bụi chuối xào xạc như đồng lõa diễn đạt một ý tưởng đầy thơ mộng. Dưới bến sông, tiếng còi tàu cũng văng vẳng đưa lên như một lời chúc tụng tình cờ.

Lần đầu hẹn hò với một cô gái măng tơ, xinh đẹp, cậu ấm như thấm thía thấy hồn mình bay bổng theo cuộc tình trong trẻo, đẹp như thơ. Cô chiêu cũng có khác gì cậu ấm đâu. Cũng hồi hộp, cũng lóng cóng, run rẩy, đôi má vốn hồng cứ đỏ ửng lên. Ôi! Cái cô gái tỉnh nhỏ có dáng dấp mảnh mai, thon thả, có đôi môi nồng nàn, có con mắt đen láy, hút hồn cậu ấm. Còn cậu, chàng trai cao lớn, khỏe mạnh vậy mà trái tim cứ đập liên hồi kỳ trận vì cậu nhận ra đây là mối tình đầu khi cả hai còn non trẻ. Họ yêu nhau qua câu thơ vụng dại cuộn tròn tiếng hát lủng lơ.

Cứ thế, dòng đời như chớp bể mưa nguồn tràn đi trong cõi bụi trần gian. Thoắt cái, cậu ấm cô chiêu ở tuổi 13, 14 ngày nào đã vươn vai trưởng thành. Một thời cô cậu gặp nhau như con gió và lớn lên cũng như một cơn gió. Câu thơ vụng về xưa, tiếng hát hồn nhiên nọ, như vẫn còn bay bổng trên mặt sông Bến Trống, trong con rạch Thứ Ba để ca tụng một cuộc tình vừa say mê, vừa bỡ ngỡ vì cái hẹn ban đầu tuy lụng thụng song có hậu. Bụi chuối bên bờ con rạch Thứ Ba như a tòng có ý che giấu, cuộn tròn hai nhân dáng thành một, một *"chuyện tình Thứ Ba"*.

Một chuyện tình không cần kể ra rõ nét, vì nó đã khắc vào trái tim cậu ấm cô chiêu lời thề non hẹn biển, sôi nổi và thủy chung. Và đó là sự khởi đầu thiên duyên tiền định, thời gian tuy dài lâu song đó là một định mệnh.

Cuối cùng họ kết hôn. Đám cưới miệt thứ thường đơn sơ, giản dị dù cả hai gia đình là bậc đại phú. Tuy không tổ chức rình rang nhưng họ có một lời hứa, rằng cả hai đều giữ lửa cho một giấc mơ của nhau, là đi cho hết con đường tình bằng tất cả chân thành. Cả cậu ấm và cô chiều đều không có khiếu văn chương thi phú song họ tự nhận mình là chương dài nhất trong cuộc đời của nhau.

Thưa Quí độc giả,

Cách dây hơn hai năm, bà chị họ Lê, bạn học thời Đại học Khoa Học Sài Gòn, từ Quảng Trị email cho tôi bài biên khảo về NGƯỜI HỌ PHAN của ông Phan Lê Hội khá chi tiết. Tôi hỏi thì được biết tác giả là phu quân của chị đã tham khảo tài liệu từ Google tự ý bỏ bớt vài chi tiết rồi soạn lại theo ý của mình.

Bà chị cũng cho biết chồng chị, ông Phan Lê Hội, trung sĩ của tiểu đoàn 6 Thủy Quân Lục Chiến từng tham dự trận đánh tái chiếm Cổ thành Quảng Trị vào mùa hè 1972. Năm 2021, cựu trung sĩ Phan Lê Hội mất trong trận đại dịch tại huyện Cam Lô tỉnh Quảng Trị.

Mãi đến nay tôi mới mạn phép đăng bài viết này trong fb để Quí vị tham khảo. Mời đọc:

NGƯỜI HỌ PHAN

tác giả biên khảo Phan Lê Hội

Phan là một họ tại Trung Quốc, Việt Nam và Triều Tiên (Hangul: 반, Hanja: 潘, phiên âm theo Romaja quốc ngữ là **Ban**). Phan là họ phổ biến với 4,5% dân số và đứng hàng thứ 6 tại Việt Nam

Họ Phan viết bằng chữ Quốc ngữ **Phan**

họ Phan viết bằng chữ Hán **潘**

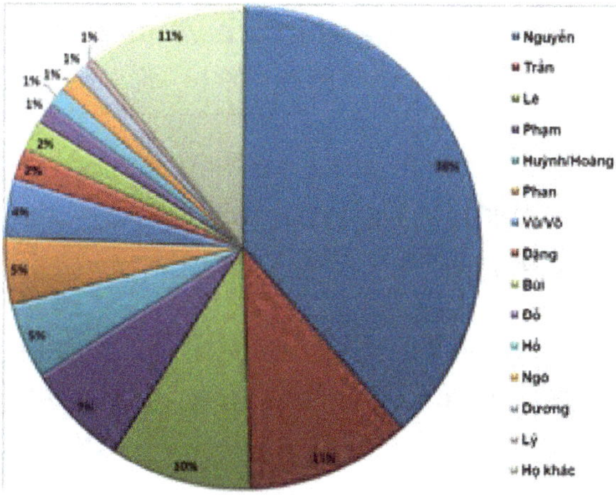

Theo tích xưa kể lại, vào đầu đời Nhà Chu (1066 TCN) tại một bộ tộc phía nam sông Trường Giang có người tù trưởng giỏi nghề nông nghiệp, biết tận dụng sông ngòi, đưa nước vào ruộng, khiến cho mùa màng tươi tốt, nhân dân ấm no, ai cũng yêu quý.

Vua Chu bèn cho mời tù trưởng đó về thành chỉ dạy nhân dân cách đưa nước vào ruộng cấy lúa nước, từ đó người dân sung túc, thiên hạ thái bình.

Để bày tỏ lòng biết ơn, vua Chu ban ruộng lộc và đặt tên họ ghép 2 chữ thái điền với ba chấm thủy đọc là chữ "Phan". Từ đấy Họ Phan bắt đầu ra đời. Người tù trưởng đó là Tất Công họ Phan, bộ tộc Phan.

Họ Phan xuất hiện vào thời Kinh Dương Vương với ông Phan Đô và vào thời Vua Hùng thứ 18 với ông Phan Tây Nhạc, vi tổ họ Phan là một vị tướng có công lớn đánh giặc giữ nước đã được lưu lại trong ngọc phả, thần tích hiện nay ở xã Xuân Phương, huyện Từ Liêm, thành phố

Hà Nội có đền thờ tại đình làng Thị Cấm và đình làng Hoè Thị.

Theo thống kê : Trong hơn 200 họ ở nước Việt Nam có 85 họ có người đỗ đại khoa. Họ Phan đứng thứ 6, sau họ Nguyễn, Phạm, Trần,Vũ, Ngô...

Dòng họ Phan làng Phú Áng trong quá trình mở làng mở họ, mở rộng đất nước xuống phương Nam trong những năm Hưng Long thời Nhà Trần hồi đầu thế kỷ thứ XIV.

Dòng họ Phan ở vùng Châu Hoan vốn là dòng quý tộc họ Trần sau biến loạn Hồ Quý Ly soán ngôi tìm diệt dòng đích nên phải ẩn tích đổi họ Phan năm 1400.

Dòng họ Phan Vân, Thủy Tổ Chánh sứ người gốc tỉnh Thanh Hóa, sinh năm Giáp Thìn(1364) thời vua Trần Dụ Tông. Ngoài việc tổ chức khai khẩn ruộng đất, mở mang sản xuất, xây dựng xóm làng ngày càng trù phú, thịnh vượng, Phan Vân còn có những đóng góp lớn trong cuộc khởi nghĩa Lam Sơn, được thăng chức làm Chánh sứ Sơn phòng.

Dòng họ Phan Văn, trong số những dòng họ khoa bảng ở ngôi làng cổ Trang Liệt, phường Trang Hạ, TP Từ Sơn, Bắc Ninh - nơi có đến 8 tiến sĩ xuất thân được ghi danh trên bia đá Văn Miếu - Quốc Tử Giám. Ở làng Kế Môn, Thừa Thiên Huế cũng có họ Phan Văn.

Dòng họ Phan Đình thời hậu Lê (1740 – 1786) trong số những dòng họ khoa bảng ở ngôi làng cổ Trang Liệt (phường Trang Hạ, TP Từ Sơn, Bắc Ninh) - nơi có đến 8 tiến sĩ xuất thân được ghi danh trên bia đá Văn Miếu - Quốc Tử Giám.

Dòng họ Phan Sỹ ở huyện Thanh Chương tỉnh Nghệ An là dòng họ định cư từ thế kỷ XVI tới nay, có hai chi nhánh mạnh ở xã Võ Liệt và Thanh Khê là dòng họ hiếu học nổi tiếng.

Phan Chí, Phan Khí và Phan Minh, 3 anh em họ Phan thời Hùng Vương, hiện được thờ tại làng Cao Xá, xã Thái Hòa, Nghệ An như di tích quốc gia [12]

Phan Độc Giác, người đời Lý, hiện được thờ tại làng Cẩm Tú, xã Đông Hoàng, huyện Đông Sơn, tỉnh Thanh Hóa.). [13]

Phan Phu Tiên (1370-?), nhà sử học thời Hậu Lê.

Phan Quý Công húy danh Phan Đương cụ tổ họ Phan Phú Áng vào hồi đầu thế kỷ thứ XIV vào Nam khai khẩn đất đai, mở mang dòng họ, trải đến nay đã trên 700 năm.

Phan Chính Nghị (1476 - ?) là đô ngự sử thời Lê sơ, đỗ hoàng giáp năm 1511.

Phan Nhân Tường (1514-1556) là vị quan thời Lê Trung Hưng, ông đậu Tiến sĩ khoa Bính Ngọ năm Nguyên Hòa thứ 14 (1546), đời vua Lê Trang Tông. Ông làm quan trải qua 4 đời vua Lê, được thăng đến chức Giám sát ngự sử, Tri thẩm hình viện.

Phan Kính (1715-1761), Đình nguyên Thám hoa, người ở thôn Vĩnh Gia, xã Lai Thạch, huyện La Sơn, nay là Sông Lộc, huyện Can Lộc, tỉnh Hà Tĩnh.

Phan Huy Cẩn (1722 – 1789) là danh thần, nhà sử học thời Lê trung hưng trong lịch sử Việt Nam.

Phan Huy Ích (1751 – 1822), là quan đại thần trải ba triều đại Lê trung hưng, Tây Sơn và Nguyễn.

Phan Huy Chú (1782-1840), nhà bách khoa thư thời nhà Nguyễn

Phan Văn Tuyên, (1763-1831) võ tướng nhà Nguyễn, được phong tước Tuyên Trung hầu, được vua ban quốc tính đổi sang họ Nguyễn.

Phan Bá Vành (1790 - 1827) là lãnh tụ cuộc khởi nghĩa cuộc khởi nghĩa nông dân ở khu vực Thái Bình, Hải Phòng, Hải Dương chống lại nhà Nguyễn

Phan Thanh Giản (1796-1867), đại thần nhà Nguyễn.

Phan Tôn, Phan Liêm, hai con trai Phan Thanh Giản, khởi nghĩa chống Pháp ở vùng Ba Tri, Giồng Trôm thuộc tỉnh Bến Tre [8]

Phan Văn Thúy, danh tướng nhà Nguyễn, người chỉ huy khai đào sông Vĩnh Định ở Quảng Trị vào năm 1825.

Phan Văn Trị (1830-1910), còn gọi là Cử Trị là một nhà thơ Việt Nam trong thời kỳ đầu kháng Pháp của dân tộc Việt.

Phan Đình Bình (1831-1888), danh sĩ, đại thần đời vua Tự Đức. Cha của Thái hậu Phan Thị Điều.

Phan Đình Phùng (1847 – 1896) nhà cách mạng Việt Nam, lãnh đạo của cuộc khởi nghĩa Hương Khê chống thực dân Pháp trong phong trào Cần Vương.

Phan Trọng Mưu (1851-???), tham gia cuộc khởi nghĩa Hương Khê chống Pháp của Phan Đình Phùng.

Phan Bội Châu (1867 – 1940) là một danh sĩ và là nhà cách mạng Việt Nam, hoạt động trong thời kỳ Pháp thuộc.

Phan Châu Trinh (1872-1926), nhà cải cách trong thời kỳ Pháp thuộc .

Phan Thị Kháng, phong hiệu Ngũ giai Nhàn tần, phi tần của vua Thiệu Trị nhà Nguyễn.

Phan Thị Điều (1855-1906),tôn hiệu Từ Minh Huệ hoàng hậu, phủ thiếp của vua Dục Đức, mẹ của vua Thành Thái.

Phan Thúc Duyện (1873-1944), chí sĩ yêu nước trong Phong trào Duy Tân tại Việt Nam

Phan Kế Bính (1875-1921), nhà báo, nhà văn trong thời kỳ Pháp thuộc

Phan Khôi (1887-1959), học giả, nhà thơ, nhà văn.

Phan Kế Toại (1892-1973), nhân sĩ yêu nước, Phó Thủ tướng Việt Nam Dân chủ Cộng hòa

Phan Xích Long (1893-1916), thủ lĩnh các hội kín Nam Kỳ

Phan Văn Hùm (1902-1946), lãnh tụ phong trào Cộng sản Đệ Tứ tại Việt Nam

Phan Đăng Lưu (1902-1941), nhà hoạt động cách mạng

Phan Khắc Sửu (1905-1970), nhà hoạt động chính trị, quốc trưởng Việt Nam Cộng hòa.

Phan Khoang (1906-1971), nhà sử học, nhà giáo, nhà báo.

Phan Văn Vàng (1908-1939) là võ quan nhà Nguyễn và là người đu tiên khám phá và gieo trồng thành công giống lúa sạ tại An Giang.

Phan Huy Quát (1908-1979), bác sĩ, nhà hoạt động chính trị, Thủ tướng, Tổng trưởng quốc phòng Việt Nam Cộng hòa.

Những nghệ nhân họ Phan nổi tiếng

Phan Khắc Khoan (1916-1998), nhà giáo, nhà thơ, nhà viết kịch.
Phan Ngọc Hoan, bút hiệu Chế Lan Viên (1920-1989), nhà thơ, nhà văn hiện đại nổi tiếng.
Phan Huỳnh Điểu (1924-2015), là một trong những nhạc sĩ tiêu biểu của nền âm nhạc Việt Nam.
Phan Nhật Nam tên thật Phan Ngọc Khuê (sinh 1943) *là* nhà văn Việt Nam, cựu Đại Úy Binh chủng Nhảy dù Việt Nam Cộng Hòa.
Phan Ni Tấn (sinh 1946), nhà văn, nhà thơ, nhạc sĩ.
Phan Thị Vàng Anh (sinh 1958) nhà văn, nhà thơ, con của Chế Lan Viên.
Phan Huyền Thư (sinh 1972), nhà thơ, con của ca sĩ Thanh Hoa và Phan Lạc Hoa
Phan Thị Mỹ Tâm (sinh 1981) nữ ca sĩ Mỹ Tâm nổi tiếng Việt Nam.
Phan Thị Mai Phương , diễn Viên Mai Phương, ca sĩ Nhạc Trẻ Việt Nam.
Phan Đình Tùng sinh 1975 tại Sài Gòn. ca sĩ nhạc trẻ.
Phan Thị Ngọc Diễm (sinh 1987), Hoa Hậu Du Lịch Việt Nam.
Phan Ý Linh ca sĩ, sinh 1991tại Huế, tốt nghiệp bộ môn Đàn Ca Huế tại Học Viên Âm Nhạc Huế.
Phan Thị Hồng Diễm, nghệ danh Phan Diễm sinh 1992 tại Phú Yên, ca sĩ
Phan Mạnh Quỳnh sinh 1992, ca sĩ kiêm nhạc sĩ.

Phan Quỳnh Trâm, tên tiếng Anh là Quincy Phan, là nhà thơ, dịch giả, nhà viết kịch gốc Việt định cư tại Sydney, Úc.

Phan Diễm, quê ở Long An, chuyên kinh doanh các mặt hàng hải sản cao cấp (Hải Sản Phan Diễm),.

Những người Trung Quốc họ Phan nổi tiếng

Phan An, nhà văn thời Tây Tấn, nổi tiếng đẹp trai (được nhắc tới trong thành ngữ: "đẹp như Phan An Tống Ngọc")

Phan Mỹ, tướng thời nhà Tống

Phan Học Lương, nữ họa sĩ

Phan Vĩ Bách, ca sĩ Đài Loan

Người Triều Tiên họ Phan (Ban) nổi tiếng

Ban Ki-Moon, phiên âm Hán-Việt là Phan Cơ Văn, Tổng thư ký Liên Hiệp Quốc.

NGƯỜI BẠN LỚN

Hồi còn mạnh miệng có lần tôi khoe "Bạn lớn của tôi nhiều lắm" thì có người hỏi bạn lớn là bạn sao?

Đáp: Bạn lớn là bạn vong niên, tuy chênh lệch dù không nhiều lắm về tuổi tác nhưng gặp nhau là đồng cảm về mặt nghệ thuật.

Hỏi: Vậy bạn lớn là những bạn nào?

Đáp: Là mấy ông bà nhà văn, nhà thơ, nhạc sĩ, họa sĩ, điêu khắc gia cổ thụ v.v...

Hỏi: Nghe nói ông có quen nhà thơ Bùi Giáng?

Đáp: À! Riêng nhà thơ Bùi Giáng thì lại khác. Khác ở chỗ tôi biết ông mà ông không biết tôi – dĩ nhiên, nhưng chút kỷ niệm với ông thì tôi có.

Năm 1979, tôi bán sách cũ trong chợ sách Đặng Thị Nhu, ngày nào bán được vài cuốn sách thì tôi mua bánh mì ăn trừ cơm, ngày nào ế không một xu dính túi tôi thường đói mờ mắt. Để bảo đảm cho cái bụng xẹp lép phình lên, trưa trưa tôi lội vô chợ Dân Sinh gần đó uống nước máy trừ cơm. Tối mò về nhà trọ của bạn gần rạp hát Quốc Thanh ăn qua loa mì quốc doanh rồi lang thang vô chợ gà Thái Bình ngủ bụi. Sáng lại lếch thếch ra chợ sách kiếm ăn qua ngày.

Chợ sách nằm trên đường Đặng Thị Nhu nên chợ sách mang cùng tên cho tiện. Cũng cần nói thêm bà

Đặng Thị Nhu tức là bà Ba Cẩn, vợ thứ ba và là cộng sự của Hùm Thiêng Yên Thế Hoàng Hoa Thám. Khi căn cứ địa Yên Thế thất thủ, bà Ba Cẩn bị Pháp bắt đày qua đảo Guyane, nửa đường bà nhảy xuống biển tự trầm.

Một buổi sáng trời quang mây tạnh, thình lình cả chợ sách náo loạn cả lên, trăm con mắt háo hức đổ dồn về đầu đường Ký Con. Thì ra "Hồng Thất Công Bùi Giáng" xuất hiện. Ở chợ sách này chỉ có hai vị khách lớn, có uy tín bậc nhất trong làng văn học miền Nam là nhà thơ Bùi Giáng và nhà khảo cổ Vương Hồng Sển mới làm cho cả chợ xôn xao đến thế. Riêng Bùi Bàng Dúi (ông tự xưng) của chúng ta thì một ngày như mọi ngày, rất là "Thất Cái". Vẫn tả tơi quần áo vá chùm vá đụp, vẫn tóc tai rũ rượi, râu ria tá lả, đầu đội nón calô vá víu nhiều màu trông giống hệt Tế Điên Hòa Thượng, vai mang túi rác kềnh càng (không biết thứ chi trong đó), đang quơ gậy khệnh khạng, ngả nghiêng đi tới. Miệng hò hét như ca, con mắt thì liếc dọc liếc ngang, ông vừa đi vừa khoa tay múa chân trông rất vui nhộn; theo sau là một đám người hiếu kỳ.

Phước ba đời tôi, hôm đó Trung Niên Thi Sĩ lại xẹt vô sạp sách của tôi, chộp một cuốn pocket book lật lật chọn đại một trang rồi thay vì đọc vài ba câu tiếng Ăng-lê, ông lại cất giọng oang oang bài thơ của Lý Thường Kiệt: *"Nam quốc sơn hà Nam đế cư. Tiệt nhiên định phận tại thiên thư. Như hà nghịch lỗ lai xâm phạm. Nhữ đẳng hành khan thủ bại hư"*. Đọc xong ông trả sách, cười hi hi rồi quơ gậy nhún nhảy bước đi.

Một lần khác, "Hồng Thất Công" lại xuất hiện, chợ sách lại một phen náo loạn. Lần này, vài anh bạn sách và tôi mời ông uống cà phê lộ thiên phía sau sạp sách. Ngồi uống cà phê nghe ông nói đủ thứ chuyện đời thường về tình yêu, cơm áo, chuyện văn chương, thời sự, chuyện nào cũng thao thao bất tuyệt, cũng uyên thâm đáng nể. Nhìn ông ô dề cục mịch rứa, lúc tỉnh lúc điên rứa mà kiến thức thâm sâu khôn lường, đố ai nghĩ ông điên. Người điên làm sao nhớ thơ mà đọc vanh vách.

Tôi vào Sài Gòn lúc đầu
Thật là bỡ ngỡ mối sầu Thừa Thiên
Bây giờ tôi nhớ Thừa Thiên
Nhớ thôi chút ít chứ phiền thì không.

Chiến tranh nghĩ cũng ly kỳ
Những thằng thi sĩ còn kỳ ly hơn.

Kính thưa công chúa Kim Cương
Trẫm từ vô tận ven đường ngồi đây
Tờ thư rất mực mỏng dầy
Làm sao định nghĩa đêm ngày yêu nhau.

Ông nói thơ, đọc thơ, lúc tới cũng như lúc đi, ông đều sang sảng: "Xin chào nhau giữa con đường. Mùa xuân phía trước miên trường phía sau".

Đó là lần thứ nhì cũng là lần cuối cùng tôi gặp ông, tính đến nay cũng đã 46 năm ròng.

Bùi Giáng sinh năm 1926 tại Quảng Nam, mất ngày 7/10/ 1998 tại bệnh viện Chợ Rậy, Sài Gòn.

Bùi Giáng là nhà nghiên cứu, khảo luận, dịch thuật và làm thơ. Ông thông thạo nhiều ngoại ngữ Anh, Pháp, Đức..., nghiên cứu những tư tưởng triết học của Jean Paul Sartre, Heidegger, Nietche, Albert Camus..., dịch nhiều tác phẩm nổi tiếng của các nhà văn trên thế giới Henry Miller, Simone de Beauvoire, St Exupéry, Sagan, khảo luận những tư tưởng triết học Đông Tây Kim Cổ... Ông xuất bản nhiều tác phẩm dịch thuật, nghiên cứu, phê bình, nổi tiếng các tập thơ Mưa Nguồn, Lá Hoa Cồn, Ngàn Thu Rớt Hột...

Bây giờ nghĩ tới con đường ấy, chợ sách ấy và Trung Niên Thi Sĩ ấy, tôi cứ thấy mình bâng khuâng trong hoài niệm về người bạn lớn này.

Người Bạn Lớn: Trung Niên Thi Sĩ, Thi Sĩ Đười Ươi, Bùi Bàng Dúi, Bùi Bán Dùi, Bùi Tồn Lưu, Bùi Tồn Lê, Bùi Văn Bố, Bùi Bê Bối, Bùi Văn Chiêu Lỳ, Vân Mồng, Brigit Giáng, Giáng Monroe... có tâm hồn bao la nhưng "chẳng sống theo thời thế, mà sống từ cõi túy lúy càn khôn" đến "điên rồ lừng lẫy, điên rực rỡ"(chữ của Bùi Giáng), một thi sĩ điên dễ thương nhất trần gian.

Như ta đều biết họ Nguyễn là họ có từ thời Lạc Việt, thời của con cháu các vua Hùng. Theo dòng thời gian, để dễ phân biệt giữa nam và nữ thì nam lót chữ văn, nữ lót chữ thị. Nghe xưng tên Nguyễn Văn A, Nguyễn thị B ta biết ngay đó là người Việt Nam. Tuy nhiên, gia tộc họ Nguyễn có nhiều hệ phái, nhiều chi, nhiều nhánh... Thí dụ họ Nguyễn Phúc (như Nguyễn Phúc Luân, Nguyễn Phúc Ánh, Nguyễn Phúc Bảo Long) là dòng hoàng phái. Lùi sâu trong quá khứ, theo sử liệu có gia tộc Nguyễn Đình, là một trong những dòng họ hiển hách dưới triều nhà Lê, đặc biệt là trong lĩnh vực võ nghiệp.

Có điều, dòng họ Nguyễn Đình vinh hiển bậc nhất ra sao, võ nghiệp uy danh như thế nào là chuyện của năm, sáu trăm năm trước. Ngày nay, gần gũi hơn, dưới thời Pháp thuộc ở Ba Tri (Bến Tre) có một bậc Nho gia tiết tháo họ Nguyễn Đình là nhà giáo mù Nguyễn Đình Chiểu, tức cụ Đồ Chiểu, nổi tiếng là người chống thực dân Pháp và là một bậc thức giả hay chữ. Lòng yêu nước và văn tài của cụ Đồ Chiểu với các tác phẩm như Lục Vân Tiên ca ngợi chính nghĩa, đề cao chữ hiếu, Văn Tế Nghĩa Sĩ Cần Giuộc, truy điệu các nghĩa sĩ gốc nông dân Cần Giuộc hy sinh trong những trận đánh chống thực dân Pháp, Ngư Tiều Vấn Đáp....làm cho lịch sử nước Việt trở nên sinh động hẳn lên.

NHỮNG DỰ CẢM NGUYỄN ĐÌNH TOÀN

Như ta đều biết họ Nguyễn là họ có từ thời Lạc Việt, thời của con cháu các vua Hùng. Theo dòng thời gian, để dễ phân biệt giữa nam và nữ thì nam lót chữ văn, nữ lót chữ thị. Nghe xưng tên Nguyễn Văn A, Nguyễn thị B ta biết ngay đó là người Việt Nam. Tuy nhiên, gia tộc họ Nguyễn có nhiều hệ phái, nhiều chi, nhiều nhánh... Thí dụ họ Nguyễn Phúc (như Nguyễn Phúc Luân, Nguyễn Phúc Ánh, Nguyễn Phúc Bảo Long) là dòng hoàng phái. Lùi sâu trong quá khứ, theo sử liệu có gia tộc Nguyễn Đình, là một trong những dòng họ hiển hách dưới triều nhà Lê, đặc biệt là trong lĩnh vực võ nghiệp.

Có điều, dòng họ Nguyễn Đình vinh hiển bậc nhất ra sao, võ nghiệp uy danh như thế nào là chuyện của năm, sáu trăm năm trước. Ngày nay, gần gũi hơn, dưới thời Pháp thuộc ở Ba Tri (Bến Tre) có một bậc Nho gia tiết tháo họ Nguyễn Đình là nhà giáo mù Nguyễn Đình Chiểu, tức cụ Đồ Chiểu, nổi tiếng là người chống thực dân Pháp và là một bậc thức giả hay chữ. Lòng yêu nước và văn tài của cụ Đồ Chiểu với các tác phẩm như Lục Vân Tiên ca ngợi chính nghĩa, đề cao chữ hiếu, Văn Tế Nghĩa Sĩ Cần Giuộc, truy điệu các nghĩa sĩ gốc nông dân Cần Giuộc hy sinh trong những trận đánh chống thực dân Pháp, Ngư Tiều Vấn Đáp....làm cho lịch sử nước Việt trở nên sinh động hẳn lên

Nhưng cá nhân tôi cũng chẳng cần tìm hiểu dòng họ Nguyễn Đình ở đâu cho xa mà ngay trong thời đại này, xã hội này, ngay trước mắt ta, gần gũi với ta hằng ngày. Đó là nhà văn Nguyễn Đình Toàn của thập niên 1960, tác giả của 17 tác phẩm đã xuất bản gồm tiểu thuyết, truyện dài, truyện ngắn, bút ký, thơ và kịch, trong đó tác phẩm *Áo Mơ Phai* đoạt giải Văn Học Nghệ Thuật của VNCH năm 1973.

Sau ngày mất nước, sách của Nguyễn Đình Toàn bị xếp vào loại văn hóa đồi trụy, tất cả đều bị tịch thu và đốt sạch, trong đó tác phẩm *Áo Mơ Phai* đã đưa ông đi tù "cải tạo". Khi nhà văn được thả ra và khi chế độ trong nước thay đổi, họ xin tác giả cho phép được tái bản *Áo Mơ Phai*. Đây là chuyện bình thường có lợi cho độc giả trong nước.

Trở lại thập niên 1960, ngoài văn chương, ông còn có công trong việc phát triển nền tân nhạc miền Nam VN trên đài phát thanh Sài Gòn với chương trình "Nhạc Chủ Đề" vào mỗi tối thứ năm. Giới thưởng ngoạn văn học đều biết Nguyễn Đình Toàn là nhà văn nổi tiếng, nhưng hình như vào thời đó người ta "nghe" Nguyễn

Đình Toàn nhiều hơn là "đọc" Nguyễn Đình Toàn. Bởi vì ngoài thơ văn, ông còn là một nhạc sĩ.

Thập niên 1960 chưa có TV, mỗi tối quần chúng thường lắng nghe trên đài phát thanh Sài Gòn nhiều chương trình ca nhạc qua *Tiếng Tơ Đồng* của nhạc sĩ Hoàng Trọng, *Tiếng Nhạc Tâm Tình* của Anh Ngọc, Mai Thảo, *Tiếng Nói Dạ Lan – Người em gái hậu phương* của Đại tá Trần Ngọc Huyến v.v... Tuy nhiên, chương trình "Nhạc Chủ Đề" vào mỗi tối thứ năm hàng tuần của nhạc sĩ Nguyễn Đình Toàn không kém phần ăn khách, đã lôi cuốn thính giả bằng một cung cách mới lạ qua giọng nói trầm ấm như lời thủ thỉ của Nguyễn Đình Toàn;

Từ chương trình Nhạc chủ đề qua lời giới thiệu như thơ, ông đã tạo nên một làn sóng ngưỡng mộ tài năng của ông với những ca khúc trữ tình, những bản tình ca quê hương giữa thời chinh chiến. Không riêng gì người nữ bị thu hút mà cả người nam, giới sinh viên học sinh, những người lính cũng bị giọng nói truyền cảm của Nguyễn Đình Toàn làm cho xao xuyến.

Năm 1998, vợ chồng nhà văn Nguyễn Đình Toàn được xuất cảnh sang Mỹ, định cư tại Quận Cam đến nay. Nói về chuyện "xuất ngoại" hầu như ai ra đi cũng phấn khởi, riêng nhà văn Nguyễn Đình Toàn thì tôi được biết trước khi lìa bỏ quê hương mình ông đã từng khổ sở, điêu đứng trước sự lựa chọn giữa ở và đi. Đi là bứng mình ra khỏi đất nước, như cái cây trồng trên đất mới dĩ nhiên sống được, nhưng trái sẽ chua nên ông vẫn tự nhận mình là người nghệ sĩ tạm trú trên đất khách quê người.

Trong *Áo Mơ Phai,* nhân vật nữ tên Lan đã một lần bỏ xứ (Hà Nội) di cư vào Nam:*"Nàng mong đợi ngày đi để đi cho xong, cầu nguyện cho ngày khởi hành đừng đến vội, để còn được ở lại đây thêm nữa, ở lại Hà Nội, chia xẻ nỗi đau đớn của Hà Nội, sống với Hà Nội, chết với Hà Nội, rũ rượi với Hà Nội, rõ ràng là Hà Nội đang kiệt sức, những giọt mưa đọng trên các cành cây, những ngọn lá, chẳng khác Hà Nội khóc."*

Áo Mơ Phai là một dự cảm chia lìa. Nguyễn Đình Toàn từng thổ lộ: " *Tôi viết cuốn sách đó chỉ dựa trên những dự cảm đối với hoàn cảnh lịch sử cho một người chịu đựng hoàn cảnh lịch sử như chịu đựng sự đổi thay của thời tiết*".

Nghe danh Nguyễn Đình Toàn từ hồi còn trong nước, nhưng mãi đến năm 2001, trong buổi triển lãm Chợ Sách Việt ở Quận Cam tôi mới gặp mặt nhà văn Nguyễn Đình Toàn và người bạn đời, chị Thu Hồng. Tôi ở xứ tuyết (Canada) ngót 40 năm, vào mùa đông trời đất lúc nào cũng lạnh lùng, tuyết giá nên tôi thèm nắng ấm. Qua Mỹ thấy nắng Cali đẹp tôi tíu tít xuýt xoa nhưng khi gặp chị Thu Hồng rồi thì nắng nào đẹp bằng nụ cười rạng rỡ trên gương mặt hồn nhiên của chị. Tôi thật lòng không nói quá đâu.

Cũng tại Quận Cam, năm 2005, nhân buổi ra mắt tập nhạc và CD tình khúc PNT, tôi gặp lại tác giả Áo Mơ Phai. Năm 2006, Nguyễn Đình Toàn ra mắt tập *Bông Hồng Tạ Ơn (I & II)* viết về 190 Tác Giả & Ca Sĩ Việt Nam, trong đó tôi hân hạnh được ông nhắc tới và gởi tặng tôi hai tập bút ký này.

Khác với lời giới thiệu như thơ trong Nhạc chủ đề, tư tưởng nghệ thuật trong "Bông Hồng Tạ Ơn" mộc mạc, giản dị hơn khi ông viết về con người, cuộc đời và tác phẩm của những tác giả và nghệ sĩ Việt Nam:

"Đây không phải là cuốn sách nghiên cứu hay phê bình văn học, nghệ thuật. Mục đích của người viết nhắm chia xẻ chút hiểu biết, những gì còn nhớ được về các tác phẩm tác giả mình ưa thích, với những người có cùng cảm nghĩ, như một cách bày tỏ lòng ngưỡng mộ, lòng biết ơn, đối với những người đã dâng hiến những gì tốt đẹp nhất mình có thể làm ra được cho đất nước, nhờ đó, mọi người đã được thừa hưởng.

Phần khác, để các bạn trẻ sinh trưởng ở trong ngoài nước, không biết nhiều về Việt Nam, một lúc nào đó, muốn quay về tìm các tác giả trong nước, có thêm chút dấu vết, tài liệu..." (Nguyễn Đình Toàn).

Đến đây tôi mạn phép nói thêm điều này. Rằng ai cũng biết thời gian không từ nan bất kỳ một ai. Từ năm 2005 tôi gặp Nguyễn Đình Toàn trong buổi ra mắt sách của tôi tính đến nay chẵn chòi 15 năm. Vậy mà khi đọc bài viết của Nguyễn Đình Phượng Uyển, con gái của bố Nguyễn Đình Toàn đăng trên facebook có chua hình song thân của cô làm tôi giựt mình. Chị Thu Hồng không còn nhớ gì sao? Người bạn vong niên của tôi, nhà văn Nguyễn Đình Toàn già tới mức nếu không ghi chú tên tuổi thoạt nhìn tôi khó nhận ra. Rồi tôi hoang mang nghĩ không biết ông còn nhớ tôi không.

Nhà văn Nguyễn Đình Toàn sinh năm 1936 tại Gia Lâm, Bắc Ninh. Di cư vào Nam năm 1954, Nguyễn Đình Toàn bắt đầu viết văn, làm thơ và viết nhạc. Tiểu thuyết *Chị Em Hải* là tác phẩm đầu tay của ông, xuất bản năm 1961. Từ đó đến nay, ngoài 17 tác phẩm văn chương đã xuất bản, ông còn cống hiến cho đời các nhạc phẩm *Hiên Cúc Vàng, Tôi Muốn Nói Với Em, Mưa Trên Cây Hoàng Lan...*

Cá nhân tôi, đọc truyện Nguyễn Đình Toàn từ lúc tôi bước vào năm đầu trung học đệ nhị cấp, có thể nói tôi chậm chân hơn những độc giả khác đến với tác giả *Áo Mơ Phai.*

NHÃ CA, TIẾNG CHUÔNG THIÊN MỤ

Nhiều năm trước, tôi có tham dự buổi ra mắt tác phẩm Mouring Headband For Hue của nhà văn Nhã Ca tại Toronto. Nghe danh Nhã Ca- Trần Dạ Từ đã lâu từ trong nước mãi đến nay tôi mới gặp cả hai ông bà. Mouring Headband For Hue do giáo sư Sử học, Tiến sĩ Olga Dror thuộc Đại học Texas A&M University chuyển ngữ từ tác phẩm *Giải Khăn Sô Cho Huế*, tập hồi ký của Nhã Ca in tại Sài Gòn 1969, được Giải Văn Chương Quốc gia Việt Nam Cộng Hòa năm 1970.

Trong cuộc tổng tấn công Mậu Thân Huế, tác giả *Giải Khăn Sô Cho Huế* là chứng nhân trước thảm cảnh thành phố Huế bị tàn phá và hàng chục ngàn người dân bị tàn sát. Sau hơn hai tháng sống kề cận với cái chết, Nhã Ca về Sài Gòn đã viết nên những trang hồi ký *Giải Khăn Sô Cho Huế* kể lại những điều mắt thấy tai nghe trong cuộc tổng công kích của Cộng Sản vào thành phố lịch sử Huế. Tuy nhiên, trước đó bà phải đợi tình hình thời sự sau biến cố Têt Mậu Thân cũng như "những hậu ý xô bồ của thời cuộc" lắng xuống đến gần hai năm sau, "Hai năm, hài cốt cả chục ngàn dân Huế bị tàn sát ở bờ bụi, vứt bỏ xuống dáy sông đáy suối, đã được thu nhặt dần...", tác phẩm này mới thực sự ra đời. Khi *Giải Khăn Sô Cho Huế* vừa xuất bản đã sớm đến tay độc giả, từ đó toàn bộ tác quyền của tác phẩm nổi tiếng này được tác giả dành tặng cho Huế.

Nhưng sau năm 1975, vì nội dung trong tác phẩm *Giải Khăn Sô Cho Huế*, Nhã Ca bị nhà nước Cộng Sản bắt giam hai năm. Chính cuốn *Giải Khăn Sô Cho Huế* bị liệt vào hàng phản động, trưng bày trong "Nhà Triển Lãm Tội Ác Mỹ Ngụy" là chứng tích kết tội bà "biệt kích văn hóa" trong khi chồng bà, nhà văn Trần Dạ Từ, sống lây lất trong tù đến 12 năm. Do sự can thiệp của hội Văn Bút Quốc tế phối hợp với hội Ân Xá Quốc tế và thủ tướng Thụy Điển Ingvar Carlsson, ông bà được sang Thụy Điển tị nạn. Năm 1992 bà cùng gia đình sang California định cư và lập hệ thống Việt Báo Daily News tại Quận Cam đến nay.

Đọc *Giải Khăn Sô Cho Huế* người đọc nhận ra những nạn nhân trong trận Tổng công kích Mậu Thân Huế đã chết dưới những viên đạn và những nhát cuốc ác liệt của phía bên kia là nỗi đau của cộng đồng và là cái tang chung cho cả nước. Ở nhà văn nữ này, cuốn hồi ký trên là sự kết hợp của trí tuệ trang nghiêm, sâu lắng, giản dị và nhân từ. Cho đến nay tôi vẫn nghĩ rằng chữ nghĩa thâm trầm nhưng gần gũi thân thiết kia như giải khăn sô hay đúng hơn là tấm khăn tang mà tác giả dụng ý đắp lên nỗi oan khiên của người Huế, những nạn nhân vốn cần cù, giản dị, gần gũi và bình thường như bất kỳ người dân đất Thần Kinh hiền lành như đất đai, như cây lúa mà tôi đã từng gặp. Thật ra chết dưới mọi hình thức nào cũng là chết, nhưng không đâu trên khắp đất nước này cái chết lại tàn bạo như ở Huế.

Ở Nhã Ca-Trần Dạ Từ tôi luôn cảm phục và kính trọng nhân cách của hai ông bà và những người con, trong cơn khốn khó vẫn âm thầm che giấu nhà văn Mai Thảo trong nhà mình, giữa lúc Mai Thảo đang bị nhà nước Cộng Sản truy lùng ráo riết.

Nhã Ca sinh năm 1939 tại Huế, dù sớm lìa quê Huế nhưng suốt đời bà, Huế vẫn là niềm thương khó, là nỗi ám ảnh khôn nguôi. Những tưởng Huế muôn đời trầm mặc, cổ kính nhưng chiến tranh đã làm Huế hiển lộ và trong nỗi khốn khổ đó Nhã Ca đã gặp lại Huế như một kiếp số mà không cách gì thoát ra được. Hình như cuộc đời bà, số phận bà và Huế cùng gánh chung một nỗi đau đời, quá sức. Chính vì lẽ đó, Nhã Ca và Huế, Huế và chiến tranh đã làm ra *Giải Khăn Sô Cho Huế*. Đọc hồi ký này có lẽ nhiều người cũng như tôi như nuốt nhầm một thứ tai họa to lớn của Huế cùng với máu và nước mắt chảy ngược vào lòng.

Tôi vẫn còn nhớ hồi ở lính tôi đến với thế giới thơ Nhã Ca trước khi đọc tản văn của bà. Cũng nhờ anh bạn cùng đơn vị ở Pleiku sưu tầm thơ của các nhà thơ nữ, anh chịu khó chép tay, đóng thành tập và tự đặt một cái tựa là lạ Tiếng Gió Chuông. Văn học miền Nam vào thập niên 1960 rất ít nhà thơ nữ nên tập thơ chép tay Tiếng Gió Chuông chỉ có vài chục trang giấy học trò. Bài thơ đầu tiên tôi đọc là bài Tiếng Chuông Thiên Mụ củaTrần Thy Nhã Ca sau này tôi mới biết là của nhà thơ kiêm nhà văn xứ Huế: Nhã Ca.

...Tôi bỏ nhà ra đi năm mười chín tuổi
Đêm trước ngày đi nằm đợi tiếng chuông
Cuối cơn điên đầu giấc ngủ đau buồn
Tiếng chuông đến dịu dàng lay tôi dậy
Tiếng chuông đến và đi chỉ mình tôi thấy
Chỉ mình tôi nhìn thấy tiếng chuông tan
Tiếng chuông tan đều như hơi thở anh em
Tiếng chuông tan rời như lệ mẹ hiền
Tiếng chuông tan lâu như mưa ngoài phố
Tiếng chuông tan dài như đêm không ngủ
Tiếng chuông tan tành như tiếng vỡ trong tôi

Nhưng sao chiều nay bỗng bàng hoàng nhớ
Tiếng chuông xưa bừng sống lại trongtôi
Tiếng chuông xưa kia tuổi dại ta ơi
Chuông oà vỡ trong tôi nghìn tiếng nói
Những mảnh đồng đen như da đêm tối
Những mảnh đồng đen như tiếng cựa mình
Những mảnh đồng đen như máu phục sinh
Những mảnh đồng đen kề nhau bước tới...

Tiếng chuông của bài thơ này không những ngân vang thật xa mà còn mang theo nỗi buồn của người con gái Huế. Cố đô Huế là cái nôi của Phật giáo, mảnh đất thần kinh có nhiều chùa chiền linh thiêng. Đặc biệt là chùa Thiên Mụ, nhất cổ tự xứ Huế được xây dựng năm 1601 bởi chúa Tiên Nguyễn Hoàng, vị chúa Nguyễn đầu tiên ở Đàng Trong. Chùa Thiên Mụ với tiếng đại hồng chung ngân rất xa, từ lâu đã đi vào thơ ca.

Bài thơ của Trần Thy Nhã Ca làm tôi nhớ hồi trẻ tôi hay lon ton trên những nẻo đường, cũng từng được nghe tiếng đại hồng chung của chùa Khải Đoan, Banmêthuột, chùa Linh Mụ, Huế, chùa Linh Sơn, Đà Lạt và chùa Quang Minh, Đồng Xoài.

Tiếng Chuông Thiên Mụ của Nhã Ca sáng tác tại Sài Gòn 1963, sáu năm sau tôi mới được đọc bằng bản chép tay và mãi đến tháng 5/2023 ở quê người tôi phổ thành ca khúc mang cùng tên.

Nhã Ca tên thật *Trần* Thị Thu Vân, sinh năm 1939 *tại* Huế. Năm 1960 vào Sài Gòn bắt đầu sự nghiệp thơ văn. *Nhã Ca Mới* là tập thơ đầu tay.

Tác phẩm đã xuất bản:

- Nhã Ca Mới (1965), Đêm Nghe Tiếng Đại Bác (1966), Bóng Tối Thời Con Gái (1967), Khi Bước Xuống (1967),

Người Tình Ngoài Mặt Trận (1967), Sống Một Ngày (1967), Xuân Thì (1967), Những Giọt Nắng Vàng (1968), Đoàn Nữ Binh Mùa Thu (1969), Giải Khăn Sô Cho Huế (1969) (tái bản ở Hoa Kỳ 2008), Một Mai Khi Hòa Bình (1969), Mưa Trên Cây Sầu Đông (1969), Phượng Hoàng (1969, Tình Ca Cho Huế Đổ Nát (1969), Dạ Khúc Bên Kia Phố (1970), Tình Ca Trong Lửa Đỏ (1970), Đời Ca Hát (1971), Lặn Về Phía Mặt Trời (1971), Trưa Áo Trắng (1972), Tòa Bin-đing Bỏ Không (1973), Bước Khẽ Tới Người Thương (1974)

- Phim Đất khổ do Hà Thúc Cần sản xuất và hoàn tất năm 1973, một phần dựa theo cuốn Giải Khăn Sô Cho Huế và Đêm Nghe Tiếng Đại Bác, do Nhã Ca viết đối thoại.

Các tác phẩm của bà được dịch ra ngoại ngữ:

1. Đêm Nghe Tiếng Đại Bác (Le Cannon Tonnent La Nuit) Liêu Trương dịch sang tiếng Pháp.
2. Đoàn Nữ Binh Mùa Thu (The Short Timers) Barry Hilton dịch sang tiếng Anh.
3. Giải Khăn Sô Cho Huế (Mourning Headband For Hue) Giáo sư Sử Học Olga Dror dịch sang tiếng Anh.
4. Phim Đất Khổ (Land of Sorrows) được hãng Remis phát hành..

Tại hải ngoại, bà tiếp tục sáng tác: Hồi Ký Một Người Mất Ngày Tháng, Đường Tự Do Sài Gòn (2006), O Xưa (2023).

NHÀ THƠ THI VŨ VÕ VĂN ÁI

(1938 - 2023)

Tôi từng đọc thơ văn của Thi Vũ Võ Văn Ái từ thập niên 1960 ở bên nhà. Ông là một nhà thơ, nhà báo, nhà tranh đấu cho Con Người và Đất Nước qua tư tưởng Phật giáo. Nghe danh ông nhưng tới năm 1985 tôi mới gặp ông Võ Văn Ái và chị Ỷ Lan qua Canada vận động nhân quyền. Từ đó, tôi thường xuyên cộng tác với tờ nguyệt san Quê Mẹ của ông. Ngoài báo chí mỗi tháng tôi nhận được, thỉnh thoảng nhà thơ Thi Vũ Võ Văn Ái còn gởi tặng tôi một số tác phẩm sách của nhà xuất bản Quê Mẹ do ông chủ trương ấn hành.

Nhà thơ Thi Vũ Võ Văn Ái qua đời ở Pháp ngày 26/1/ 2023 để lại nhiều tiếc nhớ trong giới văn nghệ và đọc giả.

Tác phẩm đã xuất bản (gồm các thể loại Thơ, Tùy Bút, Biên Khảo, Tiểu Luận...):

– *Mùa Xuân Xa*, thơ, Paris 1966
– *Mùa Rêu*, thơ, Paris 1966
– *Je Vous Parle De Ces Jours Absents*, thơ, Paris 1968
– *War Resistance and War Reality*, tham luận, Paris 1968
– *Un Ramo D'Incenso*, thơ, Isola d'Oro, Ý đại lợi, 1968
– *Tiếng Kêu Trầm Thống Trước Sự Tàn Phá Con Người*, tiểu luận, Lá Bối, Saigon 1968
– *Bất Bạo Động và Bất Tạo động*, Vạn Hạnh, Saigon 1968

– *Answer of Fire*, thơ, Unicorn Press, Hoa Kỳ 1969
– *Hoa Nắng*, thơ, An Tiêm, Saigon 1969
– *Twelve Poems*, thơ, Unicorn Press, Hoa Kỳ 1969
– *Kinh Ruột Tuệ Giác Siêu Việt* (hay Biện chứng Phá Mê Trừ Khổ, dịch và chú giải bản kinh Prajnaparamita Hrdaya Sutra), Rừng Trúc, Paris 1973
– *Thơ Tình Cho Người Lính*, thơ, Rừng Trúc, Paris 1973
– *Nos Pas*, thơ, PJ Faulkner, Paris 1975
– *Nguyễn Trãi, Sinh Thức và Hành Động*, khảo luận, Quê Mẹ, Paris 1981 (in lần 3, 1990)
– *Mẹ*, Quê Mẹ, Paris 1984
– *Gọi Thầm Giữa Paris*, Quê Mẹ, Paris 1985
– *Luận Chiến Nước Ngoài*, Quê Mẹ, Paris (in lần 2, 1991)
– *Freedom of Religion and Belief* : a World Report (Vietnam Chapter), Routlege Press, London 1997
– *Religious Freedom in the World* : a global report on freedom and persecution (Vietnam Chapter), Center for Religious Freedom, Freedom House, USA 2000
– *Human Rights and Asian Values*: the case of Vietnam, Nordic Institute of Asian Studies, "Democracy in Asia" series, Curzon Press, London 2000.

Nhớ nhà thơ Thi Vũ Võ Văn Ái, tôi xin gởi vào đây vài dòng lục bát như một lời đưa tiễn.

RẰM

Hôm qua trăng rằm thật gần
soi câu lục bát tần ngần nhớ ai

CHIM
Chim sai nhịp hót tràng dài
tiếc giọng lảnh lót rớt ngoài biển dâu

MÀU
Áo nhăn thời buổi cơ cầu
giặt không phai nỗi cái màu tịch liêu

THEO
Tưởng đibỏ lại trong chiều
mùi hương thương nhớ liều bước theo

QUÊN
Người đi một bước cheo leo
bò quên trớtmiếng trăng treo rất rằm

HAI
Hai taycố níu cố cầm
chân sen đã quyết nát bầm lá gan

Đò
Xuống đò con sáo sang ngang
ai như người nghĩa thở than mộng ngoài

SOI
Soi em dòng tóc thơm hoài
soi tôi trăng chảy miệt mài nẻo xa

LƯỢM

Thò tay lượm được trang thơ
mấy câu lục bát bơ vơ giữa rằm

HÁI

Hái một chút nắng trong hoa
cái hoa nắng nở rất xa quê người.

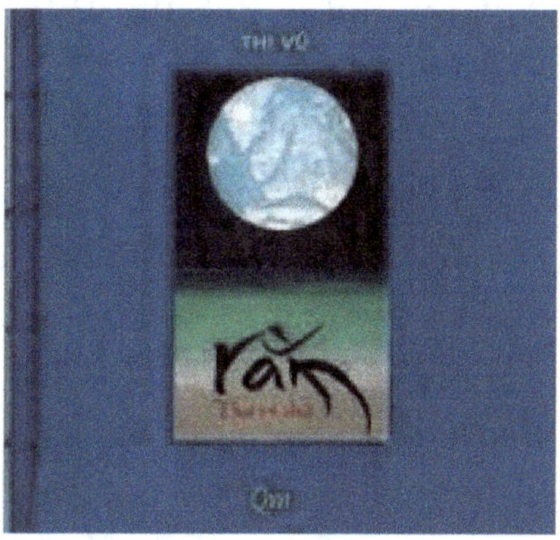

KÝ GIẢ LÔ RĂNG

Tôi có chút kỷ niệm với Ký Giả Lô Răng như ri: Nhiều năm trước, khi tôi thực hiện *website* Tự Điển Văn Nghệ Sĩ Việt Nam, ông Ký Giả và tôi thường xuyên tham khảo qua điện thoại về mục này. Một nhà văn nổi tiếng nói chuyện qua phone tôi nghe giọng ông thật thoải mái, thật khỏe, thật tự nhiên, không hề tỏ ra khách sáo, kẻ cả - nghĩ coi - ai mà không nể trọng. Nhà văn Phan Lạc Phúc tức Ký Giả Lô Răng mất ngày 28 tháng 4-2016 tại Sydney (NSW) Australia. Ông đi nhưng tiếng cười giòn giã của ông không bao giờ tắt trong tập bút ký *Bạn Bè Gần Xa* ông gởi tặng tôi.

Nhà văn Phan Lạc Phúc, tức ký giả Lô Răng sinh năm 1928, tốt nghiệp Khóa 2 Thủ Đức. Ra trường, ông phục vụ tại Tiểu Đoàn 6 Việt Nam. Năm 1955, ông mang cấp bậc trung úy, giữ chức vụ tiểu đoàn trưởng Tiểu Đoàn 14 Việt Nam, tiếp thu Bình Định.

Năm 1965, ông Phan Lạc Phúc trở thành ký giả Lô Răng khi về giữ chức vụ chủ bút của tờ nhật báo Tiền Tuyến. .

Sau biến cố 30 Tháng Tư, 1975, Trung Tá Phan Lạc Phúc bị tù cải tạo qua các trại tập trung Long Giao, Suối Máu ở miền Nam, rồi các trại ở Sơn La, Phù Yên, Thanh Phong, Tân Kỳ (Nghệ Tĩnh), Hà Nam Ninh tại miền Bắc, và sau cùng là trại Z 30 D ở Xuân Lộc ở miền Nam.

Ra tù năm 1985, vợ chồng ông được con gái bảo lãnh theo diện đoàn tụ gia đình sang Sydney năm 1991. Tại đây ông Phúc có cơ hội cầm bút lại, và cũng với thể loại tạp ghi xuất hiện trên hai tờ báo khác là Việt Luận, Dân Việt (Úc), Ngày Nay (Mỹ), Quê Mẹ (Pháp), và Thời Báo (Canada).

Những tạp ghi của ông đã được nhà xuất bản Văn Nghệ ở California xuất bản lần đầu tiên, sau đó được in lại tại Úc: Bạn Bè Gần Xa (2000,) Tuyển Tập Tạp Ghi (2002)

Ngoài tên thật Phan Lạc Phúc và bút hiệu ký giả Lô Răng, ông còn dùng một số bút hiệu khác như Thiên Khải, Tường Huân, Huy Quân, Thiên Chương. (HP)

Nhà văn Phan Lạc Phúc đã qua đời lúc 1 giờ 32 phút chiều Thứ Năm, 28 Tháng Tư 2016, tại Sydney, Úc .

HỌA SĨ TẠ TỴ

Năm 1986, tôi ra mắt sách ở hội trường báo Người Việt, Nam California qui tụ hầu hết các văn nghệ sĩ tên tuổi ở Quận Cam, như Phạm Duy, Mai Thảo, Đỗ Ngọc Yến, Đỗ Quý Toàn, Nguyễn Mộng Giác, Thảo Trường, Nguyễn Xuân Hoàng, Hoàng Khởi Phong, Lê Uyên Phương, Nghiêu Đề, Trần Duy Đức, Khánh Trường, Trần Văn Nam, Thượng Văn, Nguyễn Mạnh Trinh, Đặng Hiền, Nguyễn Nam An, Thái Thanh... và Tạ Tỵ.

Nhà thơ Tạ Tỵ ghé qua vui tay tặng tôi tập thơ *Mây Bay* rồi ra tay vẽ chân dung tôi thật lạ. Họa sĩ Tạ Tỵ mất ngày 28.4.2004 tại Sài Gòn, nhưng bức chân dung ông vẽ tôi và chữ ký trong tập thơ ông tặng tôi vẫn còn đây. Ông đi nhưng bút tích đề trong tác phẩm thì ở lại.

Họa sĩ, nhà văn, nhà thơ Tạ Tỵ tên thật là Tạ Văn Tỵ. Ông sinh ngày 3 tháng 5 năm tại Hà Nội.

Năm 1943, ông tốt nghiệp tại trường Cao Đẳng Mỹ Thuật Đông Dương. Năm 1946, chiến tranh nổ ra giữa Việt Nam và Pháp, Tạ Tỵ cùng với nhiều hoạ sĩ Việt Nam khác, đã tham gia mặt trận Việt Minh chống Pháp.

Tháng 5 năm 1950, Tạ Tỵ rời khỏi vùng kháng chiến để trở về Hà Nội..

Bắt đầu từ đầu thập niên 1950, ngoài tài vẽ chân dung hí họa, ông còn sáng tác trên nhiều lĩnh vực khác, như: truyện, thơ, kịch bản, bút ký...

Sau 1954, ông vào Nam và sống ở Sài Gòn. Ở đây ông đã phục vụ trong quân đội Việt Nam Cộng Hòa với cấp bậc sau cùng là trung tá trong Tổng cục Chiến tranh Chính trị.

Năm 1956, 1961 triển lãm hơn 60 bức tranh đầu tiên tại Sài Gòn và 60 bức tranh lập thể và trừu tượng. Tác phẩm của ông được trưng bày tại nhiều bảo tàng viện nghệ thuật quốc tế ở Tokyo, San Francisco, New York và Paris.

Năm 1975, sau thời gian học tập cải tạo, ông cùng vợ con vượt biển đến Malaysia và đến định cư tại Hoa Kỳ.

Trong thời gian sống tại nước ngoài, Tạ Tỵ lại tiếp tục sáng tác. Năm 2003 sau khi vợ ông qua đời tại Hoa Kỳ, ông quyết định trở về Việt Nam với ước vọng sống những ngày cuối cùng ở quê hương mình.

Tháng 8/2004 Tạ Tỵ đã từ trần, hưởng thọ 83 tuổi.

Tác phẩm đã xuất bản:

- *Những Viên Sỏi* (tập truyện), NXB Nam Chi Tùng Thư 1962
- *Yêu Và Thù* (tập truyện), NXB Phạm Quang Khai 1970

- *Mười Khuôn Mặt Văn Nghệ* (nhận định văn học), NXB Nam Chi Tùng Thư 1970
- *Phạm Duy Còn Đó Nỗi Buồn*, NXB Văn Sử Học 1971
- *Cho Cuộc Đời* (thơ), NXB Khai Phóng 1971
- *Mười Khuôn Mặt Văn Nghệ Hôm Nay* (Nhận định văn học), NXB Lá Bối 1972
- *Bao Giờ* (tập truyện), NXB Gìn Vàng Gởi Ngọc 1972
- *Ý Nghĩ* (tạp văn), NXB Khai Phóng 1974
- *Đáy Địa Ngục* (hồi ký), NXB Thằng Mõ 1985
- *Những Khuôn Mặt Văn Nghệ* – Đã Đi Qua Đời
- Tôi (hồi ký), NXB Thằng Mõ 1990
- *Xóm Nhà Tôi* (tập truyện), NXB Xuân Thu 1992.
- *Mây Bay* (thi phẩm), NXB Miền Nam 1996.

BƠI TRONG THƠ LUÂN HOÁN

Quen biết nhiều nhà văn, nhà thơ xứ Quảng, tôi thấy ông nào bà nào cũng hiền khô hiền khất như cục đất chọi chim. Nhất là nhà thơ Luân Hoán.

Ông thơ hiền này sinh năm 1941, lớn hơn tôi 5 tuổi, giao tiếp với ông ngót 40 năm tôi chẳng hề nghe thấy ông lớn tiếng giận ai, ghét bỏ ai bao giờ. Lúc nào ông thơ Quảng Nam cũng cười hiền, nói năng nhỏ nhẹ, từ tốn, không ồn ào, vụt chạc, không cà chớn cà cháo, không tào lao xịt bộp, trừ xung thiên. Nghĩa là càng về già tâm hồn ông càng... trẻ ra, sung ra, xung thiên từ nội lực tâm hồn cho tới dập dồn bút lực. Đêm ông ngủ ít thức nhiều (giống tôi). Ngủ đâu ba tiếng là thức. Mà thức thì không muốn phiền vợ con, rất chi là lịch sự ông lồm cồm ngồi dậy, rón rén xuống giường, lò mò tới bàn viết lui cui mở máy... mần thơ. Ông mần thơ ào ào như mưa rào tháng 9. Một lần mần hai ba bài ngũ ngôn, lục bát về nhân tình thế thái, hí hoáy vài ba câu chuyện về quê nhà, bè bạn, cháu chắt, vợ con.

Nhà thơ Luân Hoán, như gừng, càng già càng cay, viết lách càng nhiều càng táo tợn. Ông rưng rưng, náo nức, ông xung thiên, vồn vã, ông vạm vỡ, hồn nhiên trước tấm thanh xuân đẹp đẽ của chân dung người, tính người và tình người. Từ đó ông thơ Luân Hoán ào ạt đẻ ra thơ, ông như bơi trong thơ. Tôi thiệt nể ông ở cái mục này.

Nhớ 21 năm trước anh chị Luân Hoán ghé thăm vợ chồng tôi, mang theo sự trẻ trung, hạnh phúc, duyên dáng và lương thiện vào nhà. 21 năm sau, một sáng thứ Tư ngày 2/8/2017, anh chị Luân Hoán lại ghé thăm, lại mang theo hạnh phúc, duyên dáng và lương thiện vào nhà. Lần này, dĩ nhiên nhà thơ đã già hơn xưa, tóc bạc bạc, lưng cong cong nhưng vẫn cười hiền như nước mưa. Chị Lý, vợ anh cũng rứa: cái giọng Quảng Nam trọ trẹ dễ thương không hề phai, con mắt thì lúc nào cũng cười theo môi.

Ngày xưa anh chị đến nhà tôi nhẹ nhàng như mây. Lần này vợ chồng nhà thơ hiền lành của chúng ta rầm rộ kéo theo một đoàn hùng binh gồm con, cháu, dâu, rể, tổng cộng đúng một tiểu đội con nít + 2 người lớn, vị chi là 14 nhân dáng làm cho vợ chồng tôi vừa ngạc nhiên vừa thích thú.

Căn nhà vốn yên tĩnh của tôi bỗng rộ lên những tiếng cười nói trẻ trung, thánh thót, yêu đời. Chúng tôi thích sự hồn nhiên nên sức sống trên môi cười của tụi nhỏ không ngớt mang lại niềm vui cho mọi người. Những kỷ niệm vui ngày xưa giữa chúng tôi và gia đình nhà thơ hè nhau nhắc lại thật vui. Vui nhất, sướng tai nhất là nghe các cháu tíu tít nói chuyện bằng tiếng Việt rành như lặt rau.

Sống xa quê đã nhiều năm, thỉnh thoảng ra đường tình cờ nghe con nít nói tiếng Việt thấy lòng mình sao mà xốn xang chi lạ. Có chút bồi hồi chen với niềm vui dâng lên. Con nít ở xứ người biết nói tiếng mẹ đẻ đủ biết gia đình ông bà cha mẹ chúng tri thức ra sao. Người thơ Luân Hoán đi tới đâu thơ theo tới đó. Buổi sáng đẹp trời, người thơ xứ Quảng bước vào nhà tôi bằng một bài thơ ngũ ngôn hồn hậu, chân tình:

Ngót mười năm gặp lại
bạn sụt cân ít nhiều
dù riêng phần râu tóc
chở thêm lượng muối tiêu
Chị Khiếm vẫn niềm nở
người Tàu chất Việt Nam
không nịnh chẳng ba xạo
chất này anh chích sang
Trò chuyện đúng một tiếng
bắt tay cười lên đường
hành lý thêm mấy bọc
bánh nếp nhưn tình thương
Tôi chần chừ ngần ngại
tặng chủ nhà cái gì
nơi từng ăn ngủ chực
năm bảy lần ít chi
Ngày trước tặng thơ thẩn
phấn khởi vui trong lòng
chừ mỗi lần ký tặng
dị như ép người cầm
Mang đi hai đầu sách
rớt đâu mất một rồi
trời đất thương người nhận
vứt bớt của trời ơi.
(Ghé Tặng Sách cho Phan Ni Tấn).

Còn chi vui hơn được ông anh lớn ghé thăm tặng thơ và tặng luôn 2 tập: Em Về Từ Cõi Thi Ca (nhiều tác giả) và Luân Hoán, Ngao Du Cùng Vũ Khí. Tính đến nay nhà thơ Luân Hoán đã xuất bản trên 30 tác phẩm. Chữ nghĩa đâu mà chan chứa quá chừng.

Nhà thơ Luân Hoán tên thật Lê Ngọc Châu, sinh năm 1941 tại Hội An, Quảng Nam. Sĩ quan quân lực Việt Nam Cộng hòa. Năm 1969, bị thương mất chân trái tại mặt trận Mộ Đức, Quảng Ngãi . Luân Hoán định cư tại Montreal, Canada từ ngày 2/2/1985.

Tác phẩm đã xuất bản:

- Về trời (tập thơ, Nhà xuất bản Văn Học, Sài Gòn, 1964)
- Trôi sông (tập thơ, Văn Học, Sài Gòn, 1966)
- Chết Trong Lòng Người (Ngưỡng Cửa 1967)
- Viên đạn cho người yêu dấu (thơ, 1969, tái bản 1995)
- Hòa bình ơi, hãy đến (cùng Lê Vĩnh Thọ, Phạm Thế Mỹ, 1970)
- Nén hương cho bàn chân trái (cùng với nhiều bạn văn, 1970)
- Thơ tình (thơ, 1970)
- Ca dao tình yêu (với Khắc Minh, 1970)
- Lục bát ca (thơ, cùng Lê Vĩnh Thọ, Vĩnh Diện phổ nhạc, 1970)
- Rượu hồng đã rót (thơ 1975, tái bản 1995)
- Hơi thở Việt Nam (tập thơ, Sông Thu, Hoa Kỳ, 1986)
- Đưa nhau về đến đâu (thơ, Sông Thu, Hoa Kỳ, 1989)
- Ngơ ngác cõi người (thơ, Nhân Văn, Hoa Kỳ,1989)

- Cảm ơn đất đá trổ thơ Lòng ta hạt bụi vu vơ bám hoài (tập thơ, Kinh Đô, Hoa Kỳ)
- Mời em lên ngựa (thơ, Sông Thu, Hoa Kỳ)
- Nuôi thơm chùm kỉ niệm xanh (thơ, Canada, 1995)
- Cỏ hoa gối đầu (thơ, Sóng Văn, Hoa Kỳ, 1997)
- Sông núi cùng người thơm ngát thơ (thơ, xuất bản tại Canada, 2002)
- Dựa hơi bè bạn (hai tập hồi ký, 2006)
- Quá khứ trước mặt (hồi ký, Nhân Ảnh 2006)
- Ổ tình lận lưng (tuyển tập thơ)
- Em từ lục bát bước ra (tuyển thơ lục bát, 2008)
- Tác Giả Việt Nam (bút hiệu Lê Bảo Hoàng, tự điển tác giả, Sóng Văn 2005, N.A tái bản 2007)
- Thánh thi (Thư Ấn Quán,2011)
- THơ thơm từ góc rễ tình (N.A 2013)
- Luân Hoán, Ngao du cùng vũ khí (thơ, Nhân Ảnh, 2016)
- Khơi cuối nguồn hương (N.A 2016)
- Theo gót thơ (bút hiệu Hà Khánh Quân, Nhân Ảnh, 2018)
- Ba hoa huê tình (N.A 2019)
- Tâm chân dung (N.A 2020)
- Liên hoa thi (N.A 2020)
- Đường chữ sau lưng (N.A 2021)
- Nhánh tình thơ chưa mê gái (N.A 2021)
- Tác Giả Tác Phẩm (3 tập, nhiều tác giả)

Góp mặt trên 23 tác phẩm, tuyển tập trong và ngoài nước.

- Tác Giả Tác Phẩm (nhiều tác giả).

SONG THAO, NHÀ VĂN PHIẾM

Thập niên 1980, thành phố Montréal được coi là "cái nôi văn hóa" của giới văn nghệ sĩ tỵ nạn xứ Lá Phong. Hầu như tháng nào cũng có những buổi ra mắt sách hoặc những buổi văn nghệ thuần túy. Đặc biệt, sau mỗi lần ra mắt sách, như thường lệ, anh em văn nghệ sĩ thường hẹn nhau tới một nhà hàng gần đó, hàn huyên tâm sự trước khi chia tay. Tôi quen thói dựa hơi nên tôi thường ngồi chung bàn với những tên tuổi sáng chói mà hiền như mưa: Luân Hoán, Lưu Nguyễn, Trang Châu, Hoàng Xuân Sơn, Võ Kỳ Điền, Nguyễn Vy Khanh, Hồ Đình Ngiêm, Tiểu Thu, Phạm Nhuận, Bắc Phong, Lê Quang Xuân và Song Thao.

Nói tới nhà văn Song Thao, tức nhà văn Phiếm, thì ông này... "nhiều chuyện" lắm. Tôi không nói quá đâu. Rõ ràng ràng là bất cứ thứ gì trên đời này ổng mà nghía tới là, thôi rồi, "nhiều chuyện" lắm. Tức là không phải một chuyện mà nhiều, rất... nhiều chuyện, chuyện nào ổng mỗ xẻ cũng tới bến. Có lần ổng nói "Cái gì đi quá đà thành... việt vị", vậy mà cho tới tận ngày nay nhà văn Phiếm chuyên viết chuyện Phiếm có việt vị đâu. Bằng chứng là năm ba tháng hay một năm ổng lại xồn xồn "đẻ" ra một cuốn Phiếm, không kể 5, 6 tập truyện ngắn đã xuất bản trước khi Phiếm ra đời. Từ khi cuốn Phiếm 1 ra lò năm 2005 tới giờ là Phiếm thứ 34 của năm 2026, rõ ràng là... quá "nhiều chuyện" chớ còn gì! Vì "nhiều chuyện" nên cuốn Phiếm nào cũng dầy cộm, nặng ký, tròn ù, lèng xèng cũng dầy khoảng 375 cho tới 400 trang.

Đọc Phiếm của nhà văn Song Thao không chán, vì không chuyện nào giống chuyện nào. Nó như hàng trăm hàng ngàn loại bông hoa không bông nào giống hoa nào, nghĩa là nó có đủ loại hương thơm mà không hề na ná nên dễ thu hút người đọc. Các tựa đề rất gần gũi, quen thuộc hàng ngày như Bia, Cà Phê, Gò Bồng Đảo, Vợ Chồng, Âm Dương, Thuốc Lá, Xe Đạp, Ngủ, Phở, Đàn Ông v.v... mỗi bài "một vẻ, mười phân vẹn mười". Có cuốn ổng chơi độc một chữ như cuốn Phiếm 8, 15, 17, 18, 19... chẳng hạn: Bụng, Chét, Chửi, DNA, Dzô, Bay, Blog, Cát, Complet, Hít, Khám, Sách, Saigon, Tím, Trai, Sexting, Ngồi, Ngọt... Chữ nghĩa của người có tri thức đi sát với đời nên dễ đi vào lòng người là vậy.

Cứ như rứa, nhà văn Phiếm không ngừng vung bút cống hiến độc giả hệt như Lão Tôn vung cây thiết bảng đầy phù phép. Trong văn đàn, ông hung hăng vậy chớ tiếp xúc mới thấy ông hiền lành, vui tính, cởi mở và rất phàm, giống tôi.

Tôi nhớ có lần sau buổi ra mắt sách của nhà thơ Luân Hoán, anh em lại kéo nhau vô quán uống cà phê, nhà phê bình Nguyễn Vy Khanh hứng chí "bình" một đề tài vui vui gì đó thì ông Phiếm huých nhẹ tôi một phát. Theo ngón tay kín đáo của ông nhà văn (hổng phải ngón tay chỉ mặt trăng (nguyệt chỉ) của Đức Phật đâu nha), tôi nhìn qua dẫy bàn thực khách bên kia thì trời ơi: Sửng sốt!

Một trời mượt mà, đen nhánh, huyền ảo, thu hút, mê hoặc, gợi hình, gợi cảm có một không hai của một suối tóc. Vẻ đẹp hồn nhiên đến kỳ lạ của suối tóc ấy rất Đông Phương tỏa rạng lên tấm lưng thon dài của một kiều nữ xuân xanh da vàng mũi tẹt nào đó.

Công nhận ông bạn già Phiếm này có con mắt hết sức tinh đời. Tôi đang ú ớ trước cái đẹp thì chàng Phiếm hí hửng thì thào:

- Sao?
- Quá đã!
- Ông thấy cái gì "quá đã" nữa không?
- Gì nữa?
- Nhìn coi cái gì "dính" trên cánh tay kiều nữ kìa.

Nghe lời chàng Phiếm tôi hăm hở nhướng mắt nhìn thì ối trời đất ôn hoàng hột dịch lệ ơi! Thiệt tình!

Để tăng thêm sức hấp dẫn cho kiều nữ, chẳng biết ông trời vô tình hay cố ý mà "xúi" cây trầu bà đặt trên bệ cửa sổ hắt bóng xuống in hình lá nổi bậc trên cánh tay mịn màng, mềm mại kia làm cho cả tôi lẫn Song Thao đều xuýt xoa chiêm ngưởng.

Ông bạn già của tôi lại xì xầm: "Thơ không?". Tôi xầm xì: "Thơ". Ý bạn già nói là cảm khái trước một vẻ đẹp trời cho như thế liệu tôi có té ra thơ được không.

Khoảng hơn nửa tháng sau, trong tờ Hợp Lưu của Khánh Trường (sau bàn giao cho Đặng Hiền) đăng bài thơ dưới đây tặng bạn già Song Thao:

Một Thương Tóc Xõa

Ba ngàn sợi tóc chảy vào mắt văn nhân
Mỗi sợi tóc là một dòng suối nhỏ
Con suối lênh đênh tràn trên lưng những con chữ đỏ
Cõng đa tình lên tới ngọn một thương

Mùa tóc biếc chải ba ngàn cọng xuân hương
Những điệu lý cũng mượt mà giai điệu
Theo óng ả đổ xuống bờ vai ngon kỳ diệu
Tôi lạc thần đứng lặng giữa tứ thơ

Chiều chết điếng bóng đọng lại thành mơ
Cơn thiện mỹ thật hết lòng cởi mở
Ôm bóng dây trầu bà trên cánh tay em thở
Tôi nhởn nhơ ngồi liếm vạt lông măng

Tránh đàn tóc vừa hất qua thanh xuân
Tôi trợn trạo cố nuốt chùm xao xuyến
Trái hoàng hôn lai láng chiều trong miệng
Lại trào ra thưởng thức khúc tình lang

Ngoài phố giờ này chắc cũng đã vàng trăng
Em sáng chói như tiếng reo trẻ nhỏ
Trườn mình ra khỏi miệng tôi ngậm mấy lời bày tỏ
Tóc biếc vô tình mộng cũng xóa thành không.

HỌA SĨ NGHIÊU ĐỀ & GIANG

Tôi ở Sài Gòn từ thập niên 1960, lúc đó phía bên kia cầu Kinh cách Sài Gòn chừng 5 km về phía Tây Bắc có một bãi đất trống mênh mông, lau sậy bạt ngàn. Mãi đến năm 1972 bãi đất lầy lội này mới được chính quyền Sài Gòn cho xây cất khu cư xá gồm 23 lô mang tên Thanh Đa. Lúc đó tôi đã xa Sài Gòn vì mắc đi coi... chiến tranh chơi cho biết mùi lửa đạn. Sau ngày Sài Gòn sụp đổ tôi đi tù Cộng sản mút chỉ cà tha tới giữa năm 1978 mới trốn thoát về Sài Gòn. Sống đời trôi sông lạc chợ vậy mà ông Trời cũng cho tôi... có bồ nhí mới ngon. Tôi còn nhớ một hôm gần Tết cô bạn nhỏ đạp xe vô chợ gà Thái Bình tìm tôi (tôi thường ngủ bụi trong chợ này) rủ đi lòng vòng chơi, tôi khoái chí tử đề nghị qua cư xá Thanh Đa thăm vợ chồng họa sĩ Nghiêu Đề.

Cư xá Thanh Đa thuộc quận Bình Thạnh mọc lên mới có bảy năm (từ 1972 tới 1979) chưa chi có chỗ đã sụt bệ. Vách tường bong tróc, hành lang ẩm ướt, tôi phải cõng cô bạn nhỏ, tay dắt xe đạp tránh vũng nước mé chân cầu thang sứt mẻ mới lên tới nhà họa sĩ Nghiêu Đề.

Cuối năm 1979 tôi vượt biên qua Thái Lan rồi định cư tại Canada. Mùa hè 1996 nhà văn Mai Thảo và họa sĩ Khánh Trường tổ chức cho tôi ra mắt sách ở Quận

Cam; tại đây tôi gặp lại hầu hết văn nghệ sĩ Sài Gòn trước 1975 trong đó có vợ chồng họa sĩ Nghiêu Đề.

Năm sau, gia đình Nghiêu Đề và Giang từ San Diego qua Toronto, Canada ghé nhà tôi chơi, có cả họa sĩ Hiếu Đệ. Văn nghệ sĩ lâu ngày gặp lại thôi thì huyên thiên đủ thứ chuyện trên trời dưới đất: chuyện vẽ vời, chuyện đi tù "cải tạo", chuyện Hiếu Đệ mặc quần xà-lõn, tuột lan can trốn vợ đi uống cà phê với Nghiêu Đề...

Kỷ niệm tôi và mấy ông họa sĩ thứ thiệt này chỉ có vậy thôi, rất bình thường không có chi mới lạ nhưng cuối năm nhớ bạn (đã rủ nhau về thiên cổ) thì kể ra cho đỡ buồn ở tuổi về chiều.

Họa sĩ Nghiêu Đề tên thật Nguyễn Tiếp sinh năm 1936 tại Quảng Ngãi. Học Cao Đẳng Mỹ Thuật Gia Định. Thành viên Hội Họa Sĩ Trẻ. Cùng gia đình đến Mỹ năm 1985. Mất năm 1998 tại San Diego, California, Hoa Kỳ.

Họa sĩ Hiếu Đệ tên thật Nguyễn Tánh Đệ sinh năm 1935 tại Phan Thiết. Tốt nghiệp khóa 1 Trường Cao Đẳng Mỹ Thuật. Khóa 14, SQTB Thủ Đức. Mất năm 2009 tai Holland, Miami, Hoa Kỳ.

Riêng cô bạn nhỏ của tôi vượt biên đầu năm 1979 đến Bỉ, mất cũng ở Bỉ. Lâu rồi.

BÓNG RƯỢU

Nửa đêm rượu thức Nghiêu Đề
Hát dân ca Quảng hát về bến xưa
Sài Gòn quá đỗi nắng mưa
Vết sầu còn đọng trong trưa Sài Gòn

Cụng ly Hiếu Đệ ly mòn
Chai khô rượu cạn người còn trơ trơ
Chuyện tình kể lại như mơ
Áo tù trả lại bơ vơ cánh rừng

Khắc chưa xong một con đường
Võ Đình ngồi ngó nỗi buồn bay lên
Vịn hờ bóng rượu chênh vênh
Thấy trên Cây Tổ mông mênh hương nguồn

Ca ngâm là nghiệp Đinh Cường
Sao ngồi như tượng đo lường bóng ai
Lòng nào năm tháng phôi phai
Hồn nào bão giạt bay ngoài bức tranh

Về làng báo chí thăm anh
Mà sao tôi cứ quẩn quanh đi tìm
ThấyTrương Đình Quế lim dim
Vẽ trên tấm lụa trái tim tôi cười

Đứng coi Tạ Tỵ vẽ trời
Vẽ tôi râu tóc mọc bời rời xanh
Truyền thần mấy ngón tay anh
Vẽ đời qua phố quẩn quanh nỗi nhà

Mỏi lưng dựa miếng trăng tà
Nửa đêm thèm nhớ bạn xa bạn gần
Nhớ hôm ngồi cạnh cây đàn
Tôi nghe tôi hát bài ngàn trùng xưa.

BẠN GIÀ HÀ THÚC SINH

Hơn một năm nay tôi mất hẳn liên lạc với ông bạn già Hà Thúc Sinh, lòng cứ hỏi không biết cặp mắt của ổng giờ ra sao, có đi chữa trị hòng tìm lại chút ánh sáng nào hay không. Đang hoang mang lo lắng thì hôm qua bất ngờ Hà Thúc Sinh gọi. Áp điện thoại vào tai tôi mừng quýnh vọt miệng hỏi ngay con mắt của anh ra sao rồi thì ổng nói, giọng rất bình thản, tự nhiên như không: "Mắt mình lòa luôn rồi Tấn ơi" làm tôi giựt mình. Lần trước, Hà Thúc Sinh cho biết nếu liếc mắt về phía đuôi mắt thì có thể thấy chút ánh sáng mờ mờ, giờ thì mù hẳn luôn. Hà Thúc Sinh cho biết hiện ở Houston với con trai; tội nghiệp nhất là nghe ổng nói bị té dập mặt mấy lần. Tôi nghe mà xót dạ và tiếc cho một nhân tài bị đọa.

Tôi còn nhớ trước năm ngoái khi nhận được tập truyện Cuối Đường của nhà văn Hà Thúc Sinh gởi tặng tôi la sách tới rồi, Hà Thúc Sinh vẫn... nín thinh. Không còn thấy ổng xuất hiện trên fb với cái tên Sóc Sinh để liên lạc nhau, tôi đâm lo. Lạy trời cho Hà Thúc Sinh khỏe mạnh và cho cặp mắt ổng sáng lại thì vui biết mấy. Giờ thì số phận nghiệt ngã của Hà Thúc Sinh đã định rồi: mù lòa vĩnh viễn.

Sau lần tái ngộ trên phone, hỏi thăm nhau tận tình xong chào tạm biệt nhau rồi mà sao mấy hôm liền, niềm vui và nỗi buồn nó cứ loay hoay chiếm cứ hồn tôi. Đọc lại tập truyện Cuối Đường, tác phẩm cuối cùng của Hà Thúc Sinh gởi tặng tôi năm trước lòng tôi lại bồi hồi.

Tập truyện Cuối Đường do một nhóm thân hữu ở San Jose ấn hành trong năm 2022 dành tặng cho nhà văn Hà Thúc Sinh, gồm 27 truyện ngắn, 7 tạp ghi và mươi bài thơ sót lại. Đây là một nghĩa cử cao đẹp, ngoài tình bằng hữu chi giao còn mang ý nghĩa gìn giữ và phát huy văn hóa về lâu về dài.

Đọc tự sự của Hà Thúc Sinh ở đầu trang Cuối Đường mà buồn:

"Bạn thân,

Đời người có một trăm năm ngắn ngủi, tôi đã dự trù viết một trăm truyện đánh dấu một trăm chặng đời mình đã đi qua. Nhưng, năm 2021, đại dịch xẩy ra, tôi bị lòa, và dự trù phải ngừng lại ở truyện 87. Dù sao, một bài đàn đã được chơi, một bài thơ đã được đọc, và một câu chuyện đã được xem, tôi mong sao nó có thể để lại một dư âm đẹp cho mỗi người."

Truyện ngắn của Hà Thúc Sinh sau này hầu như đều nói lên sự nghiệt ngã, bi thương, mất mát, hụt hẫng của những nhân vật mắc kẹt trong kiếp làm người. Cuộc đời như cái lòng chảo, như Hà Thúc Sinh nói, chạy đi đâu rồi tất cả cũng tụ vào giữa; nghĩa là tất cả những nhân dáng trong tập truyện Cuối Đường rốt cuộc hầu như không chết cũng ngoắc ngoải.

Từ cô Lài trong Bí Mật Ở Thềm Đá, tới cô Thảo (Chữ Tình), cô Cẩm, cụ Mừng (Chuyện Xóm Chìm), bạn thơ

Kiêu Bạt (Con Cu Gáy Gù), anh Năm kỹ sư (Đàn Bà), anh Vinh (Để Buồn Cho Nhau) v.v..., không biến mất ở cuối câu chuyện thì cũng bị lề đời làm cho nhạt nhòa.

Ngay cả những con vật hiền lành, vô tội, hằng ngày bay nhảy trước mắt con người, không què, không cụt thì cũng bị nhai sống, như truyện Cá Nhảy cố giành sự sống nhảy văng ra ngoài cũng không thoát khỏi hàm răng ngấu nghiến đến ghê rợn của bợm nhâu, như truyện Con Sẻ Què cất tiếng kêu dù khẽ khàng song tuyệt vọng đến tội nghiệp, hoặc truyện Con Sóc Cụt bị cây thông đè chết sau vườn trong một cơn giông bão.

Nhớ hồi tôi ở lính, đọc bài thơ "Buổi Chiều Ở Nhà Mời Bạn Đánh Chén, Nửa Chừng Hết Rượu" của nhà thơ Hà Thúc Sinh, tôi kết ổng ngay. Nói kết là kết vậy chớ sức mấy mà gặp mặt nhau trong thời buổi chiến tranh. Thế hệ chúng tôi sinh trong thời khói lửa, Hà Thúc Sinh, sĩ quan Hải quân Việt Nam Cộng Hòa ở dưới biển, tôi trên rừng, lấy gì mà gặp. Thôi thì đành gặp nhau qua hơi thơ và hơi rượu đưa cay:

Dằn ly xuống chiếu cười gượng cười
Ta biết rằng chưa ấm bụng ngươi
Bực thay bạn đến từ muôn dặm
Mà rượu không hề đủ say chơi
Con ta chợt ré lên sau bếp
Buổi chiều đổ lửa xuống nhà tôn
Hà Thúc phu nhân coi buồn lắm
Sữa thiếu làm sao tiếp rượu chồng
Bạn ta người của mùa chinh chiến

Đời quen rộng rãi thú tiêu pha
Kéo ta ra quán hề ra quán
Ngó trời ngó đất mà thương ta
Trăng kia sao chẳng vào dinh thự
Mà chỉ nằm chơi ở ngọn cây
Bạn ta nào hiểu niềm sung sướng
Đời ta chưa hề bẩn đôi tay.

Thơ Hà Thúc Sinh là thơ chứa đầy tiếng sóng sánh của rượu, tiếng động của gió trăng, của nhạc lòng tràn trề sức sống. Có người nhận định thơ Hà Thúc Sinh như tiếng cười ngạo nghễ đầy cảm khái. Cười như cuộc sống là một trò đùa và trò chơi đánh trận như là một cuộc cút bắt với thiên thu.

Hãy cạn ly chết bỏ
tôm cua cá lươn sò
lương ta còn nguyên vẹn
còn cả cái Seiko
Cửu Long giang ra biển
Sẽ chẳng trở về đây
Chiến tranh hề gặp gỡ
Có chắc lần thứ hai
Mai mỗi thằng mỗi ngã
Thằng cà Mau, Năm Căn
Thằng Bình Dương , Bình Giả
Thằng địa ngục thiên đàng
Nhưng ta không sợ chết
(hơi ngán què đôi chân)
còn mày sao lại khóc
cứ cười lên đi con

Ta anh hùng tứ xứ
há thua những bông hồng
nơi rừng U Minh hạ
còn dám nở dưới bom
Cứ cười như họng súng
bắn cuộc đời vỡ toang
ha ha ha ha ha
như họng súng
ha ha ha.

Ở đời chuyện may rủi thường lẹo tẹo sánh vai nhau. Trai thời loạn gặp may thì sống, đụng phải rủi là chết chắc. Đã biết bao nhiêu người anh, người bạn lính của tôi, của Hà Thúc Sinh hy sinh vì đại nghĩa. Riêng Hà Thúc Sinh và tôi không biết kiếp trước có tu hay không mà kiếp này chúng tôi đều sống sót sau chiến tranh, kể cả sau những năm tù "cải tạo" lê tàn thân trở về và phải đợi mãi đến năm 1985 khi lưu lạc ở nước ngoài hai anh em mới có dịp gặp nhau. Có sinh hoạt văn nghệ, ra mắt sách hay cùng nhau ôm đàn đi hát khắp đó đây mới biết nhà thơ "Dần ly xuống chiếu cười gượng cười" và từng là tù binh nhiều năm trong Đại Học Máu, là người năng động, tháo vát nhưng bản tính hiền lành, anh em văn nghệ sĩ ai cũng mến.

Nhớ có lần Hà Thúc Sinh ra mắt sách ở Montreal về Toronto ghé nhà tôi nghỉ qua đêm. Sáng hôm sau tôi đưa ra phi trường về Mỹ; vừa về đến nhà Hà Thúc Sinh gọi phone qua cười hề hề nói lúc chuyển máy bay ở phi trường O'Hare, Chicago mình bỏ quên cái áo vest trên ghế đợi. Ui chao sao mà giống tôi quá chừng. Có lần tôi cũng để quên cái máy chụp hình trên xe shuttle bus như ai. Hehe.

Hiện nay ông nhà văn Hà Thúc Sinh tuy mắt đã mù, nhưng liên lạc nhau được rồi thì thỉnh thoảng chúng tôi vẫn sẽ gọi hỏi thăm nhau sức khỏe, an ủi, khích lệ nhau trong cuộc sống về già. Lạy trời cho ông bạn già văn thi nhạc sĩ khỏe mạnh luôn và cầu trời cho cặp mắt ổng sáng lại thì vui biết mấy.

Hà Thúc Sinh tên thật Phạm Vĩnh Xuân , sinh năm 1943 tại Thanh Hóa. Năm 1954, cùng gia đình di cư vào Nam. Có thơ văn trên tạp chí Văn. Cựu sĩ quan Hải quân Quân Lực Việt Nam Cộng Hòa. Sau năm 1975, đi tù Cộng sản từ năm 1975 đến năm 1980. Năm 1981, đến Mỹ định cư tại California, tiếp tục sáng tác, sinh hoạt văn nghệ. Ngoài thơ văn, Hà Thúc Sinh còn sáng tác nhạc, dịch sách.

Tác phẩm đã xuất bản:

- Đá Vàng (thơ, 1967), Trí Nhớ Đau Thương (thơ, 1969), Tuyển Truyện Âu Châu (dịch 9 tác giả, Vươn Lên, 1970), Điệu Buồn Của Chúng Ta (thơ, Khai Phá, 1972), Dạo Núi Mình Ta (thơ, Đồng Dao, 1972), Tình Em Vỗ Cánh (dịch I.B.Singer, Kỷ Nguyên Mới, 1973), Người Nô Lệ (dịch I.B.Singer, Kỷ Nguyên Mới, 1973), Trận Chiến Trong Thành Phố (dịch John Toland, Kỷ Nguyên Mới, 1973), Cát Bụi Trần Gian (dịch Yael Dyan, Kỷ Nguyên Mới, 1974), Kiếp Người Cô Quạnh (dịch I.B.Singer, Kỷ Nguyên Mới, 1974), Đại Học Máu, ký (Nhân Văn - Hoa Kỳ, 1985), Thơ Viết Giữa Đường (thơ,

Tân Văn, 1988), Chị Em (truyện dài, Tân Văn, 1988), Ông H.O, (tập truyện, Thế Giới, 1993), Cố Hương (tập truyện, Tú Quỳnh, 1994), Hòa Bình và Tôi (thi tập, HTĐ Việt Báo, 1994), Red File: 50 Years of Violations of Human Rights in Communist Vietnam (biên khảo, hợp soạn VNHMRW, 1995), Dưa Cà Mắm Muối (tập truyện, Văn Mới, 1996), Về (tập truyện, Văn Mới, 1996), Đêm Hè (tập truyện, Văn Mới, 1997), Tống Biệt Hai Mươi (tuyển tập 50 truyện, 1 kịch, 10 thơ, Xuân Thu, 1999).

Nhạc:

- Tủi Nhục Ca (11 tù khúc, Khánh Ly hát, 1982), Hẹn Em Sài Gòn (12 ca khúc, Phong Trào Hưng Ca hát, 1986), Người Em Quận Cam (12 tình khúc, Hồng Hạnh hát, 2005), Sinh Ca (tuyển tập 56 ca khúc, Văn Mới, 2003).

LÊ HỮU, GIỮA MÙA DỊCH

Hồi học tiểu học Nguyễn Công Trứ lên trung học Ban Mê Thuột, rồi đi lính, đi tù, đi ra nước ngoài theo diện nhân đạo H.O cho tới nay gần 70 năm, Lê Hữu vẫn ốm nhom ốm nhách. Dĩ nhiên, Lê Hữu nay cũng già đi, điềm đạm hơn, chững chạc hơn và vẫn tốt bụng như xưa.

Thật ra tôi "thấy" anh bạn ốm nhách này từ cái hồi cùng học tiểu học trường làng trên xứ Bụi. Khi vào lính, lần đầu giáp mặt, nghe bạn xưng "mầy tao" hết sức tự nhiên làm tôi thiệt mát cái bụng. Bạn bè sơ ngộ mà như vậy chứng tỏ tâm không ác. Con nhà gia giáo hiền lành là phải.

Hồi ở trong nước, Lê Hữu không có viết lách, đến khi ra hải ngoại bạn tôi mới phát huy năng khiếu. Vốn có sẵn kiến thức nên bút pháp của Lê Hữu rất vững vàng, văn phong lôi cuốn người đọc. Tới nay Lê Hữu đã trình làng ba tác phẩm Âm Nhạc Của Một Thời, Ngôn Ngữ Ngậm Ngùi và Quà Tặng Giữa Mùa Dịch.

Riêng tập truyện Quà Tặng Giữa Mùa Dịch do cô em Võ Túc Trí và nhóm bạn Giờ Ra Chơi thực hiện, xuất bản. Tập truyện chia làm hai phần. Phần đầu gồm 12 truyện phóng tác, Lê Hữu viết phỏng theo truyện phim hoặc các bản tin của báo chí đăng tải những biến cố có thật từng xảy ra trong đời. Phần sau gồm 7 truyện ngắn.

Truyện phóng tác vốn là cái khung có sẵn đề tài và các tình tiết của dữ liệu được Lê Hữu rút ra, sắp xếp lại, truyền thêm cảm hứng của lí trí và ý thức nghệ thuật đúc kết thành tác phẩm theo quan niệm nhân sinh của nhà văn. Thật ra tôi không quen, cũng như chưa từng đọc truyện phóng tác bao giờ, nhưng khi đọc Quà Tặng Giữa Mùa Dịch (truyện phóng tác đầu tiên cũng là nhan đề tập truyện), Lê Hữu viết phỏng theo bản tin NBC News đã lôi cuốn tôi ngay.

Đoạn văn tả nữ bác sĩ tên Sue lái xe xuyên bang quá tốc độ bị cảnh sát tên Bryan chặn phạt. Kết quả thật bất ngờ, thay vì đưa giấy phạt thì viên cảnh sát đưa cho cô năm chiếc khẩu trang N95 mới toanh. Ta đọc ở đây mẩu đối thoại thật hay giữa Bryan và Sue:

"Cô giữ cái này mà dùng. Không nên dùng lại những khẩu trang đã dùng rồi"

"Nhưng... đấy là của anh. Anh cần nó mà"

"Cô cần thứ này hơn tôi. Chúc cô một ngày bình an. Chạy xe cẩn thận nhé!"

Thật ra cuộc tra vấn khởi ngay từ lúc Sue bị Bryan chặn lại, nhưng mẩu đối thoại kể trên mới làm ta cảm động. Truyện chỉ có hơn sáu trang viết nhưng tràn trề lòng nhân ái.

Ngoài ra những truyện ngắn *Hoa Daffodils Vàng Mùa Dịch, Sinh Nhật Bố Giữa Mùa Dịch, Giáng Sinh Thứ Mười Một, Thư Giáng Sinh Viết Từ Thiên Đường...* tôi nhận ra ngòi viết của Lê Hữu có khả năng vẽ nên cái đẹp của tình người. Lòng khoan dung trong truyện *Ai Cũng Cần Một Vòng Tay Ôm* là một thí dụ.

Genny, nữ cảnh sát bị lãnh án mười năm tù giam vì đã giết nhầm người hàng xóm da màu tên Bruce, là một thanh niên hiền lành và tốt bụng, hay giúp đỡ người khác. Thay vì nhận sự oán ghét từ gia đình nạn nhân thì cô được họ tha thứ.

Trong *Trái Tim Em, Lồng Ngực Anh* cũng là câu chuyện có thật, Lê Hữu phỏng theo bản tin CBS News để bày tỏ quan niệm nhân bản của mình làm lay động lòng người. Truyện kể về một cô gái đã chết não, cô tự nguyện hiến tặng nội tạng và các mô sinh học trong đó trái tim còn tươi rói của mình được cấy ghép kịp thời vào buồng ngực của một chàng trai chưa một lần quen biết.

Cô gái tên Abbet Conner, 20 tuổi. Chàng trai tên Loumonth Jack, 21 tuổi. Abbey đã từ biệt thế gian này để đi về một thế giới khác nhưng trái tim cô mãi mãi thuộc về chàng trai, và chàng sẽ chẳng bao giờ quên được nàng suốt cuộc đời còn lại.

Ngòi viết của Lê Hữu cũng có khả năng vẽ nên âm thanh và hình ảnh tuyệt vọng của con người, dù đã hết lòng cứu lấy nhưng nạn nhân đã chết vì súng đạn của một tên sát thủ máu lạnh thích giết người hàng loạt *(Las Vegas, Đêm Dài Nhất*).

Truyện *Cuộc Sống Vẫn Lao Về Phía Trước* gợi cho người đọc nhớ lại cuối năm 2019 đại dịch Coronavirus bắt đầu bùng phát đã giết chết hàng triệu người dân vô tội trên toàn cầu. Meg, nhân vật chính trong câu chuyện này đã vô tình mang con virus độc ác ấy về nhà và lây truyền cho bố mẹ cô, cuối cùng đã giết chết bố của cô. Đề cập một cái chết, Lê Hữu khéo gợi lên tiếng nói ngậm ngùi với nỗi buồn mênh mông mà cũng thật sống động:

"Thế rồi ông ra đi lặng lẽ, đơn độc trong trạng thái hôn mê và tang lễ cũng thật quạnh quẽ hệt như những câu chuyện buồn giữa mùa dịch mà Meg từng nghe nhưng không ngờ rằng lại xảy đến cho gia đình mình."

Nhưng mà dù gì đi chăng nữa, ngoài kia mặt trời vẫn lên, cuộc sống vẫn đi tới, nhất là những tính cách cao đẹp, tinh thần lạc quan, cuộc sống đơn giản của ông bố đã vực Meg dậy và cô cùng "cuộc sống vẫn lao về phía trước."

Càng đọc tôi càng nhận ra ngòi viết của Lê Hữu có khả năng vẽ nên cái đẹp của lòng vị tha là mặt tươi sáng nhất, đáng yêu nhất của sự sống con người.

Ngược với truyện phóng tác ngập ngụa nỗi vui cùng buồn, truyện ngắn của Lê Hữu lại mang hơi hướm của một bản trường ca rộn ràng, vui thắm sắc xuân với Ly Rượu Mừng, Đón Xuân, Xuân Tha Hương là nỗi niềm tâm sự của kẻ tha hương trong những ngày Tết đến Xuân về dưới mái gia đình ấm êm và những tháng năm tươi đẹp nhất của một đời người.

Có thể nói truyện ngắn (không phải phóng tác) Lê Hữu là những tác phẩm mang tính cách tự sự, tô đậm hình ảnh nhân vật trong truyện, với Nga, Phương, Hãn, Đức, Liên, Christine, Hằng... Mỗi người mỗi vẻ trộn lẫn giữa tính xấu và nết đẹp; cho dù cái đẹp thường mỏng như giấy, dễ rách toạt trước gió, như thể bề mặt cánh cửa là vùng ánh sáng chói lòa mà sau nó là bóng tối mịt mù.

Nhìn chung, tập truyện Quà Tặng Giữa Mùa Dịch, Lê Hữu đã có những nhận thức sáng rỡ và một bút pháp điêu luyện, là những mẫu truyện lan man về người sống hay đã chết được kể bằng một thứ ngôn ngữ hay nhất về tình người.

Lê Hữu hiện sống cùng gia đình tại Seattle State, miền Tây Bắc Hoa Kỳ.

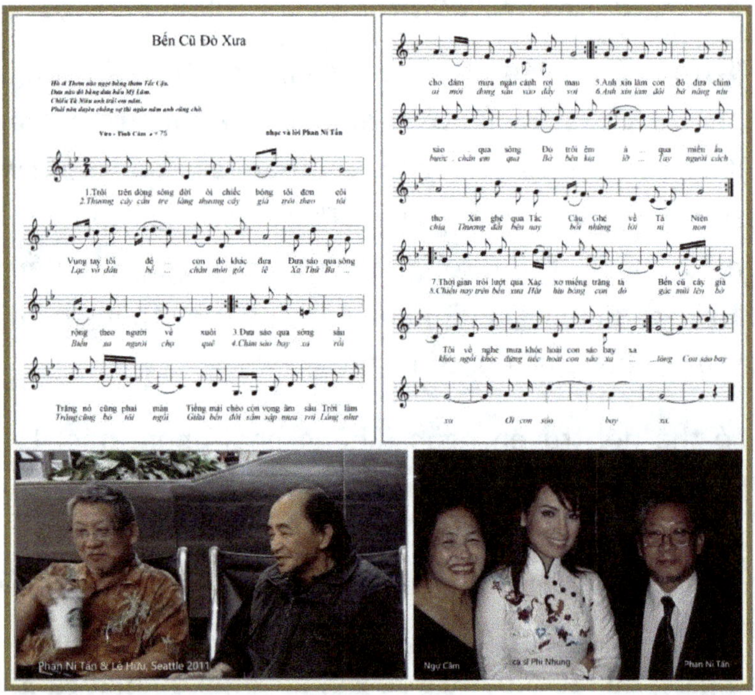

NHỮNG TRUYỆN NGẮN HAY NHẤT CỦA QUÊ HƯƠNG CHÚNG TA

Cái tên Nguyễn Đông Ngạc, tác giả tuyển tập Những Truyện Ngắn Hay Nhất Của Quê Hương Chúng Ta, đã lâu lắm, cũng trên ba bốn chục năm nay, hầu như tôi quên bẵng. Cho tới tuần lễ gần đây tình hình chiến sự xảy ra ở Ukraine khiến nhiều binh sĩ và thường dân, trong đó có trẻ em Ukraine bị thiệt mạng bởi sự xâm lược của quân Nga, tự nhiên tôi lại nhớ tới người bạn cũ Nguyễn Đông Ngạc, dù anh đã mất từ lâu, chẳng liên quan gì tới cuộc chiến đẫm máu ở đất nước anh hùng này.

Tuy nhiên, nếu dựa theo chủ trương và tâm niệm của nhà văn Nguyễn Đông Ngạc với văn học Việt Nam trong tuyển tập Những Truyện Ngắn Hay Nhất Của Quê Hương Chúng Ta được xuất bản cuối giai đoạn chiến tranh giữa hai miền Nam Bắc gần giống như quân Nga xâm lược Ukraine, thì việc nhớ tới người bạn Nguyễn Đông Ngạc, cầm tinh năm cọp (tuổi Dần) cũng chẳng có gì lạ. Lời mở đầu trong tuyển tập nói trên, anh viết: "Đây là một trong những đóng góp một đời còn lại dành tặng quê hương trong cuộc chiến hơn một phần tư thế kỷ hầu như đã phá vỡ gần hết tất cả gia tài nổi chìm của chúng ta. Sự đóng góp vào cái gia sản tinh thần bất diệt của tổ tiên của những người làm việc trong lặng lẽ giữa tiếng ồn ào của đạn bom này, đã nói lên hùng hồn ý nghĩa của tranh đấu cho Tự Do và những giá trị Nhân Bản. Những người của phần đất bên này giòng Bến Hải".

Nhưng đó là Nguyễn Đông Ngạc của gần nửa thế kỷ đã trôi qua ở quê nhà; gần đây hơn một chút, dễ gần gũi hơn nên dễ nhớ hơn, là những lần Nguyễn Đông Ngạc từ Montreal về Toronto thăm bạn bè lần nào anh cũng réo tôi đi nhậu. Từng là nhà mô phạm nhưng tánh tình anh rất cởi mở, hào phóng với bạn hữu, nói cười văng mạng, nhậu cũng ra trò.

Tôi nhớ nhất là khoảng cuối năm 1995, Nguyễn Đông Ngạc lại về Toronto chơi, không quên gọi phone rủ tôi đi nhậu, đáng tiếc tôi bận việc gì đó không tới được hẹn anh lần khác. Nhưng chính Nguyễn Đông Ngạc và cả tôi đều không ngờ đó là lần cuối cùng anh rủ tôi đi nhậu. Ngày 18 tháng 2, 1996, vài giờ trước giao thừa Bính Tý, Nguyễn Đông Ngạc bị đứt mạch máu não tại nhà riêng trong khu chung cư sau khi cùng vợ đi chợ về. Anh mê man trên đường chở tới bệnh viện Jean Talon, ít hôm thì qua đời lúc 9 giờ sáng ngày 21 tháng 02 năm 1996.

Nguyễn Đông Ngạc tên thật cũng là bút hiệu, sinh ngày 10 tháng 9, 1937 tại làng Thường Lệ tỉnh Phú Yên. Quê tổ ở làng Đông Ngạc tỉnh Hà Đông (nay thuộc huyện Từ Liêm, Hà Nội) nên trong khai sanh anh được vinh hạnh mang tên làng tổ. Theo gia đình vào Sài Gòn năm 1954. Cựu học sinh Chu Văn An, Quốc Gia Hành Chánh và Đại Học Sư Phạm. Ra trường lần lượt dạy

Việt văn ở các trường trung học Trịnh Hoài Đức, Cộng Đồng Quận 6, Mạc Đĩnh Chi và Trưng Vương.

Có thơ và truyện đăng trên Thái Độ, Văn Học, Quần Chúng, Đất Nước, Hành Trình, Nghệ Thuật, Khởi Hành, Tìm Hiểu. Chủ trương nhà xuất bản Sóng chuyên in sách dịch từ các tác phẩm nổi tiếng của các nhà văn ngoại quốc. Cuối cùng là tác phẩm đồ sộ của Nguyễn Đông Ngạc là tuyển tập Những Truyện Ngắn Hay Nhất Của Quê Hương Chúng Ta, phát hành năm 1974.

Năm 1964, Nguyễn Đông Ngạc kết hôn với chị Nguyễn Thị Nga, ái nữ của bà Nguyễn Thị Thế, em gái của nhà văn Nhất Linh Nguyễn Tường Tam. Chị Nga bị bệnh não mất ở Sài Gòn trước 1975.

Biến cố tháng 4/1975 đẩy Nguyễn Đông Ngạc ra ngoài nước, sau đoàn tụ với người bạn đời thứ hai, chị Nguyên Ngọc tại Montreal, Canada. Nguyên Ngọc là một ca sĩ lành nghề, có giọng hát truyền cảm, rất hay từng được ông chồng Nguyễn Đông Ngạc làm thơ tặng vợ:

Em mang tiếng hát vào đời
cho mình nguồn hứng cho người niềm vui
cũng là góp chút vẽ vời
quên đi những cái mệt nhoài vô duyên.

Tác phẩm đã xuất bản:

Hết Rồi Mùa Thu Hà Nội (thơ, nxb Hoa Nắng, 1971)

Những Truyện Ngắn Hay Nhất Của Quê Hương ChúngTa (tuyển tập truyện ngắn, nxb Sóng, 1974).

HÀ HUYỀN CHI
NHƯ ĐỜI CHIM TA BAY

Tính đến nay, thi sĩ Hà Huyền Chi và tôi quen biết nhau đã trên 45 năm. Thời đó, phương tiện e-mail không có như ngày nay nên chúng tôi vẫn liên lạc với nhau bằng thư từ qua đường bưu điện.

Mỗi lần nói tới nhà thơ Mũ Đỏ Hà Huyền Chi là tôi liên tưởng ngay tới đôi botte de saut ngang tàng của anh. Đời chinh nhân chúng tôi, ngoài bộ đồ lính mặc dính trên người, nón sắt đội đầu, chân phải mang giày sô. Không như lính đất (bộ binh) thời chiến đầu đội trời, chân đạp đất, lính Dù như thi sĩ Hà Huyền Chi đầu đã đội trời mà chân cũng... đạp trời luôn. Bài "Không Gian Vương Dấu Giày" là một thí dụ:

đêm nay trời đổi gió
nằm đếm sao trên trời
đời những người Mũ Đỏ
vui nhiều lắm em ơi

từng chuyến, từng chuyến bay
nói lên nhiều thương nhớ
dù trĩu nặng vai gầy
tim run từng nhịp thở

hoa Dù, hoa Dù nở
lòng trai, lòng trai say
trời cao vun vút gió
xóm làng mờ chân mây

tôi đi tìm tình thương
trời thương yêu mở ngõ
hoa áo đẹp mười phương
máu thù loang Mũ Đỏ

từng chiếc lại từng chiếc
hoa Dù nở trong mây
hồn tôi ai chấp cánh
không gian vương dấu giày.

Có lần tôi đọc trong tờ Làng Văn một bài thơ viết bằng Anh ngữ tựa đề Sins Of Love (*) của Kim Chi, là tên cô con gái của Hà Huyền Chi kèm theo bản Việt ngữ do anh dịch là Đời Tình, tôi cảm thấy ý và lời thơ nguyên tác lẫn bài dịch đều rất hay, chứa đầy nhạc tính nên tôi xách cây đàn ra phổ một hơi là có nhạc để hát ngon lành. Cái tựa Đời Tình của anh khi phổ nhạc tôi mạn phép đổi tên là Như Đời Chim Ta Bay nghe gần gũi với nhạc tính hơn, xong gởi qua tiểu bang Washington cho anh.

Thi sĩ Hà Huyền Chi xưa nay chỉ biết đánh giặc và làm thơ, làm gì biết hát với hò, nên trong một lá thư hồi đáp anh khoe là đã nhờ nhạc sĩ Từ Công Phụng và ca sĩ tài tử đàn ca giùm; còn anh chỉ biết đứng khoanh tay, tréo giò lim dim cặp mắt mà thưởng ngoạn.

Cũng như một số văn nghệ sĩ hải ngoại tôi quen biết cả chục năm trời, có người tôi gặp mặt, tay bắt mặt mừng, có người không. Riêng Hà Huyền Chi mãi đến năm 2016 tôi mới gặp. Số là sau chuyến lưu diễn của nhạc sĩ Du ca Nguyễn Đức Quang ở thủ phủ Toronto, Hà Huyền Chi và Nguyễn Đức Quang tiện chân ghé nhà tôi hát hò, ngâm thơ thâu đêm suốt sáng. Đúng như Nhà Phật nói "tùy duyên".

(*) SINS OF LOVE

Free as bird., we fly
' Til dawn comes. we die
We have no sorrow
Even though we have no tomorrow
We live and laugh our last
Forgetting not of our past
Together we roam the world of love
Adventuring the cloud above
Just you and me
For our eternity
We sing and dance

For this is our last chance
The stars that we see
Shining forever
They have no life
As we do
For the love to me
is you.
KIM CHI

ĐỜI TÌNH

Tự do như đời chim ta bay. Và cùng gục chết ở đầu ngày. Như hoa không muộn phiền lo lắng. Bởi vì ngày mai cũng là không.

Chúng ta sống và cười lần cuối. Đừng quên mang theo kỷ niệm chúng mình. Cùng bước chân hoang trong thế giới ái tình. Cuộc tình đôi ta.

Chúng ta hát và cùng nhảy múa. Như đó là cơ hội cuối cùng. Như những vì sao ta thấy đó. Lấp lánh hoài trên không.

Như đám mây trôi lang thang phía trên. Như những vì sao không mang đời sống. Như cuộc tình đôi ta chết gục ở đầu ngày có đám mây trôi.

Bởi chỉ có anh và em làm thành vĩnh cửu. Bởi vì chính anh là tình yêu em cháy bỏng.

Hà Huyền Chi tên thật là Đặng Trí Hoàn, sinh ngày 21/12/1935 tại Hà Nội. Di cư vào Nam năm 1954. Năm 1957, nhập ngũ khóa 14 Trường Võ bị Quốc gia Đà Lạt. Ra trường được cử làm thiếu úy Trung đội trưởng thuộc Tiểu đoàn 5 Nhảy dù. Năm 1973 rã ngCục Tâm lý chiến. Năm 1975 sang Mỹ cư ngụ tại tiểu bang Washington với chức vụ thiếu tá trưởng phòng ấn họa cùng gia đình. Mất năm 2021 tại Hoa Kỳ.

Tác phẩm thơ đã xuất bản:

Saut Đêm (1963); Khu Vườn Chim Sẻ (1970); Những Nụ Gai Mòn (1970); Rừng Ái Ân (1970); Vũng Tối Đầy (1970); Còn Gì Cho Anh (1971); Bước Đam Mê (1971); Mưa Đêm Trong Chiến Hào (1971); Thằng Thái Bình (1974); Trên Cánh Đồng Mây (1975); Cho Mặt Trời (1975); Tên Nô Lệ Mới (1979); Như Đá Ngàn Năm (1981); Cõi Buồn Trên Ta (1984); Đời Bỗng Dưng Thừa (1987); Hành Trình 30 Năm Thơ Hà Huyền Chi (1988); Thơ Đen (1991), Thơ Kẽm Gai (1994), Tháng Một Buồn (1994), Thơ Trong Da Ngựa (1995); Một Túi Bình Sinh Một Túi Thơ (1996); Đồng Thiếp (1996); Bão Đầy (1998); Bên Trời Mài Kiếm (thơ song ngữ Anh-Việt) (1999); Sóng Ngầm (2003)

Các giải thưởng gồm có: Giải Phóng sự Tiền phong (1967), Giải Văn Học Nghệ Thuật bộ môn thơ (1967); (1971); Giải Tượng Vàng (1972); Giải Văn học Nghệ thuật toàn quốc bộ môn điện ảnh (1974).

NHÀ VĂN MAI THẢO
(1927 – 1998)

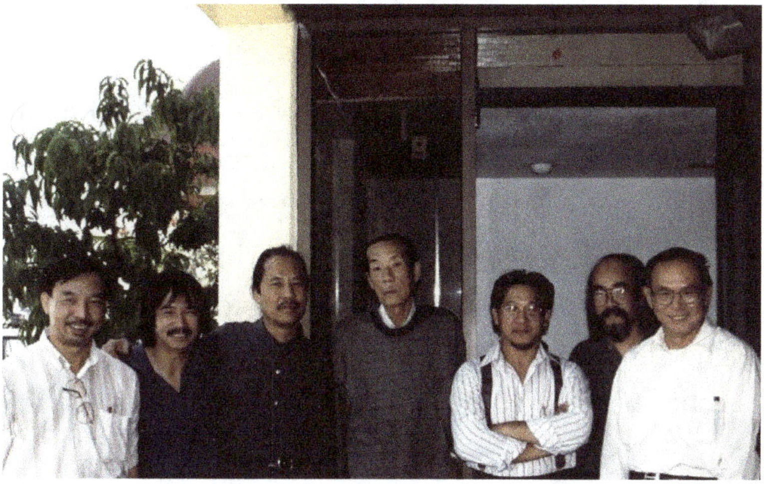

Nhà văn Hoàng Khởi Phong (trái), Nhạc sĩ Lê Uyên Phương, Họa sĩ Khánh Trường, Nhà văn Mai Thảo, Phan Ni Tấn, Nhạc sĩ Trần Duy Đức và Nhà văn Nguyễn Mộng Giác (Bolsa 1996)

Hồi nhà văn Mai Thảo còn sanh tiền, tháng nào tôi cũng gởi thơ đăng trên báo Văn của ông. Thường là những bài tứ tuyệt, lục bát hoặc thất ngôn. Hàng tháng tôi cứ thong dong làm thơ gởi cho Văn riết rồi ông đâm ra "lờn" tên tôi mà ông và tôi chưa từng gặp mặt.

Năm 1996, họa sĩ Khánh Trường (Tạp Chí Hợp Lưu) và nhà văn Mai Thảo (Tạp Chí Văn) bảo trợ cho tôi ra mắt sách tại phòng sinh hoạt báo Người Việt, Nam California. Hôm đó ngoài những người thưởng ngoạn, còn có đông đảo văn nghệ sĩ tới tham dự góp vui như Phạm Duy, Tạ Tỵ, Đỗ Quí Toàn, Nguyễn Xuân Hoàng,

Trần Duy Đức, Lê Uyên Phương, Thái Thanh, Đỗ Ngọc Yến, Hoàng Khởi Phong, Thượng Văn, Nguyễn Mộng Giác, Nguyễn Mạnh Trinh, Văn Bia, Đặng Hiền, Nguyễn Nam An, Trần Văn Nam, Thảo Trường v.v...

Gần đến giờ khai mạc ông Mai Thảo mới tới. Khánh Trường, lúc đó còn khỏe mạnh, nhanh nhẫu kéo tôi ra giới thiệu. Ngồi ở bàn bán sách, tay ôm chai rượu cạn quá nửa, lưng dựa tường, ông Mai Thảo nhướng cặp mắt lờ đờ ngước lên lườm lườm nhìn tôi, giọng lè nhè: " Nghe tên ông lâu nay tưởng ông to lớn thế nào...". Xiết chặt bàn tay xương xẩu của ông tôi chỉ biết cười khà.

Mai Thảo tên thật Nguyễn Đăng Quý, sanh ngày 8 tháng 6 năm 1927 tại tỉnh Nam Định. Năm 1954, ông di cư vào Nam, gia nhập làng báo. Ông viết truyện ngắn trên các báo Dân Chủ, Lửa Việt, Người Việt...

Năm 1956, ông chủ trương báo *Sáng tạo*, gây được tiếng vang. Năm 1956, ông chủ trương báo *Nghệ thuật*, và từ 1974, ông trông nom tạp chí *Văn*. Ngoài ra, ông còn tham gia chương trình văn học nghệ thuật của Đài phát thanh Sài Gòn từ 1960 đến 1975.

Ngày 4 tháng 12 năm 1977, Mai Thảo vượt biển. Sau nhiều ngày đêm trên biển, thuyền tới Pulau Besar, Mã Lai. Ngày 4 tháng 12 năm 1977, Mai Thảo vượt biển. Sau nhiều ngày đêm trên biển, thuyền tới Pulau Besar, Mã Lai. Đầu năm 1978, được người em bảo lãnh sang

Hoa Kỳ. Ít lâu sau, ông cộng tác với tờ *Đất Mới* của Thanh Nam và một số báo khác tại hải ngoại. Tháng 7 năm 1982, ông tái bản tạp chí *Văn*, làm Chủ biên đến 1996, vì tình trạng sức khỏe trao lại cho nhà văn Nguyễn Xuân Hoàng.

Nhà văn Mai Thảo mất tại Santa Ana, California (Hoa Kỳ) ngày 10 tháng 1 năm 1998. Thấm thoát mới đó đã hai mươi tám năm ròng. Trong số đặc biệt tưởng niệm nhà văn Mai Thảo của tạp chí Hợp Lưu tôi xin gợi lại đây bài thơ *Rót Hệ Lụy*.

tháng này rót rượu mừng
em
rót câu lục bát xuống thềm dân gian
rót thêm
sóng sánh đôi hàng
đãi người văn vẽ bình an tuổi rày
rót chơi
vài ngọn gió bay
cho phôi phai nỗi tháng ngày
hoài hương
rót hệ lụy
xuống văn chương
năm mươi năm.
khởi từ phương quê nhà.

THÁNG TƯ CỦA CHÀNG DU TỬ

Du Tử Lê có nghĩa là chàng du tử họ Lê, tên thật là Lê Cự Phách.Từ ngày biết mình được hình thành một cuộc làm người, chàng du tử lang thang *"ở chỗ nhân gian không thể hiểu"* miết đâm chán nên sau 77 năm để lại cho đời 77 tác phẩm thơ và văn xuôi, chàng từ bỏ gia đình, bỏ bạn bỏ bè mà đi. Cuộc ra đi trí mạng này làm tôi nhớ tới lần đi lạc xuống trần của Trung niên Thi sĩ Bùi Giáng trước khi ông giũ áo trần ai:

Ta cứ ngỡ xuống trần chơi một chốc.
Nào ngờ đâu ở mãi đến hôm nay

Tất nhiên cách nói đầy cảm khái của Bùi thi sĩ là cách... *nói thơ*. Ai đọc qua, nghe qua cũng đều thích thú nhận ra mình cũng... ở mãi trong cõi thơ thần khí của ông. Nhưng mà nói gì thì nói rốt cuộc cả hai ông nhà thơ họ Bùi và họ Lê trước sau không hẹn đều trở về bên kia thế giới.

Du Tử Lê, nhà thơ nổi tiếng từ trong nước trước 1975, mãi đến 20 năm sau tôi mới gặp ở chốn quê người. Mùa hè năm 1995 chàng du tử họ Lê và nhạc sĩ Trần Duy Đức từ Califonia, Hoa Kỳ bay qua Montreal và Toronto, Canada ra mắt CD "Em Hiểu Vì Đâu Chim Gọi Nhau". CD này của Trần Duy Đức phổ từ thơ Du Tử Lê là sự phối hợp nhịp nhàng giữa thi ca với ngôn từ mới lạ và âm nhạc có âm hưởng đầy sáng tạo, được giới thưởng ngoạn nhiều nơi ưa chuộng.

Lắng nghe thi sĩ nói, nhạc sĩ hát tôi nhận ra nghệ thuật và người nghệ sĩ là một biểu tượng văn hóa cuộn thi ca và âm nhạc thành một. Ở đó không gian và thời gian diễn ra một cuộc hội tụ như đã định sẵn giữa hai tâm hồn nghệ sĩ có chung một trái tim, một người có công sắp chữ thành thơ mới và lạ, một người có công đẩy thơ lên thành nhạc cũng thật khác thường.

Nghệ thuật ở chỗ nhân gian là như vậy. Hiểu hay không hiểu cũng vậy thôi. Mà nghĩ cho cùng nghệ thuật mới lạ của họ cũng chẳng có gì khó hiểu, cho dù *"Ở chỗ nhân gian không thể hiểu. Tôi với người chung một trái tim".* Thật vậy. Thù hận là riêng. Trong suốt cuộc đời làm người, tinh thần và vật chất, đói hay no, đau khổ hay hạnh phúc, niềm vui hay nỗi buồn, tất cả đều hóa thành không. Rốt cuộc chỉ có tình thương mới là chung một trái tim.

Lần đầu tiên tôi gặp nhạc sĩ Trần Duy Đức, tóc râu lùm xùm bao kín mặt, mới dòm cứ tưởng cụ, nhưng thật ra chàng còn trẻ trung, phong độ ra gì. Riêng nhà thơ du tử với bàn tay phù thủy nặn ra loại chữ nghĩa ngày càng mới lạ làm chàng trẻ ra, miệng cười hiền lành, nói năng hòa nhã. Từ đó mỗi lần có dịp ghé ngang

Toronto, chàng du tử đều réo vợ chồng tôi đi ăn phở, uống cà phê với vài người bạn.

Năm 2005, tôi qua Quận Cam ra mắt CD và tập nhạc Tình Khúc PNT, nhà thơ Du Tử Lê làm diễn giả, nhạc sĩ Trần Duy Đức làm... khán giả. Từ đó tôi không còn gặp lại Du Tử Lê cho đến ngày nhà thơ qua đời. Riêng Trần Duy Đức và tôi thỉnh thoảng vẫn liên lạc qua facebook.

Cuộc đời và sự nghiệp văn chương đồ sộ của Du Tử Lê phải nói là đã được nhiều nơi trên thế giới ưu đãi, nhưng trong bài viết này tôi chỉ nêu ra một vài đặc điểm mà tôi được biết về ông:

Nhà thơ Du Tử Lê từng là sĩ quan QLVNCH, phóng viên chiến trường, làm báo và dạy học.

Vì chống đối chế độ độc tài Cộng sản Việt Nam, sau ngày mất nước Du Tử Lê bị Cộng sản lên án tử hình khiếm diện nên ông mau chóng chạy sang Hoa Kỳ tỵ nạn.

Sống lưu vong gần 44 năm ở chốn quê người, những tưởng một đi là ly biệt, không ngờ sau khi Mỹ bỏ cấm vận và bình thường hóa quan hệ với Việt Nam, chàng du tử lại hân hoan trở về quê cha đất tổ. Từ đó nhà thơ vui với hàng loạt tác phẩm thi ca và văn xuôi được in ấn tại quê nhà. Tuy nhiên, cũng vì cố sự này, Du Tử Lê không được trong lẫn ngoài nước hoan nghênh.

Nhiều ý kiến mang tính khích bác, công kích cá nhân nhà thơ và cả những tác phẩm xuất bản từ trong nước.

Dù sao những cuốn sách đó, hay những tác phẩm xuất bản ngoài nước, tất cả với ông cũng là một kỷ niệm xuất phát từ tấm lòng vời vợi tình yêu đôi lứa, ướt đẫm tình tự quê hương và thao thức thân phận conngười, để rồi về bên kia thế giới muôn đời ông vẫn "thiếu đôi" chỉ vì:

ở chỗ nhân gian không thể hiểu
tôi gửi trong người những hạt sương
xót nhau mai mốt về đâu đó
đều thấy hồn tôi trên cỏ hoang
(Bài Nhân Gian Thứ Ba)

Và muôn đời, ở bên kia thế giới ông vẫn nhớ "tháng tư":

Tháng tư rồi sẽ không ai nhớ
Rừng sẽ vì tôi nức nở hoài
Mắt ai rồi sẽ như bia mộ
Ngựa có về qua cũng thiếu đôi

Tháng tư người nhắc làm chi nữa
Cảnh tượng hồn tôi đã miếu thờ
Trống, chiêng, cờ, xí như cơn mộng
Mưa đã chờ tôi. Mưa...đã ...mưa

Mai kia sống với vầng trăng ấy
người có còn thương một bóng cây
Góc phố còn treo đôi mắt bão
Ai nhớ ngàn năm một ngón tay ?

Nhà thơ Du Tử Lê sinh năm 1942 tại Hà Nam, Bắc Việt. Mất ngày 7/10/2019 tại Garden Grove, Nam California, Hoa Kỳ.

Mời đọc thêm:

PHAN NI TẤN VÀ, CHUYẾN TÀU THI CA / ÂM NHẠC VIỆT NAM, KHÔNG NHIỀU GA DỪNG

Du Tử Lê

Tôi nghĩ, thời gian đã cho thấy, Phan Ni Tấn không chỉ có một tấm lòng ăn ở thủy chung với thi ca; (mà,) còn cả với âm nhạc.

Những ngôn ngữ chân chất, những rung động đầu nguồn, như những cánh cò, những ngọn lau trên thổ ngơi Việt Nam, chắt chiu giọt lệ, tâm cảm.

Nhưng, tấm lòng ăn ở một đời với thi ca, âm nhạc, không phải là chiếc vé nhiệm mầu, để đương nhiên bước lên chuyến tàu văn học - nghệ thuật, nếu thiếu vắng tài năng!

Tôi biết, nhiều người, cũng một đời ăn ở với thi ca... Nhưng ăn ở kia, chung thủy nọ, tiếc thay, chỉ đem lại cho họ những hoạt cảnh bèo nhèo, thất lỡ!
Nói cách khác, đó chỉ là hí lộng, quá tay của định mệnh, khi tài năng đỏng đảnh, chảnh chọe, quay lưng!

May mắn (hay bất hạnh,) cho họ Phan, tài năng thi ca và, âm nhạc, đã mỉm cười, với ông.

Tôi muốn gọi đó là trường hợp *nhị-trùng-bản-ngã-Phan-Ni-Tấn*.

Bởi vì, muốn hay không, cuối cùng, Phan Ni Tấn cũng đã bước lên chuyến tàu văn học nghệ thuật Việt.

Chuyến tàu liền toa, mang thi ca và, âm nhạc.

Chuyến tàu xuyên Việt không có bao nhiêu ga dừng; cho dù, dọc lộ trình, chập chùng tiếng người ồn ào, réo, gọi, hoang mang!!!

Từ đây, theo tôi, đã đến lúc, chung ta có thể dùng cụm từ *tài-hoa-Phan-Ni-Tấn* - Để chỉ danh tác giả các tuyển tập âm nhạc óng ả thi ca, này.

RỪNG ĐÃ VỀ RỪNG

nhớ họa sĩ Rừng (1941-2022)

Đã 51 năm rồi tôi vẫn còn nhớ cái ngày lịch sử mùng 10 tháng 3-1975 Ban Mê Thuột thất thủ, tất cả Quân Dân Cán Chính VNCH tại thị xã được lệnh tập trung học tập "cải tạo". Khi tôi bị tống vào trại tù Ban Mê Thuột thì bất ngờ tôi gặp lại hai ông bạn nhà văn là Kinh Dương Vương (họa sĩ Rừng) và Lê Hữu đã có mặt từ lúc nào. Kinh Dương Vương thuộc Sư Đoàn 23 Bộ Binh BMT, Lê Hữu thuộc Tiểu Khu Darlac, cả hai ông đón tôi bằng nụ cười héo hắt và mắt nhìn mờ hơi sương.

Trại tù Ban Mê Thuột do thực dân Pháp xây năm 1930 để nhốt các chính trị phạm; Tiểu đoàn Sơn Cước có nhiệm vụ bảo vệ nơi này. Về sau trại biến thành Trại Cải Huấn giam tù hình sự lẫn tù chính trị. Khi chúng tôi vào tù thì chưa có tù hình sự.

Tháng đầu tiên tất cả tù nhân đều bị nhốt vào phòng giam khóa kín cửa. Về sau mới được nới lỏng. Giữa sân trại tù có một cái miếu thờ cô hồn các đảng. Ban ngày tù thường lảng vảng trước cổ miếu phủ bóng cây da hút thuốc, tán gẫu, đánh cờ tướng hoặc nhìn trời hiu quạnh. Ban đêm bảy tám mạng chúng tôi rúc vào trong miếu chen chúc ngủ với... cô hồn.

Trại tù là ổ chứa vi trùng ghẻ nên ông nào cũng ghẻ chóc đầy mình. Một buổi tối mưa dầm sùi sụt, hai ông nhà văn Kinh Dương Vương và Lê Hữu có tên trong danh sách tù chuyển trại đi Củng Sơn, Phú Yên, cả hai ông bạn nhà văn hiền lành đều ưu ái truyền ghẻ lại cho tôi. Từ đó tôi tha hồ gãi ghẻ.

Những tưởng một đi không hẹn gặp, ai dè ba bốn chục năm sau cả ba anh em chúng tôi lại "ngộ cố tri" nơi đất khách quê người. Ngày xưa những người lính chúng tôi trẻ ơi trẻ, khi gặp lại thì ai cũng tóc râu bệt bạc mà rầu. Hình như "mùi tù" vẫn chưa chịu phai hương nên khi nhìn nhau, nhớ lại thuở giam tù, miệng người nào cũng héo hắt, mắt người nào cũng... mờ hơi sương.

Nhắc tới họa sĩ Rừng, tôi còn nhớ trước năm 1975 có lần họa sĩ kéo tôi về nhà anh xem tranh chơi. Nhà họa sĩ nằm kẹp giữa dãy nhà gỗ cũ kỹ nằm cheo leo trên một con dốc ngoằn ngoèo dẫn xuống khu Trần Hưng Đạo của người Bắc di cư. Căn nhà trọ của họa sĩ Rừng phải nói là vô cùng đơn sơ. Ngoài một cái giường chõng tre ọp ẹp, một cái bàn long chân, hai cái ghế cũ rích, một cái bếp thời... tiền sử; còn lại là lổn nhổn những bức tranh. Ngoài một hai bức treo hờ hững trên vách, còn thì tranh vứt ngổn ngang trên nền nhà, trong xó xỉnh, dưới chân giường phát ngợp. Thời gian này, họa sĩ Rừng cho biết anh đang vẽ loạt tranh chủ đề

"Những người đàn bà già cụt đầu". Mà thật, chẳng có bức nào có đầu, ngoài những thân hình đàn bà phốp pháp, béo ngậy, núc ních mỡ. Chàng Rừng giải thích đó là đặc điểm của thân hình nổi bậc sức sống mãnh liệt nhưng dẫn đến nhu cầu thay đổi ngoại hình của người đàn bà già cụt đầu.

Họa sĩ Rừng tức nhà văn Kinh Dương Vương cũng là nhà thơ Dung Nham, Cỏ Đồng đã ra đi ngày 7-6-2022 tại Quận Cam, Hoa Kỳ sau 6 tháng nằm bệnh. Còn nhà văn Lê Hữu và gia đình định cư yên ổn tại miền Tây Bắc Washington State, Hoa Kỳ..

Họa sĩ Rừng tên thật Nguyễn Tuấn Khanh sinh ngày 14-3-1941 tại Nam Vang. Tốt nghiệp Trường Cao đẳng Mỹ thuật Huế năm 1964, Giáo viên hội họa Trường Sư phạm Quy Nhơn; Hội viên Hội Họa Sĩ Trẻ thành lập năm 1966 tại Sài Gòn, Năm 1994 định cư ở Mỹ.

Cộng tác các báo Bách Khoa, Văn, Văn học, Ý Thức, Tân văn, Vấn Đề (trong nước) và Văn, Văn học, Sóng Văn (ngoài nước).

Tác phẩm đã xuất bản:
Những Chiếc Mặt Nạ Cười (tuyển tập truyện ngắn)
Toàn Tập Văn Xuôi Kinh Dương Vương
Toàn Tập Thơ Dung Nham
“Trên Tầng Thanh Khí (tập tranh Rừng)
Mắt Trời Mù (truyện dài).

TRẦN HOÀI THƯ, SỐ 100

Hồi Trần Hoài Thư còn sống, qua email tôi tính tuổi trời cho ông Thư, liệu ông bạn già Trần Hoài Thư có đủ sức sống tới bách niên giai lão hay không, vậy mà tháng 8-2022 giai phẩm Thư Quán Bản Thảo của ổng đã đạt tới con số 100.

So với đứa con tinh thần Thư Quán Bản Thảo cốt cách phương phi thì Trần Hoài Thư lại ốm tong teo, tóc râu bệt bạc, miệng mồm "hăng rết" (hết răng). Nhìn cuộc sống hẩm hiu về chiều của Trần Hoài Thư mà thương tờ tạp chí văn học Thư Quán Bản Thảo số 100 trường kỳ của ổng.

Con số 100 quan trọng kể gì. Này nghe:

Sử Việt: Bà Âu Cơ sinh trăm trứng
Ca dao: Trăm năm dầu lỗi hẹn hò
Tục ngữ: Trăm năm bia đá cũng mòn
Cụ Tiên Điền: Trăm năm trong cõi người ta.

Rồi thì:

- Trăm năm không bỏ nghĩa người. Chim kêu trên núi, cá cười dưới sông.

- Đường dài ngựa chạy biệt tăm. Người thương có nghĩa trăm năm cũng về.

Rồi thì:
- Trăm năm hạnh phúc, trăm năm đầu bạc răng long, bách niên giai lão v.v...

Tác phẩm nổi tiếng Trăm Năm Cô Đơn của nhà văn Garbriel Garcia Marquez thật hay thì bài thơ Con Số 100 của Trần Hoài Thư thật buồn:

"Đôi khi con số 100 cũng trở thành huyền thoại
Với cây gậy thần đẩy hai vòng xe lăn
Tôi in số 100 đậm vàng
bìa láng. nổi
Để ăn mừng có buổi hôm nay

Nhưng tin dữ lại đến không hôm nay
Trong thân thể tôi những tế bào chết xếp chồng
Triệu chứng ung thư bộc phát
Buổi tối tôi ngủ không được
Bóng tối và con số 100 làm tôi muốn rưng nước mắt
Tôi bèn xé bìa đã in
In lại từ đậm vàng con số 100 thành màu đen
...
Khi con số 100 đã thành huyền thoại
Tôi chào mừng em, người em bị bệnh ung thư còn sống sót
Em dám thách thức tử thần
Không phải đánh bại đội quân tham lam khốn kiếp

phong tỏa tấn công suốt bao nhiêu năm
Mà lấy tiếng con chim nhốt trong lòng để hát ca, thì thầm, an ủi...

"Em" của bài thơ trên chính là người bạn đường Nguyễn Ngọc Yến, một thời đầu gối tay ấp của Trần Hoài Thư. Sao tôi lại nói "một thời đầu gối tay ấp"? Là vì cuối năm 2012 chị Yến bị stroke đến nay đã 10 năm chị nằm bệnh trong viện dưỡng lão. Mười năm hầu như không sót ngày nào Trần Hoài Thư đều vô thăm nuôi vợ. Cho đến khi đại dịch bùng phát thì ông chồng chỉ được phép vô thăm vợ vào mỗi ngày thứ sáu mà thôi.

Nói đến hai chữ "tần tảo" không ai không nghĩ tới hình ảnh thương khó của người mẹ, người vợ một đời làm lụng vất vả, lo toan việc nhà, sớm khuya tần tảo nuôi con. Tuy nhiên, nếu áp dụng mỹ từ này cho con người, cho cuộc đời, cho thân phận hẩm hiu của Trần Hoài Thư mười năm miệt mài thăm nuôi vợ nằm bệnh trong viện dưỡng lão thì cũng đáng, không có gì là lạ. Bài thơ *Khi Người Ta...* viết cho vợ, đọc lên nghe mà xót dạ:

Khi người ta hôn nhau bằng má bằng môi
Còn ta thì hôn lên bàn chân bàn tay liệt gân khổ nạn
Hai nhành tình cong queo mà nhựa tình lai láng

Thấm qua trái tim già, như thể nhựa Đức Quán Âm

Khi người ta mang bông hoa để tặng người thân
Tôi muốn mang một nhành bông tặng người yêu dấu
Nhưng trời ơi, khi một người không còn trí não
Thì bông hoa nào dù đẹp mấy cũng vậy thôi...

Mười năm không có vợ hiền bên cạnh, rồi giữa năm 2020 tới phiên Trần Hoài Thư bị stroke, vậy mà những số báo Thư Quán Bản Thảo bất định kỳ vẫn lần lượt ra mắt bạn đọc. Thật là thần kỳ. Tôi nghĩ rằng trên đời này không có ai như Trần Hoài Thư. Ngoài tình cảnh gia đình, ông là một nhà văn độc đáo, kỳ lạ nhất, đam mê nhất, cô đơn nhất và thủy chung nhất với sách báo, với văn chương nghệ thuật. Bình dị, đơn sơ với cuộc sống thật chông chênh trong căn nhà vắng bóng vợ con, song một mình một thân Trần Hoài Thư vẫn lặng lẽ, cặm cụi, miệt mài với ba mớ chữ nghĩa, với mấy cái máy in, máy cắt để cho ra đời, ngoài những tác phẩm văn chương của mình, của các bạn văn trong và ngoài nước, còn hết lòng sưu tầm những áng văn chương một thời của miền Nam nước Việt. Điều này chứng tỏ Trần Hoài Thư đã từng nhiều năm, mà hầu như suốt đời, bằng cả tấm lòng chịu thương chịu khó nặng nợ với nghiệp văn chương.

Nghe danh, đọc văn Trần Hoài Thư vào khoảng cuối thập niên 1960 đến năm 1971 tôi mới "kiến kỳ hình" bạn văn tại Ban Mê Thuột. Năm 1967, Trần Hoài Thư nhập ngũ khóa 24 SQTB Thủ Đức. Ra trường phục vụ tại Đại đội 405 Thám Kích Sư đoàn 22 Bộ Binh trong 4 năm. Năm 1971 chuyển về Bộ Tư Lệnh Sư Đoàn 23 Bộ Binh tại Ban Mê Thuột chờ đổi về Cần Thơ làm phóng viên chiến trường ở vùng IV trong 2 năm.

Trong thời gian chờ sự vụ lệnh đổi về Cần Thơ, cuối tuần tôi thường gặp Trần Hoài Thư ngồi một mình trước quán Mỹ Hương (đối diện rạp hát LoDo) vừa nhâm nhi cà phê vừa cặm cụi sáng tác. Mặc kệ ông đi qua bà đi lại giữa chợ trời bát nháo, nhà văn vẫn lụi cụi với mớ chữ nghĩa của mình. Để tránh quấy rầy làm cụt hứng công việc sáng tác của ông bạn văn tôi lặng lẽ đi luôn. Nghệ sĩ như Trần Hoài Thư chắc không có người thứ hai.

Rồi mất nước, tôi đi tù Cộng sản trên cao nguyên rừng rú, Trần Hoài Thư thì bị tù ở miền đồng bằng sông Cửu Long. Những tưởng không còn ai gặp ai trên cõi đời này, vậy mà năm 1996 tôi lại ngộ cố tri Trần Hoài Thư trong buổi tiệc cưới con gái của anh chị Luân Hoán tại Montreal với đầy đủ văn nghệ sĩ khắp nơi về dự tiệc mừng đôi uyên ương. Cũng từ đó, tôi không còn gặp lại Trần Hoài Thư cho tới năm 2024 được tin anh mất.

Trần Hoài Thư tên thật Trần Quí Sách, sinh năm 1942 tại Đà Lạt. Khởi viết từ 1964. Truyện ngắn đăng trên tạp chí Bách Khoa, Văn, Văn Học, Thời Tập, Khởi Hành, Ý Thức... Đến Mỹ năm 1980. Năm 2004 cùng Phạm Văn Nhàn sáng lập tạp chí Thư Quán Bản Thảo và nhà xuất bản Thư Ấn Quán. Đã xuất bản khoảng 30 tập truyện và thơ trong và ngoài nước.

HUY PHƯƠNG
NGƯỜI LÍNH GIÀ TRƯỚC CƠN BÃO DỮ

Sáng nay mở máy mới hay nhà văn Huy Phương mất chiều hôm qua 25/2/2022. Tin ông mất làm tôi nhớ Trang Nhà Tự Điển Văn Nghệ Sĩ Việt Nam do tôi thực hiện nhiều năm trước, trong đó có nhà văn Huy Phương. Trang Nhà với sự góp mặt của hơn 800 văn thi sĩ, nhạc sĩ, họa sĩ trong và ngoài nước, gồm tiểu sử các tác giả và tác phẩm.

Trang Nhà giản dị này được nhiều người ví như một mảnh đất khá mầu mỡ, góp phần nhỏ cho vườn hoa văn học nước nhà. Đáng tiếc là đang trên đà phát triển thì... "động đất" khiến Trang Nhà sập.

Hơn 800 văn nghệ sĩ góp mặt trong Trang Nhà của hơn 10 năm trước, nay người còn người mất, nhưng sự nghiệp văn học của họ vẫn còn đó, vẫn tồn tại trong văn chương nước Việt.

Lướt trở lại Trang Nhà Tự ĐiểnVăn Nghệ Sĩ Việt Nam, chương đầu tiên tôi xem lại là trang *Chân Dung Bạn Văn,* chủ đề *Chương Là Vẻ Sáng* với Bùi Ngọc Tuấn, Hà Thượng Nhân, Nguyễn Hữu Của, Nguyễn Tất Vịnh và Huy Phương.

Tôi vẫn nhớ cách đây ngót 10 năm, khi thực hiện trang*"Chương Là Vẻ Sáng"*, tôi email hỏi thăm nhà văn Huy Phương, hôm trước hôm sau đã được anh hoan hỉ đáp ứng và còn gởi tặng cho ba tác phẩm của anh: *Nước Mỹ Lạnh Lùng, Ấm Lạnh Quê Người, Quê Nhà Quê Người.* Ba tác phẩm như ba nụ cười của một con người điềm tĩnh, sâu sắc và cương nghị.

Rồi thời gian trôi đi, các tác phẩm khác tiếp tục ra đời và tôi nhận ra mối quan tâm về kiếp người đã cho ông nghiệm ra những cay đắng về thế sự. Thành kiến xã hội, nguyên tắc ứng xử giữa con người, mối quy ước xã giao giữa bạn và thù...của ông là hệ trọng. Huy Phương là nhà văn duy tâm. Đạo đức duy tâm của ông tuy mênh mông nhưng hàm chứa những ý tưởng sâu sắc. Văn của ông giản dị và mạch lạc. Chất liệu suy luận của ông từ tốn, tự tin và bao dung.

Dưới đây là tiểu sử và tác phẩm của nhà văn Huy Phương gởi cho tôi qua email hôm tháng 6/2011, cách đây 11 năm:

Nhà văn Huy Phương tên thật Lê Nghiêm Kinh. Sinh năm1937 tại Huế. Cựu học sinh Trung học Khải Định và trường Quốc Gia Sư Phạm Sài Gòn. Dạy học tại trường Trung học Nguyễn Hoàng, Quảng Trị. Khởi viết năm 1952. Động viên khóa 16 Sĩ Quan Trừ Bị Thủ Đức. Sau đó theo học khóa Sĩ Quan Thông Tin Báo Chí tại Hoa

Kỳ. Về nước phục vụ tại Nha Tâm Lý Chiến, làm biên tập viên báo chí và đài phát thanh quân đội. Sau 1975, đi tù Cộng sản 7 năm. Định cư tại California, Hoa Kỳ theo diện HO cuối năm 1990. Cộng tác với đài SBTN và nhiều tờ báo tại hải ngoại.

Tác phẩm đã xuất bản:

Đêm Dài (thơ 1960), Mây Trắng Đồn Xa (truyện 1966), Nước Mỹ Lạnh Lùng (tạp ghi 1991, 2003), Đi Lấy Chồng Xa (tạp ghi 2004), Ấm Lạnh Quê Người (tạp ghi 2008), Nhìn Xuông Cuộc Đời (tạp ghi 2009), Những Người Muôn Năm Cũ (tập truyện 2010), Hạnh Phúc Xót Xa (tạp ghi 2010), Chúc Thư Của Người Lính Già (thơ 2013), Những Người Thua Trận (tạp ghi 2013), Ngậm Ngùi Tháng Tư (tạp ghi 2014), Quê Hương Khuất Bóng (tạp ghi 2015, Chân Dung H.O & Những Cuộc Đổi Đời (biên khảo chung với Võ Hương An 2015), Nước Non Ngàn Dặm (tạp ghi 2015), Ga Cuối Đường Tàu (tuyển tập 2018), Sóng Vỗ Bèo Trôi (tạp ghi 2019), Tuyển Tập Huy Phương (2020).

Huy Phương, nhà văn tài đức vẹn toàn nay Ông mất lúc 2:00 chiều ngày 25/2/2022 tại không Nam Califorinia, Hoa Kỳ.

XUÂN HIỀN

Trong mắt tôi đất nước lúc nào cũng buồn. Đất nước thật buồn.

Vậy mà có lần tôi nằm mơ thấy đất nước giống như một bình hoa uốn cong hình chữ S đựng đầy hoa thơm cỏ lạ, trong đó có một cọng hoa hiền vươn lên khỏi miệng bình. Điều kỳ lạ là cọng hoa biết hát.

Giựt mình thức dậy tôi ngạc nhiên vì vẫn còn nghe văng vẳng tiếng hát của cọng hoa đó. Tiếng hát thật rộn ràng tươi vui, thấm đầy hương vị mùa xuân vẳng ra từ nhà bếp. Thì ra người bạn đời của tôi vừa nấu nướng vừa hào hứng "song ca" với ca sĩ Tuấn Vũ bài *Anh Cho Em Mùa Xuân* phát ra từ trong máy cassette đã cũ mèm. Cái máy chung thủy cổ lỗ sĩ này đã theo chúng tôi từ thập niên 1980 đến ngày nay. Mỗi năm cứ gần tới ngày Ta ngày Tết là bà xã tôi "mời" nó ra hát nhạc xuân. Cũ kỷ, sụt bệ, lỗi thời vậy mà máy vẫn hát và hát rất khỏe. Năm nào máy cũng hát Xuân Đã Về (Minh Kỳ), Mùa Xuân Đó Có Em (Anh Việt Thu), Xuân Tận Miền Xa (Thanh Trang), Câu Chuyện Đầu Năm, (Hoài An), Xuân Ca (Phạm Duy), Ly Rượu Mừng (Phạm Đình Chương), Anh Cho Em Mùa Xuân (Nguyễn Hiền)...

Nhắc tới nhạc sĩ Nguyễn Hiền tôi nhớ ngay tới ca khúc *Anh Cho Em Mùa Xuân*, nhạc sĩ phổ từ thơ Kim

Tuấn. Xuất xứ bài hát này, Nguyễn Hiền cho biết nhà thơ Kim Tuấn có tặng ông một tuyển tập thơ gồm ba tác giả Vương Đức Lệ, Định Giang và Kim Tuấn, trong đó ông cảm nhận được cái hay của bài thơ Nụ Hoa Vàng Ngày Xuân của Kim Tuấn nên đã phổ thành ca khúc. Và nó trở nên bất tử ngay từ khi chào đời năm 1962.

Tôi đã nghe bài hát này từ trong nước ra tới ngoài nước. Bài hát có nhiều niềm vui khiến tôi có cảm tưởng nếu vươn tay ra là có thể nắm bắt được ước mơ tươi đẹp của đời mình. Ước mơ bừng sáng trên gương mặt, long lanh trong ánh mắt, tươi thắm trên đôi môi hát tràn vào lòng người. Bài hát như ngọn gió mạnh mẽ và đa dạng theo chân người tràn xuống đường đi trẩy hội ngày xuân.

Đọc lại nguyên tác bài thơ Nụ Hoa Vàng Ngày Xuân, sau năm mươi mốt năm trườn qua dâu bể, ý thơ khắc họa hình ảnh một mùa xuân vạm vỡ:

Anh cho em mùa xuân
nụ hoa vàng mới nở
chiều đông nào nhung nhớ
đường lao xao lá đầy
chân bước mòn vỉa phố
mắt buồn vin ngọn cây

Anh cho em mùa xuân
mùa xuân này tất cả
lộc non vừa trẩy lá
thơ còn thương cõi đời
con chim mừng ríu rít
vui khói chiều chơi vơi

Đất mẹ gầy có lúa
đồng ta xanh mấy mùa
con trâu từ đồng cỏ
giục mõ về rộn khua
ngoài đê diều thẳng cánh
trong xóm vang chuông chùa
chiều in vào bóng núi
câu hát hò vẳng đưa

Tóc mẹ già mây bạc
trăng chờ trong liếp dừa
con sông dài mấy nhánh
cát trắng bờ quê xưa

Anh cho em mùa xuân
bàn tay thơm sữa ngọt
dải đất liền chim hót
người yêu nhau trọn đời
mái nhà ai mới lợp
trẻ đùa vui nơi nơi...

hết buồn mưa phố nhỏ
hẹn cho nhau cuộc đời

Khi hoa vàng sắp nở
trời sắp sang mùa xuân
anh cho em tất cả
tình yêu non nước này
bài thơ còn xao xuyến
nắng vàng trên ngọn cây...
(1961)

Kim Tuấn cho biết: Tôi làm bài thơ này để nhớ về quê mẹ: Hà Tĩnh – vùng đất sỏi đá nhiều hơn cơm gạo với mơ ước "Đất mẹ gầy có lúa" – có lúa chứ không phải cỏ lúa như nhiều người vẫn hát nhầm (cỏ lúa thì phải nhổ đi chứ ai lại mơ ước có thêm!). Bài thơ này tôi sáng tác vào đầu thập niên 1960, sau đó in trong tập Ngàn Thương (chung với Định Giang) và được nhạc sĩ Nguyễn Hiền phổ thành ca khúc. Đã có nhiều ca sĩ thể hiện bài hát này nhưng tôi thích giọng ca của Hà Thanh hơn cả và điều làm tôi ray rứt là cho tới nay vẫn chưa nói được với nữ ca sĩ này một lời cám ơn.

Tâm tình này được nhạc sĩ Nguyễn Hiền diễn đạt bằng một phong cách nhạc thuật tài tình. Bài thơ *Nụ Hoa Vàng Ngày Xuân* đầy nhạc tính dễ dàng tạo thành ca khúc *Anh Cho Em Mùa Xuân* với những câu chữ lập lại, luyến láy niềm vui tràn bờ, niềm vui hiện hữu vẻ đẹp của hạnh phúc, tràn trề sức sống tươi mát của mùa xuân bay bổng, có khả năng đánh bại tất cả những nỗi buồn.

Trong văn chương văn nghệ truyền thống, tình bạn thường có tri thức gắn bó. Tri âm như Nguyễn Hiền, Lê Dinh là một điển hình. Họ giống hai dấu lặng mà dòng đời đẩy lên vun lại với nhau để hợp soạn thêm những bản tình ca lãng mạn Hoa Đào Năm Trước, Kỷ Niệm Chúng Mình, Phố Vắng Đêm Mưa...

Nhạc sĩ Nguyễn Hiền sinh năm 1927 tại Hà Nội. Học nhạc từ năm 1935, sử dụng dương cầm, vĩ cầm và phong cầm. Nhạc phẩm đầy tay "Người Em Nhỏ" phỗ từ thơ Thiệu Giang. Di cư vào Nam 1954. Sau 1975 đi tù Cộng sản 5 năm. Định cư tại Hoa Kỳ 1988.

Những tác phẩm nổi tiếng của ông là *Anh cho em mùa xuân (thơ Kim Tuấn), Mái tóc dạ hương (thơ Đinh Hùng), Em là vì sao sáng (tưởng niệm nữ sinh Quách thị Trang), Từ giã thơ ngây, Chuyện đêm mưa, Ngàn năm mây bay, Tiếng hát ru tôi (thơ Du Tử Lê), Người em nhỏ (phổ thơ Thiệu Giang để tặng người bạn đời), Lá thư gửi mẹ (thơ Thái Thủy), Thu may áo cưới (thơ Đinh Hùng), Thầm ước, Bước chân dĩ vãng .*

Nhạc sĩ Nguyễn Hiền mất ngày 23 tháng 12 năm 2005 tại California, Hoa Kỳ sau nhà thơ Kim Tuấn 2 năm và trước nhạc sĩ Lê Dinh 15 năm.

HOÀNG XUÂN SƠN CŨNG CẦN CÓ NHAU

Nhà thơ Hoàng Xuân Sơn, từ khi tôi quen biết gần 45 năm qua, đến nay tên tuổi anh vẫn sáng chói trên vòm trời thi ca Việt Nam. Khởi viết từ trong nước trước 1975, một người mang danh thi sĩ như Hoàng Xuân Sơn đã sống hết lòng với sự chân thành, mê đắm, dâng hiến trọn vẹn đời minh cho thi ca. Sau ba thi tập *Viễn Phố, Huế Buồn Chi* và *Lục Bát Hoàng Xuân Sơn, Thơ Quỳnh* cũng như rất nhiều thơ phổ biến trên các diễn đàn internet, người đọc nhận thấy thơ Hoàng Xuân Sơn là thơ của quê hương, đất nước, của tình yêu, thân phận và tình người. Chính vì thế mà người ta quen gọi Hoàng Xuân Sơn là nhà thơ, dù đứa con tinh thần thứ tư của anh đã xuất bản mang tên *Cũng Cần Có Nhau* bằng văn xuôi trong đó kèm theo những trang Thơ mà anh gọi là "phóng bút".

Đọc từng trang *Cũng Cần Có Nhau,* tôi mới hiểu tập "phóng bút" này là kết hợp rất sinh động và thân tình của ký ức, sự kết hợp từng giọt kỷ niệm, từng giọt nhớ thương tha thiết của một người từ lúc vào đời cho đến ngày bạc tóc đã kết tụ thành dòng sông chữ nghĩa an nhiên chảy giữa đời thường.

Ngược với thế giới thơ Hoàng Xuân Sơn, ngay trang Vào Tập *Cũng Cần Có Nhau* tác giả đã bộc bạch với bạn đọc là "đừng mong mỏi bắt gặp được gì hay ho văn vẻ ở đây".

Thực vậy, riêng phần tản văn, người đọc khó tìm ra, dù một chút lấp lánh của viên ngọc bích, một chút hiền hòa của dòng nước mát hay một chút hơi thở thơm tho của một đóa cẩm tú cầu. Đọc thơ Hoàng Xuân Sơn tôi cảm nhận được sự mềm mại của bông hoa, dù có lúc hoa héo trước cảnh đời bất hạnh nào đó, hoặc nhận chân sự có mặt nên thơ của một con đường, một mái nhà, một con đò, một cái nhìn dịu dàng, e ấp sau mái tóc thề của sông Hương núi Ngự... Còn văn của Hoàng Xuân Sơn đọc lên nghe như có bàn tay nhiệt tình nào đó tà tà hốt từng nắm sỏi đá rải chơi trên từng trang giấy. Nói rõ ra, bút pháp *Cũng Cần Có Nhau* tự nhiên như thể chữ nghĩa tuệch toạc tự nó ào ra. Có lúc người đọc có cảm giác anh cất giọng cà tửng như đùa cợt, chẳng cần câu cú hay ngữ pháp. Có lúc lại nghiêng xuống nỗi đau cùng người. Có thể nói *Cũng Cần Có Nhau* là một loại tản văn tả chân, bắt chữ nghĩa đứng dậy, hướng tới, xăm xăm đi thẳng vào lòng người. Cũng vì thế cái nhìn của nhà thơ là cái nhìn chân thật, không quanh co, xiêu vẹo. Sau khi gạt bỏ hết những mớ xà bần, những cái bạc bẽo đau đời, chữ nghĩa toát ra từ khí chất hiền lành, mộc mạc của một người miền Trung trở nên trong veo, cho người đọc nhìn thấy cái đẹp ngay cả trong một nét thô tháp, trần trụi hoặc cả những mớ lục cục lòn hòn như sỏi đá nói trên.

Tung tăng bơi lội trên dòng ký ức *Cũng Cần Có Nhau*, cảm hứng của Hoàng Xuân Sơn vì thế đã tạo ra nhiều sắc thái linh động về con người, về cuộc đời, về nơi chốn, về cái bi cái hài qua văn chương nghệ thuật với biết bao vui buồn nhân thế. Từ những mảnh đời dọc ngang, lang bạt kỳ hồ mà hiền hòa, dễ mến, những bàn tay hiệp nghĩa, tự tin, tích cực, những tấm lòng bao dung, những chân dung tươi tắn, mỹ miều cho đến cái thực tại của học hành, thi cử, bạn bè, nghề nghiệp, tình yêu, chiến tranh, chạy loạn..., nhất nhất đều được Hoàng Xuân Sơn "phóng bút" bằng những câu văn, kèm thêm những dòng thơ ngời sáng, giản dị, có lúc hiu hắt, có lúc trần trụi đến thân tình.

Và, trong cái mớ chằng chịt của cuộc làm người giữa thời buổi nhiễu nhương, *Cũng Cần Có Nhau* lại bàng bạc trải ra những trang hình ảnh kỷ niệm về bằng hữu chi giao và nơi chốn tác giả đã từng sống qua. Ai cũng biết mỗi con người chúng ta đều chất chứa trong tâm khảm một nỗi niềm đặc biệt. Đó là tình bạn lúc nào ta cũng trân trọng và cần đến. Với Hoàng Xuân Sơn, tình bằng hữu không những được ghi nhận qua thơ văn, mà ngoài đời, dù ở hoàn cảnh nào, lên hương hay thất thế, bằng hữu cũng chiếm cứ một phần quan trọng trong cuộc sống của anh.

Thật vậy, *Cũng Cần Có Nhau* là chân dung đa dạng của những giọt người chân thật, là chốn dung thân của tình huynh đệ và bằng hữu thắm thiết. Họ tìm đến nhau, sống và giúp đỡ cho nhau, chia sẻ những điều hay lẽ phải, trái tim của họ vì tha nhân mà rộng mở. Đó là một bức tranh nhân bản, là hình ảnh văn học đẹp một cách dung dị, bình thường nhưng thấm thía.

Vậy mà một cuộc sống tốt lành như thế lại rơi vào tình hình chiến sự ngày một leo thang. Xã hội bất an, thế sự thăng trầm, phong ba bão táp, biến cố Mậu Thân 68, nhất là đối mặt với chiến tranh Quốc Cộng giữa sinh viên quốc gia và Việt Cộng nằm vùng, khiến bạn bè Hoàng Xuân Sơn lại đoàn kết bên nhau, quyết tâm thực hiện lý tưởng độc lập, tự do, quyết liệt bảo vệ cuộc sống và nhân cách con người.

Còn nơi chốn mà tác giả nhắc tới cũng thật quen thuộc. Cái địa điểm thơ mộng và đầy ắp kỷ niệm long lanh: Quán Văn. Sau những ngày sinh hoạt văn hóa trại họp bạn, những lần công tác xã hội, cứu trợ nạn lụt, hỏa hoạn trở về, tác giả và bạn bè lại tiếp tục truyền thống vầy đoàn, quẩn quanh không đâu xa, cũng chỉ là Quán Văn, là sân trường Đại học Văn Khoa Sài Gòn, là trụ sở CPS. Đó là nơi cưu mang, gắn bó, thành danh, làm nên tên tuổi mà cũng là nơi gián đoạn, gẫy đổ và chia lìa. Hãy nghe tác giả *Cũng Cần Có Nhau* tâm tình:

Dù không biết gì về phong thủy nhưng qua chứng nghiệm thăng trầm của thời gian và những sự kiện xẩy ra, tôi nhận thấy rằng khu đất này là một khu đất tiềm ẩn hai lẽ: Phát và Triệt.

Bạn bè Hoàng Xuân Sơn, dù còn “Phát” hay đã “Triệt” đều là những tên tuổi sáng chói trên vòm trời văn chương nghệ thuật; từ văn, thơ, nhạc, họa đến sân khấu, kịch nghệ: Hoàng Ngọc Tuấn, Nguyễn Xuân Thiệp, Trịnh Công Sơn, Đinh Cường, Trịnh Cung, Phạm Duy, Nguyễn Đức Quang, Hoàng Xuân Giang, Lê Uyên Phương, Nghiêu Đề, Ngô Kha, Đỗ Quý Toàn, Ngô Vương Toại, Lê Đình Điểu, Trần Đại Lộc, Khánh Ly, Hồng Khắc Kim Mai v.v... Còn nhiều, nhiều lắm. Hầu như tất cả những tài năng còn tại thế hay đã giũ áo ra đi đều xuất hiện trong tập phóng bút này.

Xin được nhắc lại ở đây, rằng giữa thập niên 60, những ai đã từng tham dự những buổi sinh hoạt văn học nghệ thuật tại CPS đều không khỏi nghĩ tới cái từ CPS chắc là chữ viết tắt của một cơ quan từ thiện hay cơ sở thương mại, văn hoá, xã hội nào đó của người Mỹ. Nhưng sau này mọi người mới vỡ lẽ, thì ra CPS chỉ là dòng chữ Chương Trình Phát Triển Sinh Hoạt Thanh Niên Học Đường mà thôi. Chữ nghĩa mấy ông xướng lên nghe sao mà oai ghê gớm, nó hầu như xóa khỏi ký ức mọi người về cái mảnh đất thiên đường CPS mà xưa kia, thời Tây, là nhà khám cũ, từng giam giữ và hành quyết tội đồ.

Tôi cho rằng chữ nghĩa *Cũng Cần Có Nhau* vung vít, ồ ạt, sảng khoái bên cạnh cái bùi ngùi, hiu hắt, ảm đạm há chẳng phải là cái tâm tình của Hoàng Xuân Sơn đối với bằng hữu mà cũng là tự sự về chính mình đó sao. Hoàng Xuân Sơn viết văn, làm thơ chỉ để bày tỏ tấm lòng tha thiết yêu cuộc sống với biết bao hạnh phúc và khổ đau trên phần đất anh sinh ra, cũng như nơi anh đến với từng ngày buồn vui cùng bằng hữu như những tia nắng ấm, cho đến lúc thời thế đổi thay phải chia tay trong thương cảm, bùi ngùi. Cái hay và cái đẹp của tập phóng bút này là, ngoài những trang viết bằng văn xuôi về thế thái nhân tình, người đọc còn cảm nhận được nỗi niềm của Hoàng Xuân Sơn thương tiếc bằng hữu huynh đệ đã khuất bằng những vần thơ tưởng niệm ở "phần viết thêm" thật chân tình.

Viết về người em là nhạc sĩ Hoàng Xuân Giang (1946 – 1994), cái tâm tình của người anh thật u hoài:

rứa rồi em cũng về tới ngạn
lên xe ngồi anh hát đò đưa
sông nước mô chẳng buồn vô hạn
bến nào rồi cũng ngợp trời mưa

ba năm hẳn quay đầu về núi
mà lòng người vẫn quyết không dung
ai nằm giữa xuôi chèo mát mái
ai đang tay giũ một tấm lòng
(Sông Về Tới Bến – tr.173)

Hoặc về Trịnh Công Sơn (1939 – 2001), được tác giả diễn tả qua một số tựa đề những tình khúc của Trịnh làm thành 8 dòng lục bát mượt mà:

nữa mai đăm đắm tình sầu
bỏ quên tình nhớ bên cầu thê lương
tình xa như một con đường
một người thương. gọi người thương một người
ướt mi hay ướt nụ cười
trời mưa cổ tháp lạnh đời xưa sau

lạy chiều nắng thủy tinh lâu
cho dài hạ trắng qua cầu thụy hôn
(Một Khúc Collage Trịnh – tr.191)

Về họa sĩ Nghiêu Đề (1939-1996) sống với sơn cọ hay không còn sống với bạn bè đều trực diện với câu hỏi thân tình của bạn Hoàng Xuân Sơn. Mà có hỏi quanh co rốt cuộc vẫn khẳng định *cũng vẫn là nghiêu đề*:

chưa muốn về!? ừ. thôi ở lại
cái ngước nhìn của bạn. chao ôi
đía thêm vài chặp. đêm. khuya lắc
râm ran dưới đất chuyện trên trời

cũng vẫn là Nghiêu Đề dạo nọ
ngó con mắt thấy cười mỉm chi
vẫn tốt lành. cái thân cái vóc
tà tà theo. đời gấp gáp gì...
(Cũng Vẫn Là Nghiêu Đề – tr.233)

Ngoài ra Hoàng Xuân Sơn còn ai điếu bằng hữu huynh đệ cũ đã khuất như một lời ngậm ngùi chia tay Đỗ Ngọc Yến, Hoàng Ngọc Tuấn, Trần Đại Lộc, Lê Đình Điểu, Nguyễn Đức Quang.

Nhìn lại 45 năm sinh hoạt văn học nghệ thuật của thi sĩ Hoàng Xuân Sơn, người ta không thể phủ nhận sự thành tựu rực rỡ ở lãnh vực thi ca của anh.

Nhà thơ Hoàng Xuân Sơn sinh năm 1942 tại Vỹ Dạ, Huế. Cựu học sinh trường Quốc Học Huế, Đại học Văn Khoa Sài Gòn. Tốt nghiệp Cử Nhân Triết. Công chức ngành bưu điện. Khởi viết từ năm 1970 với các bút hiệu Sử Mặc, Hoàng Hà Tĩnh, Vô Định. Định cư tại Montreal, Canada từ tháng 12 năm 1981 đến nay.

Tác phẩm đã xuất bản:

– Viễn Phố (thi tập) Việt Chiến 1989
– Huế Buồn Chi (thi tập) tác giả tự xuất bản 1993
– Lục Bát Hoàng Xuân Sơn (thi tập) Thư Ấn Quán 2004
- Thơ Quỳnh (thi tập) Văn Học Mới 2020
- Cũng Cần Có Nhau (phóng bút) Nhân Ảnh 2021.

NHÀ VĂN LANG THANG TRÊN BIỂN

Ngoài nghề viết văn, Nguyễn Lê Hồng Hưng còn là một đầu bếp có hạng, từng hải hành trên các con tàu viễn dương Hòa Lan, vượt trùng dương từ vùng biển Tây Âu qua Bắc Á, từ Đại Tây Dương qua Bắc Hải và từ biển Baltic qua đến tận vùng phía nam Bắc Băng Dương. Tóm lại, với bốn mươi năm hành nghề bếp núc, bếp Hưng theo các con tàu ghé bến hàng chục quốc gia, từ Mỹ, Âu, Phi cho tới Á châu.

Đi nhiều nơi, đến nhiều quốc gia xa lạ, chung chạ với nhiều giống người, tiếp xúc với nhiều văn hóa khác nhau đã giúp nhà văn Nguyễn Lê Hồng Hưng có nhiều chất liệu cảm hứng để viết ra những cốt truyện thật hay, lạ và thật lôi cuốn.

Đọc tuyển tập truyện ngắn Bốn Biển Là Nhà của Nguyễn Lê Hồng Hưng người đọc nhận thấy cốt truyện nào, đâu đâu cũng tràn ngập hình ảnh của biển. Cái bao la của trùng dương, của mênh mông sóng cả cứ tràn vào, đổ ụp xuống từng trang viết. Lênh đênh trên biển nhiều ngày đến lúc cập bờ là có truyện để tác giả kể ra. Nhà văn rất khéo tả những thành phố, bến cảng đã ghé qua với hàng chục, hàng trăm kỷ niệm vui buồn cùng Helsinki, Stockholm, Baltic, St. Petersburg, Hamburg, Paramaribo, Jakarta, Guyana, Scandinavia, Scarlet Sails, Esplanade, Juhannus, Thái's Wok,

Vietnamese's Wok..., cũng như khí hậu, mùa màng, nắng mưa, cùng các quảng trường, công viên, thánh đường, các lễ lạc, âm nhạc, đạo Hinh Đu và cả mê tín dị đoan về việc thờ cúng ma quỷ v.v... Ngoài ra tác giả cũng không bỏ qua những lần bù khú cùng các bạn hành nghề biển trong các hội quán Seaman's Club, đặc biệt là cuộc gặp gỡ tình cờ thật lý thú với người Việt tha hương ở những xứ sở xa lạ. Họ gặp nhau trong thoáng chóc rồi vui vẻ xa nhau như ngọn gió.

Tuyển tập truyện ngắn Bốn Biển Là Nhà của Nguyễn Lê Hồng Hưng cũng gợi cho người đọc để ý đến cách thiết kế một con tàu. Ngoài phòng lái, phòng máy, phòng ngủ, phòng vệ sinh, boong tàu..., thì nhà bếp cũng không kém phần quan trọng. Đối với nghề thủy thủ hay bất cứ nghề gì, nhà bếp có khác gì cái bao tử cần thiết cho sự sinh tồn của con người. Có thực mới vực được đạo mà. Chính vì vậy mà biển cả và hương vị đồ ăn thức uống cũng bàng bạc suốt từ đầu đến cuối chuyện. Với bếp Hưng, biển cả, tiếng sóng, thủy thủ và mùi nấu nướng của gà tây, thỏ, tôm, nho và vài ba món nhậu nữa... tất cả đều mang một triết lý rất cụ thể, rất vật chất rút ra từ kinh nghiệm của một người từng trải sau bốn mươi năm lang bạc kỳ hồ trên những con tàu xuyên đại dương.

Đã gọi Bốn Biển Là Nhà người đọc nhận thấy hầu như nỗi buồn lê thê ít khi có mặt, thật ra cũng có đó nhưng vốn là người bộc trực, thẳng thắn, bếp Hưng đều "sa-va" mọi chuyện, nghĩa là tác giả không chấp chứa nỗi buồn bực dai dẳng nào ngoài cái phóng khoáng của niềm vui. Mà đã nói tới cái vui, cái dí dỏm thì cái cười xòa đi đôi liền đó; bút pháp của bếp Hưng cũng vì vậy mà có duyên với những câu đối thoại không vị nể, hết sức thẳng thừng, xông xáo cả vào chốn dung tục khiến người đọc cũng phải bật cười:

- Tao muốn hỏi ai đã làm gì mầy mà suốt ngày nay tao thấy mặt mầy nhăn nhó giống như cái âm hộ vừa mới làm tình.

- Trong lúc người ta cởi quần áo anh ra thay, tui thấy con cu của anh teo thụt mất tiêu.

...

Nguyễn Lê Hồng Hưng đã tận dụng năng khiếu vẽ ra những nơi chốn cũng như những nhân vật sống động phản ảnh đúng lề lối sinh hoạt hằng ngày trên những con đường, trên bến cảng và trong các đô thị áng sáng muôn màu, thế giới của những con người sống cuồng nhiệt, chìm đắm trong dục vọng qua ánh đèn mờ ảo.

Nguyễn Lê Hồng Hưng tên thật Nguyễn Tấn Hưng, sinh tại Cà Mau, nơi xưa kia muỗi, vắt và đỉa nhiều hơn cỏ cây. Người miền Nam nói chung vốn xuề xòa, tuệch toạc nên ngoài chút tánh bỡn cợt bẩm sinh, văn của

Nguyễn Lê Hồng Hưng qua từng câu chuyện là một bức tranh sinh động được vẽ bằng chữ. Nhà văn kể lại nếp sống hải hồ với hết thảy say mê, cởi mở, giản dị như nói chuyện. Đọc Bốn Biển Là Nhà làm người đọc có cảm tưởng như chính mình là thủy thủ lang thang theo nếp sống hải hồ. Với bốn mươi năm hải hành trên các con tàu viễn dương đã thúc đẩy Nguyễn Lê Hồng Hưng vui vẻ tiếp nhận và kiêu hãnh tìm thấy nhân dáng cứng cỏi và tâm hồn dung dị của mình trong nghề bếp núc.

Quê hương miền Nam và sông nước của đất mũi Cà Mau đã un đúc Nguyễn Lê Hồng Hưng thành một con người bình dị, bình dị qua từng lời nói và hành động trong văn chương cũng như trong đời sống hải hồ. Nói đến văn chương, Nguyễn Lê Hồng Hưng vận dụng chữ nghĩa phong phú để gởi gắm tâm tư mình bằng một triết lý nhân sinh sống thực với cảm nghĩ của mình vốn thấm thía và đẹp như thơ.

NHỚ BẠN THƠ XỨ HUẾ NGUYỄN ĐỨC BẠTNGÀN

Tôi còn nhớ năm 1992, trong những lần sinh hoạt văn nghệ tại Montreal trong đó có buổi triển lãm tranh của họa sĩ Võ Đình, tôi gặp lại người bạn xưa xứ Huế: Nguyễn Đức Cẩm, tức nhà thơ Nguyễn Đức BạtNgàn. Bạn văn tình cờ tri ngộ nơi xứ người tay bắt mặt mừng hôm trước hôm sau đã vội vàng chia tay.
Bốn năm sau, 1996, vợ chồng nhà thơ Nguyễn Đức BạtNgàn ngao du sơn thủy đâu đó tiện đường ngang qua Toronto ghé qua nhà tặng tôi hai tập thơ Bình Minh Câm (1985) và Giữa Triền Hạn Reo (1988). Lâu ngày gặp lại chúng tôi chuyện trò rôm rả, tha hồ nhắc chuyện văn gừng văn bút ngày xưa, đã đời rồi... tới phiên hai bà hỏi thăm nhau mới biết người bạn đời của Nguyễn Đức BạtNgàn là người gốc Bạc Liêu.

Ha ha! Quen biết anh bạn thơ xứ Huế trước 1975 nên tôi biết Nguyễn Đức BạtNgàn vốn có máu lang bạt kỳ hồ, ngày trưởng thành vui chân làm sao lại lạc tuốt vô Nam. Gặp bạn bè rỉ rả vài chung rượu đế rồi theo sông nước trôi giạt xuống miền Tây. Lúc gác mũi xuồng ba lá lên bờ Bạc Liêu, trời xui đất khiến anh bạn thơ phải lòng một cô gái xứ cơ cầu. Đối diện với anh bạn thơ hiền lành, tôi thầm nghĩ mà mắc cười cho cái duyên nợ ba sinh, đã xích anh chàng du tử bến Ô Lâu cùng cô gái ruộng muối Bạc Liêu bằng một sợi xích-thằng:

từ hôm nay là đời ta hiển hiện
sống trong nhau thơm hạnh phúc vợ chồng
từ hôm nay là đời ta vĩnh viễn
cùng băng rừng vượt núi qua sông...

Từ đó mãi đến năm 2011, họa sĩ Trần Nho Bụi qua email cho biết họa sĩ ở chung thành phố Edmonton với nhà thơ Nguyễn Đức BạtNgàn. Khi tôi email bài thơ "Thơ Về Bạc Liêu" (*), anh bạn thơ xứ Huế của tôi cười toe. Năm tháng trôi qua, nhờ nền kỹ nghệ tân thời, từ email chúng tôi lại tái ngộ qua facebook. Một hôm (2017) bạn tôi hứng chí, qua màn hình Computer bạn sang sảng chỉ cho tôi 5 động tác tập thể dục phỏng theo phương pháp Yoga. Ở cái tuổi thất thập hầu hết ai cũng chú trọng về sức khỏe; riêng bạn tôi, ngoài sức khỏe còn gánh cả... sức thơ. Thấy tôi giống như một môn sinh vụng về hì hục tập theo 5 bài tập thể dục, bạn cười khà khà rồi nói về thơ, muốn tôi phổ nhạc bài thơ Cúc Hương bạn sáng tác năm 1989:

đá mòn chưa cúc hương
đường xa em gánh gạo
non cao sa sa lầy
biển trầm luân hạo hạo
em lạ lùng dang tay

núi ngó sông dang dở
nắng ôm mưa sụt sùi
đất tháng mười nức nở
trời tháng năm lay bay

anh mềm như hạt gạo
đói nghèo theo thu đông
mùa xuân hoa mai trắng
nhạt theo hè nhớ mong

hao mòn chưa cúc hương
em đường xa gánh gạo
quê hương trong lao tù
mẹ chong đèn vá áo

em về chưa cúc hương
đêm anh lòng nặng hạt
con thôi nôi khóc cười
thổi lên lời gió lộng
nửa vầng trăng phơi phơi

đất rạng ngời trổi giọng
tiếp sức trời ra khơi
miếng cơm chưa đầy bụng
trên quê nghèo tả tơi
mệt hàng bông sứ đắng
đuối tàu cau sương rơi

miếng cơm chưa đầy bụng
từ khi con chào đời

từ khi cha khánh tận
mẹ tủi hờn hao hơi

đã vàng chưa cúc hương
em đường xa gánh gạo
lưng thắt đôi vai gầy
phổi dậy tràn gió bão
tim phập phồng mây bay

hôn mừng em cúc hương
đạp lên đầu tổ quốc

Đọc xong bài thơ Cúc Hương, một giờ đồng hồ sau là có nhạc Cúc Hương. Ngày hôm sau tôi nhờ ca sĩ Trần Khánh Ly hát Cúc Hương với tiếng đàn piano của Nhật Lâm qua ống kính thu hình của cô bé Sue. Thưởng thức bài hát Cúc Hương xong bạn thơ thiệt tình sảng khoái. Nhưng sao qua màn hình, gương mặt xương xương và ánh mắt bạn tôi tuy rạng rỡ lại ẩn chứa một nét chi buồn buồn. Lúc Nguyễn Đức BạtNgàn qua đời, đọc bài thơ "Tự Phác Họa" của bạn tôi mới biết nguyên nhân:

từ cuối tháng ba năm ngoái (2018)
tôi đã cùng bệnh tật đấu đá lẫn nhau
hiện tại tuy đang thủ huề
nhưng biết đâu
không chừng tôi sa cơ
sẽ hóa không

bất chợt hào hứng

nên tạm phác họa dăm chút đời mình
(cho mai sau nhìn lại)
...

di ngôn:
tri ân sự sống có tôi
dự phần
cám ơn sự chết đang thân ái chờ tôi
họp mặt
sống chết bình an
tôi vô cùng thênh thang

NGUYỄN ĐỨC BẠTNGÀN
Apri 13th, 2019
Edmonton Canada

Nhín lại sau gần 45 năm xa xứ các bạn văn của tôi rũ áo bỏ đi nhiều quá. Đời thật vô thường. Vô thưởng mới nhất là bạn tôi: nhà thơ Nguyễn Đức BạtNgàn.

Nguyễn Đức BạtNgàn sinh năm 1948 tại Vĩnh An, Thừa Thiên, bên bến Ô Lâu. Mất ngày 27 tháng 9 năm 2019 tại Edmonton, Alberta, Canada.

(*) Thơ Về Bạc Liêu

gởi Nguyễn Đức Bạt Ngàn

Mưa dầm xứ Huế thâm thâm
Gió bay mưa tạt ướt nhầm Bạc Liêu
Bạc Liêu giận ít thương nhiều
Cãi lời cha mẹ bước liều một phen
Từ giã ngày, từ giã đêm
Đưa nhau về trọ "giữa triền hạn reo"
Quán đời ai dựng cheo leo
Bạc Liêu không ở, lại theo Bạt Ngàn
Đãi nhau một vẻ thanh nhàn
Đóng thuyền ván nhẹ chèo sang nẻo tình
Thò tay vớt nguyệt lung linh
Bạc Liêu thỏ thẻ gọi "bình minh câm"

Mưa dầm xứ Huế thâm thâm
Gió bay mưa tạt ướt nhầm người thương.

BẠN GIÀ

(nhớ nhà văn Trà Lũ Trần Trung Lương (1935 - 2025)

Phố tôi ở có những ông già, tuổi từ U90 tới U100. Ngày xưa, dưới thời Đệ I và Đệ II Cộng Hòa mấy ổng thuộc thứ dữ. Tổng lãnh sự, Chánh văn phòng, Tùy viên Văn hóa tòa Đại sứ, giáo sư Đại học, nhà văn, nhà thơ, nhà báo, dịch giả, dịch y lý số, chủ nhà hàng v.v... Lúc đó tôi mới lọt tọt đâm đầu vào Đại học.

Mất nước, qua đây mấy ổng cũng còn gân, tụ hội thành một nhóm khiêm nhường núp dưới cái tên "Dĩ Văn Hội Hữu" cho vui cái tuổi về chiều và đỡ nhớ nhà nhớ nước. Thấy tôi cà xịch cà đụi múa bút thơ với văn rứa mà cũng được mấy ổng kéo vô ngồi chung bàn trên chiếu dưới coi là bạn vong niên, mới ngon. Năm nào cũng rứa, cứ hè về là nhà văn Trà Lũ (đại diện nhóm) réo tôi đạp xe ra phố ăn nhậu với các ông; hết nhà hàng ta lê la qua nhà hàng buffet Y-Tà-Lồ, bình dân bình dị cho vừa túi tiền. Ông đầu tàu Trà Lũ tuyên bố không chơi thực phẩm Ba Tàu vì kỵ dầu mỡ.

Ngày xưa các ông lui tới trà đình tửu quán sang trọng, nhậu toàn cao lương mỹ vị, bồ đào mỹ tửu. Khi lưu vong qua đây mấy ổng cũng ăn nhậu ra gì. Nhưng nói ăn nhậu là nói cho oai, chớ ba cái bụng già nua nhăn quéo nọ ăn no chỉ thêm hại sức, cho nên nhậu thì ô-la-la toàn là cà phê, trà nóng hoặc nước lọc, nước đá lạnh, cụng ly kêu lanh canh lách cách, rượu bia thì cạch. Vừa ăn nhậu vừa dò la sức khỏe của nhau xong từ tốn bàn chuyện thế sự, luận văn chương, hết giờ là bắt tay ra về. Hẹn sang năm "*see you again*".

Nhưng mà rồi bạn già mỗi năm một vắng. Tiếng phone reo mỗi hè về một thưa. Tuổi già đi cùng năm tháng đè nặng hai vai, nó lèn xuống chân làm mấy ổng lụm cụm lạng quạng đi hết nổi. Rứa là từ từ im hơi, từ từ vắng tiếng. Rồi là tịch lặng, buông màn, lần lượt đi vào thiên cổ. Hai năm trước, giáo sư, dịch giả Đỗ Khánh Hoan vĩnh biệt nhóm Dĩ Văn Hội Hữu, rồi mới hôm qua thôi, tới phiên nhà văn Trà Lũ Trần Trung Lương qua đời.

Cuối cùng, nhóm "Dĩ Văn Hội Hữu" không còn hiện hữu mà chỉ còn hiện diện trong hình để làm kỷ niệm. Nói tới hình kỷ niệm tôi lại nhớ tới câu thơ, tuy... bình dân giản dị mà gặp lúc nghe ra thật thấm thía: "Xin đừng xé bỏ mà đau lòng này".

Nhà văn Trà Lũ tên thật Trần Trung Lương, sinh năm 1935 tại Ninh Bình. Di cư vào Nam năm 1954, cựu Giáo sư Đại Học Sư Phạm và Văn Khoa, Viện Đại Học Sài Gòn. Sau 1975, ông định cư tại Toronto, Canada, là cựu viên chức Bộ Văn Hóa & Công Dân tỉnh bang Ontario, cựu chủ tịch Văn Bút Việt Nam – Canada (1991 – 1995).

Khởi viết từ năm 1989, nhà văn Trà Lũ đã xuất bản 14 tác phẩm gồm 11 chuyện phiếm và 3 tập truyện cười.

Ông mất ngày 3 tháng 12 năm 202

5 tại Toronto, Ontario, Canada, hưởng đại thọ 90 tuổi.

NHÀ THƠ, NHẠC SĨ HUỲNH CÔNG ÁNH

Sau ngày "đại thắng mùa xuân" của bên thắng cuộc, đất nước Việt Nam trở thành một trại tù khổng lồ trải dài từ Nam ra Bắc. Hàng trăm trăm ngàn ngàn tù nhân của chế độ cũ trở thành những bóng ma vật vờ, đen đủi, cam chịu, những tử tù bất khuất trước họng súng, những tù binh gan lì vượt ngục.

Bàn chuyện vượt ngục thì suốt những năm dài "cải tạo", tù vượt ngục cũng khá nhiều, song hầu hết đều thất bại. Anh em ta không chết trên đường đi cũng bị bắt trở về trại, bị tra tấn, đánh đập dã man xong bị biệt giam mút chỉ cà tha. Riêng Huỳnh Công Ánh, người tù "cải tạo" ở K1 vượt ngục thành công. Đọc tập hồi ký *Vượt Tù, Vượt Biển* của Huỳnh Công Ánh ta mới phục sự liều lĩnh, gan dạ, đầy mưu trí của Ánh. Kiểu vượt ngục có một không hai, hồi hộp, ly kỳ như trong phim Hollywood. Chuyện như ri:

Tù binh Huỳnh Công Ánh vượt ngục trong bộ đồ màu xanh cứt ngựa, nón cối trên đầu, dép râu dưới chân, vai mang xắc-cốt, từ ga Vinh lên tàu Thống Nhất chạy suốt một tuần lễ về tới ga BìnhTriệu, Sài Gòn.

Thật ra anh Huỳnh Công Ánh nhờ một cô thôn nữ đem lòng yêu anh và một anh bạn tù hình sự vừa được thả ra tay trợ giúp, bằng không ngay cả ông trời cũng khó bề thoát khỏi tai mắt loài cú vọ, đừng nói chi người.

Sau này, xách đờn đi hát với Huỳnh Công Ánh tôi thấy ông Ánh hiền lành, bình dị như bao người, có chi là "ghê gớm". Vậy mà cuộc đào tẩu thành công của Ánh từ trại tù Tân Kỳ, Nghệ Tĩnh đã gây chấn động anh em tù "cải tạo" một thời khiến ai cũng phải khâm phục.

Huỳnh Công Ánh sinh năm 1946 tại Bình Định. Cựu Sinh Viên Sĩ Quan Trừ Bị Thủ Đức khóa 3/68. Ra trường phục vụ Sư Đoàn 22 Bộ Binh tại Qui NHơn.

Tác phẩm đã xuất bản:

Uất Hận Ca (cassette 1982), Tiếng Mẹ Gọi (cassette 1983), Lên Đường (với Phong Trào Hưng Ca 1998), Những Trái Tim Rực Lửa (tập nhạc 1997), Hưng Ca Hành Khúc (tập nhạc), Hạnh Ngộ Bên Trời (thơ 2005), Quẩng Gánh Lao Đao giữ Nụ Cười (thơ, nhạc 2010), Ơn Nghĩa Trùng Trùng (thơ 2013), Cát Bụi Lăng Trầm (2016), Vượt Tù, Vượt Biển (hồi ký 2017), Lời Gởi Mai Sau (thơ, 2019).

NHẠC SĨ TRẦN DUY ĐỨC & KHÚC THÁNG HAI

Cái đặc điểm nổi bật ở nhạc sĩ Trần Duy Đức mà lần đầu tiên tôi gặp là... bộ râu. Trần Duy Đức, một nghệ sĩ đích thực cỡ Trung niên Thi sĩ Bùi Giáng hay nhà thơ Nguyễn Đức Sơn hoặc điêu khắc gia Phạm Văn Hạng là cùng. Thử hình dung bạn tôi không râu ria, tóc tai, không đội mũ bê rê (beret), chắc không còn là Trần Duy Đức. Đặc điểm của tóc và râu là lùm xùm, cái lùm xùm phất phơ làm nên người nhạc sĩ.

Có thể ghép thế giới âm nhạc của Trần Duy Đức vào loại cao, sang, khá kén chọn nhưng quan trọng hơn hết là cái đẹp. Trần Duy Đức luôn chú trọng đến kỹ thuật sáng tác và gần như độc lập trong kỹ thuật sáng tạo. Với tâm hồn nghệ sĩ, nhạc sĩ đã khéo léo lồng kỹ thuật vào những cung bậc trầm bổng, luyến láy, ngân nga để tạo nên cái đẹp rất riêng trong âm nhạc, cho chính mình.

Trong thế giới của nghệ thuật, thi ca và âm nhạc thường mang những đặc tính hài hòa. Chẳng hạn như sự hòa hợp phong phú, sinh động giữa thơ Du Tử Lê và nhạc Trần Duy Đức đã tạo nên một cái đẹp nghiêng về thính quan, nó mang lại sức sống vui tươi, lành mạnh, một cảm giác an bình. Đó là sự phối hợp nhịp nhàng giữa thi ca với ngôn từ mới lạ và âm nhạc có âm hưởng đầy sáng tạo.

Có thể nói nghệ thuật âm nhạc Trần Duy Đức góp phần đẩy thế giới thơ Du Tử Lê bay cao hơn. Ngược lại, cũng có thể nói cái đẹp trong thơ Du Tử Lê làm cho nghệ thuật âm nhạc Trần Duy Đức càng thêm óng ánh trong việc sáng tạo.

Tuy nhiên có Du Tử Lê hay không có Du Tử Lê thì thế giới âm nhạc của Trần Duy Đức vẫn hướng tới sức sống mang đặc tính của đam mê, lôi cuốn, kích động tạo được một cảm tính sáng tạo cũng như gợi được trong tâm hồn người nghe một tình cảm tốt đẹp.

Trần Duy Đức, từ khi tôi quen biết gần 40 năm, lúc nào cũng hết lòng với âm nhạc. Chính vì yêu âm nhạc nên qua cách diễn đạt đầy phóng khoáng và tân kỳ ở người nhạc sĩ này đã nhiệt tình tạo nên một dòng nhạc mới mẻ cho giới thưởng ngoạn. Cái đó người ta gọi là văn hóa.

Năm 1986, nhân buổi ra mắt tập thơ và CD nhạc của tôi ở hội trường báo Người Việt tại Quận Cam do nhà văn Mai Thảo và họa sĩ Khánh Trường tổ chức, tôi gặp hầu hết các văn nghệ sĩ trước và sau 1975 trong đó có nhạc sĩ Trần Duy Đức. Ngoài diễn giả Mai Thảo, phần văn nghệ giúp vui có nhạc sĩ Phạm Duy, nhạc sĩ Lê Uyên Phương và nhạc sĩ Trần Duy Đức.

Lần đầu tiên tôi gặp nhạc sĩ Trần Duy Đức với tóc râu lùm xùm bao kín mặt, mới dòm cứ tưởng cụ, nhưng thật ra chàng còn trẻ trung, ôm đàn hát Khúc Tháng Hai phong độ ra gì. Sau buổi ra mắt sách về nhà tôi có tặng nhạc sĩ Trần Duy Đức 4 câu thơ, cho vui:

Râu ria bạn rậm như rừng
Cái đầu bỏ tóc buộc từng câu ca
Luồn trong Khúc Tháng Hai ra
Bạn mang theo hết thiết tha giọng người.

Một lần khác, năm 2005 tôi lại ra mắt tập nhạc và CD cũng tại hội trường báo Người Việt do Hội Cựu Học Sinh Trung Học Banmêthuột tổ chức; lần này nhà thơ Du Tử Lê làm diễn giả và nhạc sĩ Trần Duy Đức làm... phó nhòm.

Từ đó đến nay thỉnh thoảng có dịp bay qua Mỹ tôi vẫn hẹn gặp bạn tôi và vài người bạn văn nghệ ở quán cà phê hoặc ở tiệm phở; còn thì khi cần nhạc sĩ và tôi lại ba hoa đôi điều qua điện thoại, email hoặc facebook.

Những lần tiếp xúc như thế, tôi nhận ra Trần Duy Đức là một bạn nhạc từ tốn, trầm tĩnh, mới gặp có chút e dè, nhưng rồi dễ thân ngay, thật giản dị, tự nhiên. Khi tôi cần cái gì, khúc mắc vấn đề gì về lãnh vực âm nhạc, không ngần ngại, bạn tôi nhiệt tình đáp ứng ngay. Đức tính này không dễ có với người giỏi về nhạc, hết lòng say mê dấn thân vào thế giới mênh mông, kỳ diệu, hiện đại và siêu thực của âm nhạc.

Với một nghệ sĩ sáng tác, Trần Duy Đức viết ra những ca khúc như để đi tìm lại mình, phát hiện ra chân dung mình, nhặt nhạnh trong đó những âm thanh mới lạ, những nhịp điệu riêng biệt và lời ca thật hay, thật dễ thương; ở đó nó nhuốm một màu sắc thơ mộng nhẹ nhàng pha trộn những hình ảnh của đam mê, khát vọng và hưng phấn.

BẢN TÌNH CA NGƯỜI CON GÁI

(nhớ Trầm Tử Thiêng (1937 – 2000)

Ở Sài Gòn, giữa thập niên 1960 và đầu thập niên 1970, đâu đâu cũng có cà phê. Thuở đó, Sài Gòn - Chợ Lớn nổi tiếng bởi những hàng quán cà phê mọc như nấm, mùi thơm bay khắp các đường phố cho tới hang cùng ngõ hẻm với đủ loại cà phê vợt, cà phê dĩa, cà phê phin..., từ bình dân tới sang trọng.

Sang trọng vào thời đó phải nhắc đến quán cà phê lộ thiên của khách sạn Continental, tuy sau này không còn bóng dáng quan thầy Pháp nhưng vẫn là nơi dành cho giới thượng lưu. Song hành với Continental còn có Majestic, Brodard, Givral, La Pagod cũng không kém sang trọng. Có điều sau này cà phê Quán Chùa (La Pagod) nằm ở ngã tư Lê Thánh Tôn - Tự Do lại trở thành nơi gặp gỡ của giới văn nghệ sĩ Sài Gòn.

Ngoài ra, những quán cà phê có thể gọi là thoải mái hơn, thân mật hơn thì có quán Phấn Thông Vàng của nhà thơ Phổ Đức , quán Thượng Uyển hai tầng nằm trên đường Trần Quốc Toản, quán Cà Phê Âm Phủ (cà phê vợt) ở Phú Nhuận, quán Nắng Mới ở dốc cầu chợ Trương Minh Giảng, quán Chiêu mờ mờ ảo ảo trên đường Cao Thắng, quán Ban-Mê của chị em Yến Oanh bên Thị Nghè, rồi quán Tre, quán Hồng, Thu Hương,

Diễm Xưa, Chiều Tím, Chân Mây, Da Vàng, Năm Dưỡng, Hoàng Thị...

Ngược với những bảng hiệu trữ tình, lãng mạng lẫn mơ hồ, ướt át kể trên, có những quán cà phê mang tên thật xuề xòa, bình dị mà lạ tai, như Hầm Gió, Đa La, Hầm Lú, Mù U, Cháo Lú, Thằng Nỏn, Thằng Bờm..., chưa kể tới các quán cà phê không tên mọc lên ở các vỉa hè hay các góc đường đông đúc xe cộ, người qua kẻ lại. Đó là những quán cóc còn gọi là quán cà phê lộ thiên với những bộ bàn ghế nhỏ nhắn, đơn sơ vừa đủ ngồi, dành cho hầu hết giới bình dân, sinh viên học sinh.

Nói tới cà phê không thể không nói tới âm nhạc, vì hương vị cà phê vốn song hành với âm thanh của âm nhạc. Thời đó (hoặc ngày nay cũng thế), quán cà phê nào cũng có nhạc chìm hay nhạc nổi.

Nhạc chìm là nhạc phát ra từ máy hát Magnétophone, thịnh hành từ thập niên 50-70, chạy bằng băng Magnétic, đem lại cho người yêu nhạc một khoảng lặng dễ thương giữa Sài Gòn ồn ào, náo nhiệt. Máy Magnéophone có nhiều hiệu như Teac, Sony, Panasonic gọi chung là máy Akai phát ra tiếng hát từ hai cuộn băng nhựa. Cứ nhìn hai cuộn băng to và tròn này quay vòng với hai cây kim tăng giảm theo mức độ âm thanh lớn nhỏ của máy Akai quả là sướng tai vui mắt.

Nhạc nổi hay nhạc sống cần không gian lớn hơn, đông khách hơn nên thường diễn ra diễn ra ở các hội quán hoặc sân khấu đại nhạc hội.

Đây là thời kỳ của nhạc Trịnh Công Sơn với tiếng đàn tiếng hát của chính nhạc sĩ và ca sĩ Khánh Ly song hành với các tiếng hát ăn khách của Ban Thăng Long với Phạm Đình Chương, Hòn Vọng Phu của Lê Thương, ban tam ca Đông Phương, Ba Con Mèo hoặc những bản tình ca bất hủ của Phạm Duy...

Cà phê và âm nhạc bất tử cứ thế theo thời gian trôi vào lòng người. Ngày nay cho dù người Sài Gòn còn đó hay những ai đã xa quê thì hai yếu tố tuyệt vời này vẫn luôn gợi lại những kỷ niệm còn lưu giữ để nhớ về một Sài Gòn rực rỡ sắc màu.

Nhớ lại một thuở cà phê Sài Gòn, tôi thường nhớ tới quán cà phê Thằng Bờm nằm trên đường Đề Thám, cho đến bây giờ nó vẫn để lại trong tôi một kỷ niệm khó quên. Ta đều biết thằng Bờm trong ca dao ra sao thí quán cà phê Thằng Bờm ra làm vậy. Nghĩa là với một thân hình còm cõi, một bộ mặt xấu xí của thằng Bờm thì mặt tiền quán Thằng Bờm cũng cũ kỹ, xụp xệ, không sơn phết hoa hòe hay treo đèn kết hoa gì hết. Quán tuy chật chội nhưng có chiều sâu, đủ chỗ để đặt chừng bảy tám bàn và ghế thấp. Quán thật đơn sơ, không trưng bày trang trí gì ngoài vài bức tranh treo hờ hững trên tường; còn hương vị cà phê thì như... gió thoảng. Ấy vậy mà một buổi tối đầu hè tôi được cô bạn nhỏ rủ tới quán Thằng Bờm uống cà phê nghe nhạc. Khi chúng tôi tới thì quán đã có khá nhiều khách, đặc biệt còn có cả phái đoàn điện ảnh người Úc tình cờ ghé qua xin thu hình.

Chủ đề của buổi nhạc hôm đó mang tên khá là trữ tình: "Bản Tình Ca Người Con Gái" của nhạc sĩ Trầm Tử Thiêng do chính tác giả đàn hát. Nhạc sĩ Trầm Tử Thiêng vóc người tuy nhỏ nhắn nhưng giọng hát rất mạnh.

Nghệ thuật âm nhạc của Trầm Tử Thiêng qua mười bài tình ca cho thấy sức sáng tạo thật sinh động. Những bản tình ca được tác giả hào hứng giới thiệu và trình bày không chỉ là mái tóc bay, ánh mắt sáng, nụ cười hiền được ghép lại thành hình hài đơn thuần trong tà áo dài của người nữ mà còn truyền tải một thông điệp tình yêu qua nghệ thuật âm nhạc của người nghệ sĩ. Qua đó, niềm cảm xúc tuôn trào, niềm yêu thương người con gái vừa tân thời lẫn quê quít, vừa dịu dàng, trong sáng vừa nũng nịu, vòi vĩnh, đã trở thành câu chuyện tình yêu đơn sơ mà dễ thương tràn bờ.

Âm nhạc là một nghệ thuật tuyệt vời để các nhạc sĩ tài ba ca ngợi sức mạnh của vẻ đẹp phụ nữ trong công cuộc làm người.

Năm 1996, nhân gặp lại Trầm Tử Thiêng ở Quận Cam tôi có nhắc tới đêm nhạc chủ đề Bản Tình Ca Người Con Gái ở quán cà phê Thằng Bờm làm anh ngạc nhiên. Nhìn tôi một thoáng anh cười nói: "Té ra hồi đó Phan Ni Tấn cũng từng là *'bạn nghe'* của tôi ha." Mặc dù Trầm Tử Thiêng là người gốc Quảng Nam nhưng nghe chữ *"bạn nghe"* của anh làm tôi bật cười nhớ ngay giọng điệu "nam kỳ lục tỉnh" của nhà văn Sơn Nam. Truyện Tháng Chạp Chim Về, nhà văn kể về cuộc giết chim ở sân chim từ trăm năm trước, trong đó nhóm người giết chim bằng cách bẻ lọi cổ chim được gọi là *" bạn giết"*. Xong việc *"bạn giết"* phủi tay về nhà uống rượu, nghỉ ngơi, nhường sân cho *"bạn nhổ",* tức nhóm người nhổ lông chim; còn *"bạn giữ sân"* là nhóm người giữ sân chim ở rạch Đường Sân, Chắc Băng...

Ở Mỹ tự do, no ấm, một cơ hội để nhạc sĩ Trầm Tử Thiêng sáng tác nhiều hơn. Nhìn chung, những bản tình ca của Trầm Tử Thiêng đều gợi lên những hình ảnh tuyệt đẹp của đời người mà tình yêu là suối nguồn tinh hoa diệu vợi. Ngoài ra, những bài hợp ca mang đậm hình ảnh quê hương, đất nước, tình người của Trầm Tử Thiệng do các ca sĩ của Trung tâm Asia thực hiện ở cuối mỗi chương trình đại nhạc hội là những nhạc phẩm tuyệt vời làm máy động lòng người.

Ngày nay Trầm Tử Thiêng không còn nữa. Cô bạn nhỏ năm xưa của tôi cũng không còn nữa. Họ đã về bên kia thế giới. Khi cô bạn nhỏ để lại trong tôi một nỗi buồn thì Trầm Tử Thiêng lại để lại cho đời một tên tuổi lớn với những sản phẩm giá trị về nghệ thuật âm nhạc được ghi nhớ mãi về sau.

Trầm Tử Thiêng tên thật là Nguyễn Văn Lợi, sinh năm 1937 tại Đại Lộc, Quảng Nam. Mất ngày 25 tháng 1/ 2000 tại Quận Cam, Hoa Kỳ.
Năm 1958, tốt nghiệp trường Sư phạm và dạy học.
Năm 1966, Trầm Tử Thiêng gia nhập Cục Tâm lý chiến thuộc Tổng cục Chiến tranh Chính trị, Bộ Tổng Tham mưu Quân lực Việt Nam Cộng hòa.

Năm 1985, được ca sĩ Thanh Thúy bảo lãnh sang định cư tại tiểu bang California, Hoa Kỳ.
Ngày 25 tháng 1 năm 2000, Trầm Tử Thiêng qua đời tại trung tâm y tế Anaheim Tây.

NHẠC SĨ ĐỖ LỄ (1941 - 1997)

Đầu thập niên 1960, nói tới nhạc sĩ Đỗ Lễ tôi chỉ biết anh qua bài hát Sang Ngang và... tin anh tự tử. Có thể nói Đỗ Lễ là một nhạc sĩ bất hạnh trong cuộc sống và trong tình yêu.

Ca khúc làm nên sự nghiệp âm nhạc của Đỗ Lễ là bài hát Sang Ngang, sáng tác năm 1965. Giới văn nghệ Sài Gòn trước 1975, hầu như ai cũng biết Sang Ngang là một ca khúc thất tình của Đỗ Lễ khi người yêu lên xe hoa.

Thôi nín đi em
Lệ đẫm vai rồi
Buồn thương nhớ ai
Anh hỡi đôi mình
Tình nay đã tan
Tình đã dở dang
Em khóc những chiều
Anh xót xa nhiều
Thương cho tình yêu
Nỗi buồn chua cay
Khi lòng đổi thay
Thôi hết sum vầy...

Nghe qua nội dung bài hát này ai mà không cảm thương cho cuộc tình éo le của đôi tình nhân yêu nhau thắm thiết cuối cùng đã đi đến nơi chia lìa. Về sau nghe nói Sang Ngang chỉ là một nhạc phẩm tưởng tượng của Đỗ Lễ tự an ủi mình qua tình yêu đơn phương của anh dành cho ca sĩ Lệ Thanh khi cô sang ngang.

Hình như trời sinh nhạc sĩ Đỗ Lễ để sáng tác những ca khúc thất tình, dù muốn dù không, cũng đã làm nên tên tuổi anh. Ca khúc Chia Ly chẳng hạn. Sau Sang Ngang là Chia Ly, cũng với tâm trạng tuyệt vọng của một chàng trai tiễn người yêu sang ngang:

Mai lên xe hoa em sầu trong áo cưới
Em lên xe hoa còn thương nhớ một người
Ai gieo đau thương đếm từng đêm ướt gối
Em đã đi rồi, em đã quên người tình xưa...

Ngay cả trong hôn nhân cũng chỉ kéo dài được 6 năm, nhạc sĩ Đỗ Lễ lại lâm vào nỗi buồn đau để sáng tác bài Tình Phụ:

Thôi nhé em còn hận tình này
Bao nhiêu đắng cay, hãy cố quên đi
Đem chôn vùi vào ngày thật buồn
Cho anh cô đơn mãi mãi mà thôi...

Ngoài ra nhạc sĩ Đỗ Lễ còn sáng tác khoảng 50 ca khúc được Diễm Ca phát hành 4 album Băng nhạc Đỗ Lễ gồm:

Đỗ Lễ 1: Tình Khúc Cho Nhau (1974)
Đỗ Lễ 2: Trên Đỉnh Tình Yêu (1974)
Đỗ Lễ 3: Những Tình Khúc Tuyệt Vời (1974)
Đỗ Lễ 4: Xuân (1975)

Nhìn chung 3 ca khúc Sang Ngang, Chia Ly và Tình Phụ, tuy đã làm nên sự nghiệp âm nhạc của anh nhưng chính 3 ca khúc này như vận vào cuộc đời bất hạnh của nhạc sĩ đã dẫn đến hành động tự kết liễu đời mình vào cuối tháng 3 năm 1997 tại Sài Gòn.

Nhạc sĩ Đỗ Lễ tên thật là Đỗ Hữu Lễ, sinh ngày 12 tháng 10 năm 1941 tại Hà Nội. Theo học trường Cao đẳng Mỹ thuật Sài Gòn (1953-1954), Đại học Khoa Học Sài Gòn (1959), Đại học Luật Khoa Sài Gòn (1963). Tự học nhạc và sáng tác năm 15 tuổi. Anh từng phụ trách chương trình "Thời Trang Nhạc Tuyển" trên Đài Truyền hình Sài Gòn, quy tụ nhiều ca sĩ nổi tiếng như Hoàng Oanh, Khánh Ly, Thanh Tuyền....

Biến cố tháng 4/1975: Đỗ Lễ ở lại Việt Nam, kiếm sống bằng nghề dạy nhạc. Năm 1994, anh sang định cư tại Philadelphia, Pennsylvania, Hoa Kỳ theo diện bảo lãnh thân nhân.

Nhạc sĩ Đỗ Lễ qua đời năm 1997 tại Hoa Kỳ, để lại nhiều sự tiếc thương.

Các tác phẩm tiêu biểu:

Sang ngang

Tình phụ, (nhạc phim Sóng tình)

Chia phôi

Buồn nhớ.

LAM PHƯƠNG
NGƯỜI TÌNH CỦA ÂM NHẠC

Thập niên 60 tôi bắt đầu sinh hoạt văn học nghệ thuật qua hai bộ môn cầm bút và cầm đàn. Riêng về lãnh vực âm nhạc, hồi đó tôi chỉ chuyên tâm sáng tác những bài ca đấu tranh, thỉnh thoảng mới viết một vài bản tình ca. Có điều nhạc chiến đấu thời nào cũng vậy, cũng không có nhiều đất dụng võ, ngoài những lần anh chị em sinh viên học sinh tổ chức hát trong các giảng đường đại học, trong câu lạc bộ sinh viên hoặc xuống đường biểu tình chống các sắc luật của chính phủ có ảnh hưởng bất lợi đến con đường hoạn lộ của sinh viên học sinh. Chính vì thế hồi đó dù tôi có thờ ơ trước những bản tình ca muôn thuở thì nó vẫn cứ rỉ rả phát thanh ngày này qua tháng nọ, năm này qua năm kia trên các làn sóng của đài phát thanh dân sự hay quân đội; riết rồi nhập tâm. Dĩ nhiên đa số các ca khúc đó tôi chỉ thuộc một hai câu đầu; còn tác giả là ai, tựa bản nhạc là gì thì tôi chịu thua.

30 tháng 4 năm 1975 mất nước, tôi đi tù Cộng sản, rồi trốn chạy ra hải ngoại tiếp tục sáng tác nhạc đấu tranh, nhưng cũng bắt đầu nghiêng về lãnh vực tình ca. Từ đó tôi lắng nghe trong các băng, đĩa nhạc, nhất là sau này xem các chương trình đại nhạc hội thu hình của các trung tâm tôi mới biết những bản nhạc quen thuộc ngày xưa như Nỗi Lòng Người Đi là của Anh Bằng, Cánh Thiệp Đầu Xuân của Hoài An, Gạo Trắng Tranh Thanh của Hoàng Thi Thơ... và một loạt ca khúc

bình dị quen thuộc như Ngày Tạm Biệt *(Hôm nay đây còn vui trông thấy nhau. Bên tiếng ca tiếng đàn vượt trời cao...)* hoặc Khúc Ca Ngày Mùa *(Cười lên đi cho trăng tàn bóng xế. Hát lên đi để nung lòng nhân thế...)*, một bài mộc mạc nữa Chuyến Đò Vỹ Tuyến *(Đêm nay trăng sáng quá anh ơi. Sao ta lìa cách bởi dòng sông bạc hai màu...)* v.v... là của Lam Phương.

Nhắc tới nhạc sĩ Lam Phương tôi có một thoáng kỷ niệm với anh mà cho đến ngày qua đời anh vẫn hoàn toàn không biết vì chắc chắn anh không để ý. Tháng 3/1999 tin nhạc sĩ Lam Phương bị đứt mạch máu não, sau đó được xuất viện về nhà, nhân chuyến đi từ Toronto qua Cali thu âm bài vở, Nguyễn Ngọc Ngạn và tôi có ghé thăm Lam Phương tại nhà riêng của anh. Lúc đó Lam Phương mới xuất viện về ngồi xe lăn do một người em gái của anh tận tình chăm sóc. Căn nhà bày biện rất giản dị, không khí có phần lạnh lẽo theo người chủ đang mang trọng bệnh. Lúc đó giọng nói của Lam Phương vẫn còn khó khăn, ngọng nghịu, đầy vẻ mệt mõi. Ông Ngạn có giới thiệu tôi với Lam Phương nhưng tôi hiểu sự kiện tâm lý đã ngăn cản sự niềm nở cố hữu của anh với khách. Tôi gật đầu chào và khẽ chạm vào bàn tay oặt ẹo của anh đang đặt trên thành ghế xe lăn như bày tỏ một sự cảm thông.

Đó là lần đâu tiên tôi gặp Lam Phương và sau này thỉnh thoảng tôi vẫn thấy anh qua các chương trình âm nhạc DVD thu hình. Riêng anh cho đến ngày về trời, dù nghe đến tên tôi nhưng anh vẫn không hề biết anh và tôi đã gặp nhau một lần.

Một điều ai cũng cảm nhận là dòng nhac Lam Phương rất sâu sắc mà đơn giản, dễ đi vào lòng người. Với anh âm nhạc là tất cả. Là nỗi ám ảnh, đắm đuối, mê hoặc, ăn sâu vào tâm hồn, phủ lên toàn bộ cuộc đời anh. Ngay cả cái ngày anh bị bệnh, dường như âm nhạc vẫn không cách gì dứt bỏ được, thoát ra được.

Tôi đã nghe và đọc rất nhiều nhận định về thế giới âm nhạc Lam Phương. Tuy nhiên có một điều, có thể đã có người nhận xét rạch ròi rồi mà tôi không biết. Đó là nói đến cái hồn nhạc của Lam Phương sau lần đỗ vỡ trong hôn nhân.

Hãy đọc hoặc lắng nghe hồn nhạc và lời ca của Lam Phương, đặc biệt sau cái ngày anh bị tình đời ruồng bỏ rồi bị bệnh. Đọc rồi dừng lại hay nghe xong ngẫm nghĩ lại tôi có cảm tưởng như lời ca của anh chậm rãi ứa ra từ những trang nhạc, từ những khoảng trống của dòng nhạc, một cảm giác trầm buồn, một cái gì đó như một nổi tiếc nhớ khôn nguôi. Bởi vì, Lam Phương không viết về tình người nữa. Anh viết về bài học kinh nghiệm làm người đẹp đẽ nhất của mình do tinh đời đắng cay mang lại.

Xin nói thêm mà không sợ mang tiếng ác ý: Có phải vì nguyên nhân đau buồn đó hay cuộc đời nhiêu khê này, hoặc tình đời biết mấy khổ đau kia mà ngày hôm nay chúng ta tiếp tục thừa hưởng toàn bộ cái di sản văn hóa âm nhạc, xuyên qua đó cái bản sắc tinh túy và đầm thấm nhất trong ngôn ngữ và âm thanh âm nhạc của người nghệ sĩ đã làm nên một Lam Phương.

Nếu đứng trước sự lựa chọn để nói lên lòng biết ơn thì những nguyên nhân sâu xa trên đâu có tội tình gì, ngược lại là đằng khác. Có thể nói nó giống như một cuộc chơi kỳ diệu đầy thách thức và lắm khổ đau, một "tác nhân" chính đã biến con người nghệ sĩ trở nên bất tử.

Nhạc sĩ Lam Phương tên thật là Lâm Đình Phùng, sinh năm 1937 tại Rạch Giá. Sáng tác nhạc năm 15 tuổi với ca khúc Chiều Thu Ấy là nhạc phẩm đầu tay. Những tác phẩm nổi tiếng như Chuyến Đò Vỹ Tuyến, Kiếp Nghèo, Thành Phố Buồn, Trăm Nhớ Ngàn Thương, Duyên Kiếp, Tình Bơ Vơ, Ngày Tạm Biệt, Nắng Đẹp Miền Nam, Bài Tango Cho Em, Khúc Ca Ngày Mùa, Tình Anh Lính Chiến, Đoàn Người Lữ Thứ, Biển Tình, Lầm, Say, Một Mình...

Mất ngày 22/12/2020 tại thành phố Fountain Valley, California, Hoa Kỳ, hưởng thọ 83 tuổi.

NHẠC SĨ TRƯỜNG KỲ

(Trường Kỳ với chương trình Nghệ Sĩ Và Đời Sống)

Trường Kỳ tên thật Vũ Trường Kỳ sinh năm 1946 tại Hà Nội. Thập niên 1960 - 70 nhạc sĩ Trường Kỳ được mệnh danh là "ông vua nhạc trẻ", cùng Tùng Giang và Nam Lộc khai sinh phong trào nhạc trẻ Sài Gòn, gây được tiếng vang và góp phần lớn vào việc đưa nhạc trẻ trở nên thịnh hành tại Sài Gòn.

Ngoài việc sáng tác nhạc, viết lời Việt cho các ca khúc ngoại quốc, Trường Kỳ còn viết phóng sự cho báo Kịch Ảnh, Màn Ảnh, phụ trách trang nhạc trẻ trên nhật báo Sống của nhà văn Chu Tử.

Sau 1975, Trường Kỳ vượt biên và định cư tại Montréal, Canada, tiếp tục sinh hoạt văn nghệ, viết về giới nghệ sĩ, du lịch và ẩm thực đăng trên các tạp chí ở Canada và Hoa Kỳ, đồng thời cộng tác với Đài Tiếng Nói Hoa Kỳ trong chương trình "Nghệ Sĩ Và Đời Sống" phát thanh hàng tuần vào tối thứ bảy về các ca nhạc sĩ, giúp cho các khán thính giả biết thêm về tiểu sử của nghệ sĩ được công chúng mến mộ. Trải qua một quá trình dai từ trong nước ra tới ngoài nước, Trường Kỳ kết hợp được những mối quan hệ tốt đẹp với nhiều bằng hữu. Trong thời gian này, mỗi lần Trường Kỳ ghé qua Toronto thỉnh thoảng cao hứng gọi tôi đi nhậu, hội họp cùng bạn bè bàn luận, mở mang kiến thức về điện ảnh cũng như lan man kể chuyện đời xưa lẫn nay.

Lần cuối cùng ngày 22 tháng 3 năm 2009 tôi được tin Trường Kỳ đột ngột qua đời tại bệnh viện thành phố Mississauga, Ontario, Canada, để lại người vợ Thu Huyền và cô con gái duy nhất ở Montréal, Canada.

Dưới đây là bài viết của Trường Kỳ, tôi mạn phép đưa vào đây như một kỷ niệm với người bạn đã mất.

TRƯỜNG KỲ và THƠ CA PHAN IN TẤN

Ca khúc Bài Ca Học Trò không những phổ biến trong phong trào Du Ca mà Phan Ni Tấn là một thành viên, nhưng Bài Ca Học Trò với lời ca đầy mỉa mai, chua chát là một tác phẩm đồng vọng và băng hóa vì chiến tranh đã được truyền đi rất nhanh chóng. Tư tưởng của ca khúc này ra đời một cách hợp tình hợp cảnh nhưng nó đã không được phổ biến chính thức mà đã bị tam sao thất bổn để lời ca không thể sống.

Ngoài ra CD đầu tay mang tựa đề Sinh Nhật Của Cây Đàn của Phan Ni Tấn với những tác phẩm trong CD này tác giả đã đề cập tới những địa danh miền cao nguyên như Banmêthuột, Pleiku, Kontum v.v.

Về những sáng tác mang âm hưởng cao nguyên của mình, bài hát như nhạc phẩm Đứa Con Của Mẹ Núi,

Phan Ni Tấn chú trọng về cách xử dụng những nhạc cụ đặc thù mà Phan Ni Tấn có khả năng thực hiện được những âm thanh sống thực.

Phan Ni Tấn sinh tại Banmêthuột năm 1948 (năm sinh chính thức là 1946). Năm 1960, sau khi học trường Trung học Banmêthuột được một tháng bốn ngày, Phan Ni Tấn chuyển trường về Sài Gòn tiếp tục con đường học vấn và cũng từ đó Phan Ni Tấn bắt đầu đi vào văn đàn nghệ thuật cũng như gia nhập chương trình sinh hoạt văn nghệ với một số anh em của Phong Trào Du Ca Sài Gòn năm 1966. Sau khi đậu tú tài toàn phần anh ghi danh vào trường Đại học Khoa Học năm 1969 đến năm 1970 Phan Ni Tấn gia nhập trường Bộ Binh Thủ Đức. Sau khi tốt nghiệp trường Bộ Binh Thủ Đức anh nhận sự vụ lệnh về Pleiku, Kontum trong vòng hai năm rồi chuyển về Banmêthuột. Chính thành phố của miền cao nguyên đất đỏ này đã ăn sâu vào tâm hồn nhạy cảm của Phan Ni Tấn để anh có dịp tạo nên những ca khúc không theo sự tưởng tượng mà theo cảm xúc của mình cũng như tiến hành về những kỷ niệm của miền cao nguyên.

Ngoài hình ảnh của vùng núi đồi cao nguyên dòng nhạc Phan Ni Tấn còn cho người nghe những ca khúc theo tâm hồn dân ca miền Nam mà anh phổ nhạc thật tài tình. Chính là hình ảnh đặc biệt của miền đồng bằng sông Cửu Long, đó là nơi anh thích thú vào mùa hè năm 1969 - 70 sau nhiều tháng lang bạc khắp nơi ở miền Tây. Và người nghệ sĩ có tâm hồn rất nhạy cảm này một lần nữa bị lôi cuốn để đem hình ảnh quê hương vào những ca khúc của mình.

Như trước khi đến với những dòng nhạc đầy màu sắc và tình cảm quê hương xuôi từ miền cao nguyên xuống đồng bằng sông Cưu Long, Phan Ni Tấn là một người đã từng viết những ca khúc đấu tranh trong thời kỳ hăng say của tuổi thanh niên, nhất là ở tuổi hai mươi. Thật ra trong thời gian này, Phan Ni Tấn cũng từ viết ra những dòng nhạc nhưng không phổ biến hơn nữa nhạc tranh đấu lúc đó đang bùng lên phong trào trong giới thanh niên nên nhạc tình chỉ giữ một chỗ đứng khiêm nhượng trong tâm hồn sôi sục lửa đấu tranh.

Không những chỉ là một người nổi tiếng về âm nhạc, Phan Ni Tấn còn được biết nhiều trong lãnh vực thơ mà anh đã bước vào từ năm 16 tuổi. Sang hải ngoại Phan Ni Tấn cộng tác với các tạp chí văn học nghệ thuật như Văn, Văn Học, Nhân Văn, Hợp Lưu, Văn Nghệ, Sóng Văn, Diễn Đàn Tự Do v.v... Nhưng sang lãnh vực âm nhạc mà anh tự học lấy, Phan Ni Tấn cũng nhận được ảnh hưởng từ thân phụ anh, là một người xử dụng violon cổ điển rất hay với nghệ danh là Ba Lô cùng thời với những nghệ sĩ tài danh như Út Bạch Lan và Thành Được. Và cũng do ảnh hưởng đó mà tâm hồn cổ nhạc đã ảnh hưởng vào Phan Ni Tấn mà anh dễ thành danh tiếng trong những sáng tác của anh sau này như bài Lý Con Sáo Bạc Liêu.

Và Phan Ni Tấn có tâm sự thêm là rất nhớ tới thân phụ anh đã qua đời từ lâu khi viết thành ca khúc Lý Con Sáo Bạc Liêu. Phan Ni Tấn có khả năng đặc biệt trong cả hai lãnh vực thơ và nhạc, anh cho biết đều thích sống hết mình trong cả hai lãnh vực này mặc dù thơ hay nhạc đều là nghề tay trái của anh.

Những tác phẩm về hai bộ môn thơ và nhạc đã được Phan Ni Tấn chọn lọc để đưa vào tuyển tập nhạc và CD của anh sau khi ra đến hải ngoại. Phan Ni Tấn từ Rạch Giá đã vượt biên một mình từ cuối năm 1979 và đến trại tỵ nạn Laem Sing, Thái Lan. Sau bốn tháng ở trại tỵ nạn, anh được đưa lên Bang Kok được khoảng nửa tháng trước khi được một nhà thờ bảo lãnh sang Toronto, Canada.

Sinh hoạt văn nghệ của Phan Ni Tấn lắng đọng một thời gian sau cuộc sống ở hải ngoại những ngày đầu tiên. Sau đó anh cảm thấy có hứng thú trở lại từ đầu với cách sống hết mình cho văn học nghệ thuật. Và năm 1983, lần đầu tiên Phan Ni Tấn cho ra mắt tập nhạc Dậy Lửa Trường Sơn của mình ở Toronto. Khởi đầu bước mạnh mẽ của anh sau đó như thành lập Phong trào Du Ca Về Nguồn, và hai năm sau anh

thường từ Toronto qua lại Montreal để cùng với hai nghệ sĩ Hoàng Xuân Sơn và Đinh Ngọc Bôi chính thức thành lập ban Du Ca Đồng Vọng với những lần sinh hoạt gây được nhiều tiếng vang. Tại đây
Phan Ni Tấn trở thành một người bạn thân của thi sĩ Luân Hoán mà anh đã phổ nhạc từ bài thơ Khiêng Nước để đưa vào CD của mình.

Nhạc phẩm này sẽ được gởi đến quí vị sau đây để tiếp nối cho chương trình Văn Nghệ Và Đời Sống do Trường Ký thực hiện hôm nay dành cho Phan Ni Tấn.

Sau buổi ra mắt thành công CD Sinh Nhật Của Cây Đàn ở Orange County vào tháng 10/2005, Phan Ni Tấn với đầu óc thích sáng tác cùng với khả năng sáng tạo, chẳng hạn như anh đang theo đuổi một khuynh hướng sáng tác được gọi là "Dục Tính Trong Âm Nhạc"

Tuy mang khuynh hướng "dục tính", như Phan Ni Tấn cho biết mức độ của nó rất nhẹ nhàng và không quá nặng như những bài Tục Ca của Phạm Duy ra đời cách đây 33 năm. Và có lẽ theo cái duyên của Phan Ni Tấn đến với đất nước và con người miền Tây Việt Nam như anh từng đưa vào những ca khúc của mình duyên số đã đưa Phan Ni Tấn đến việc thành lập gia đình với một thiếu nữ người Rạch Giá gốc Triều Châu, và đó cũng là cây đàn tên Ngự Cầm đã kề cận đến anh suốt cả cuộc đời văn nghệ, và đó cũng là cách chơi chữ của Phan Ni Tấn khi đặt tựa đề cho CD của mình là Sinh

Nhật Của Cây Đàn tặng riêng cho người vợ thân yêu tên Ngự Cầm đã có với anh một cậu con trai.

Cuôc sống của Phan Ni Tấn hiện nay là một cuộc sống bình dị, êm đềm và tế nhị nhưng lớn lao hơn cả là hạnh phúc anh đang có với một người vợ tần tảo và một đứa con ngoan.

VẮNG TIẾNG ĐÊ MÊ

nhớ nữ ca sĩ Thái Thanh (1934 - 2020)

Tôi sẽ không nói gì về tiếng hát thiên phú vượt thời gian của nữ danh ca Thái Thanh vì đã có nhiều người ngợi khen từ khi chị nổi tiếng cho tới ngày chị qua đời. Trong bài viết giản dị và chân thành này, tôi không mang nỗi buồn vào đây, không kéo cái ảm đạm vô đây; tôi cũng không phải thắp thêm nén tâm hương tiễn nữ ca sĩ Thái Thanh về bên kia thế giới, vì tôi đã thành kính phân ưu cùng gia đình chị ở những email, facebook của bạn bè đưa tin về sự qua đời của một danh ca. Ở đây, tôi chỉ kể lại chút kỷ niệm với chị, chỉ vậy thôi.

Ngày 17/3/2020, được tin nữ ca sĩ Thái Thanh mất, tôi nhớ ngay đến gương mặt khả ái của chị, dù đã 36 năm qua rồi gương mặt với môi cười tươi thắm kéo theo đôi mắt biết cười của chị vẫn còn rạng rỡ trong trí nhớ tôi. Mùa hè 1996 trong buổi ra mắt sách của tôi tại hội trường báo Người Việt, ngoài nhà văn Mai Thảo làm diễn giả còn có đông đảo văn nghệ sĩ gạo cội của nền văn học Việt Nam tới chung vui trong đó có nữ ca sĩ Thái Thanh.

Bằng giọng thanh lịch của người Hà Nội xưa,chị cười nói: "Người thơ Phan Ni Tấn đây nhỉ?" làm tôi nhớ hoài. Thiệt tình lúc đó tôi không nghĩ có ngày mình được tiếp chuyện với "tiếng hát vượt thời gian". Mắc cười nhất mà cũng cảm động nhất là nhà văn Mai Thảo kè kè chai rượu Whisky đã cạn phân nửa, nhướng mắt nhìn tôi, giới thiệu: "Tiếng hát vượt thời gian đấy, ông Tấn nhé!". Cái giọng lè nhè mà dễ thương của nhà văn xưa nay vẫn vậy.

Chuyện thoáng đó đã 30 năm vù qua với biết bao vật đổi sao dời, kẻ mất người còn. Có người sẽ hỏi:

- Thế, từ đó đến nay anh em văn nghệ sĩ đến với anh trong buổi ra mắt sách những ai còn ai mất, thưa anh?

- Dạ, còn các anh Hoàng Khởi Phong, Đỗ Quý Toàn, Nguyễn Thiện Cơ, Lâm Văn Sang, Trần Duy Đức, Phan Tấn Hải, Thái Tú Hạp, Nguyễn Nam An, Phạm Vũ...

Riêng những người đã mất, tính theo năm gồm anh Trần Đại Lộc mất năm 1997, nhà văn Mai Thảo mất cùng năm với họa sĩ Nghiêu Đề (1998), nhạc sĩ Lê Uyên Phương (1999), họa sĩ Tạ Tỵ (2004), nhà báo Đỗ Ngọc Yến (2006), nhà văn Thảo Trường (2010), nhạc sĩ Nguyễn Đức Quang (2011), nhạc sĩ Phạm Duy (2013), nhà văn Nguyễn Xuân Hoàng (2014), nhà biên khảo Trần Văn Nam (2018), nhà thơ Du Tử Lê (2019), ca sĩ Thái Thanh (2020), Nguyễn Mạnh Trinh (2021), Nguyễn Đình Toàn (2023), Khánh Trường (2024).

Tưởng nhớ một danh ca qua đời tôi viết bài VẲNG TIẾNG ĐÊ MÊ, tựa đề được rút ra từ bài Tình Hoài Hương của nhạc sĩ Phạm Duy:

Quê hương tôi, có con sông đào xinh xắn
Nước tuôn trên đồng vuông vắn
Lúa thơm cho đủ hai mùa
Dân trong làng trời về khuya, vẳng tiếng lúa đê mê...

Có thể nói cây tre là biểu tượng anh hùng của nước Việt ta, một loại tre khổng lồ trong tích xưa được Thánh Gióng dùng làm binh khí quét sạch giặc Ân ra khỏi bờ cõi. Còn ở đây, với tôi, hình ảnh nữ ca sĩ Thái Thanh là cây lúa, là hạt lúa, hương lúa hay tiếng lúa cũng vậy.

Dù gì chăng nữa, tôi cũng xin thả vào đây một câu nói rất hay như một tiếng thở dài, nhẹ thôi, ưu ái thôi: “Nụ cười có thể tặng cho bất cứ ai. Nhưng nước mắt thì chỉ dành cho nhữngngười mà ta không muốn mất."

Chị Thái Thanh lên trời bình yên nghe.

Thân kính.

HỌ THÁI Ở GEORGIA

Nhạc mẫu tôi họ Thái, người miền Tây. Thời xa xưa bà ở tuốt dưới miệt *"Rạch Giá thị quá sơn trường. Dưới sông sấu lội trên rừng cọp um"*. Bà là hình ảnh người mẹ Việt Nam mang họ Thái mộc mạc, bình dị, đôn hậu, một đời tần tảo nuôi con (không kể sự hiểu biết về thơ văn thời cổ và lòng yêu nước thầm lặng của bà).

Nói tới họ Thái nổi tiếng trong văn học sử không phải ít. Tiêu biểu như nhà thơ Thái Thuận thời vua Lê Thánh Tông, nhà cách mạng Thái Phiên thời vua Duy Tân, nhà thơ tiền chiến Thái Can, nhà văn Thái Văn Kiểm, nhà nghiên cứu và phê bình mỹ thuật Thái Bá Vân, nhà thơ Kha Tiệm Ly (Thái Quốc Tế), gần đây có nhà thơ cấp tiến Thái Bá Tân, và tôi cũng không quên nhắc tới người bạn già họ Thái: nhà thơ, nhà văn Thái Quốc Mưu.

Ông Thái Quốc Mưu sinh năm 1941, ở tuổi 85. Tuy ông lớn hơn tôi 5 tuổi, nhưng quen biết nhau qua cái duyên văn nghệ tôi nhận thấy ông là người hiền lành, khiêm tốn và vui tính. Đó là tôi chỉ nói hiện tại thôi, nếu ngược về quá khứ thì lại khác; không những khác mà khác xa lắc xa lơ.

Thời Đệ Nhị Cộng Hòa, ông Thái Quốc Mưu trải qua những chức vụ như Phụ tá Cảnh Sát An Ninh tỉnh Định Tường.

Sau trận Mậu Thân (1968), Việt cộng tràn vào thành phố Mỹ Tho bắt bào huynh ông là Thái Quốc Ngọc dẫn đi, giết mất xác.

Để tránh nỗi đau mất con, phụ thân ông chuyển đến Xuân Lộc Long Khánh. Lâu sau, Thái Quốc Mưu xin chuyển về Long Khánh, phục vụ tại Ty Công Vụ, thuộc Tòa Hành Chành Long Khánh. Tại đây, ông trải qua các chức vụ: Trưởng Đoàn Thanh Tra các Dự Án Xây Dựng thuộc Chương Trình Tự Túc Phát Triển Xã Tỉnh Long Khánh, Thơ ký Hội Đồng Kỹ Luật và Hội Đồng Thăng Thưởng Tỉnh Long Khánh, Quyền Chủ Sự phòng nhân viên Chánh Ngạch Ty Công Vụ, Tòa Hành Chánh Long Khánh.

Lúc mất nước, với những chức danh như ông Thái "có nợ máu với nhân dân" ít nhất cũng bị bảy tám năm tù "cải tạo" như chơi, với “tội danh Nguy quân, ngụy quyền" (VC gọi vậy mà) có bị đi tù, đi kinh tế mới rồi đi vượt biên hay đi H.O thì phận người sa cơ ai cũng như ai, hào quang quá khứ đều tắt cái phụp.

Cũng may cho tôi vốn đèo bồng ba mớ văn chương văn chiếc nên tôi quen biết nhiều văn nghệ sĩ trong ngoài nước. Nhờ vậy mà tôi được nhiều vị tặng sách để đọc, để học hỏi, trong đó có người bạn già nhà thơ, nhà văn Thái Quốc Mưu.

Khởi viết từ 1962 đến nay ông Thái đã xuất bản 10 tác phẩm thơ văn, không kể từng góp mặt trên 25 tác phẩm văn học, radio, website trong và ngoài nước.

Xuyên qua các tác phẩm thơ văn *Gió Quyện Hương Đồng, Truyện Ngắn Thái Quốc Mưu, truyện vừa Phía Sau Cuộc Đời, Thơ Tứ Tuyệt Thái Quốc Mưu, Thơ Đường Luật Thái Quốc Mưu, Tạp Văn*... Cuốn nào cũng thuộc loại... thứ dữ, được báo chí, độc giả, nhà bình luận, văn nghệ sĩ ... ai đọc cũng khen. Nhất là được những cây bút tên tuổi như Diên Nghị, Lã Mộng Thường, Hà Thượng Nhân, Song Nhị, Phạm Phong Dinh, Diệu tần, Vũ Hối, Lê Bá Kông...

Tuy nhiên tôi để ý thấy trong 10 tác phẩm thơ văn kể trên có tập *Thơ Đường Luật Thái Quốc Mưu* (trên 100 bài) làm tôi nhớ một kỷ niệm khó quên. Số là hồi trẻ thấy bá quan thiên hạ và bạn bè ào ạt đua nhau làm thơ Đường, tưởng bở tôi cũng hí hoáy mần theo. Ai dè ngay từ bài đầu tiên vừa đem khoe đã bị phán cho một câu xanh dờn: "Ông Tấn mần thơ Đường trật lất hà!" tức là sai tét bét tè be vế quy luật thơ Đường. Tức khí (hồi còn trẻ đó mà) tôi tìm hiểu mới biết thơ Đường tức Đường thi có từ thời nhà Đường (Đường Huyền Tông). Nhưng quy định - ôn mệ ơi - nó quá khắt khe về niêm, luật, vần, đối, bố cục.

Thí dụ: Thất ngôn bát cú THƯƠNG VỢ của Trần Tế Xương theo luật bằng:

1. B T B B Quanh năm buôn bán ở ven sông
2. T B T B Nuôi đủ năm con với một chồng
3. T B T T Lặn lội thân cò khi quãng vắng
4. B T B B Eo sèo mặt nước buổi đò đông.
5. B T B T Một duyên hai nợ âu đành phận

6. T B T B Năm nắng mười mưa dám quản công.
7. T B T T Cha mẹ thói đời ăn ở bạc!
8. B T B B Có chồng hờ hững cũng như không!

Hoặc bài thơ QUA ĐÈO NGANG của Bà Huyện Thanh Quan theo luật trắc:
1: Bước tới Đèo Ngang bóng xế tà: TB__TB
2: Cỏ cây chen lá, đá chen hoa: BT __BB
3: Lom khom dưới núi, tiều vài chú: BT __ BT
4: Lác đác bên sông, rợ mấy nhà: TB __ TB

Còn thơ Đường của người bạn già Thái Quốc Mưu đáng mến của tôi về niêm, luật, vần, đối, bố cục chi chi đó ông đều tuân thủ theo quy luật thật tề chỉnh, thật đàng hoàng.

Thí dụ bài thơ SỰ ĐỜI

Thật ngán ngẩm thay cái sự đời
Như làn nước bạc giữa dòng khơi
Ân tình nồng nhạt - Thời lên xuống
Nhân nghĩa hợp tan - Thế đứng ngồi
Lỡ vận - Đâu đầu còn biếng gọi
Hưng thời - Cách mặt cũng năng mời
Thịnh suy mới biết lòng nhân thế
Rõ thật - Ô hô! Lỡ khóc cười
1984

Tuy nhiên, thưa ông Thái Quốc Mưu. Ở đời đâu phải bài thơ Đường đúng niêm luật là hay, là đạt đâu nà. Ngay cả các Thi Thiên, Thi Thánh, Thi Thần chi đó như

Lý Bạch, Đỗ Phủ, Thôi Hộ, Nguyễn Du, Quách Tấn, Hàn Mặc Tử, Bùi Giáng... mần thơ Đường cũng trật niêm luật như ai. Thành ra ta cứ thoải mái mần thơ Đường trật luật miễn sao hay, đạt, đầy đủ ý nghĩa là tới rồi.

Có điều riêng tôi, xin lỗi, hễ rớ tới thơ Đường luật, dù thời Sơ Đường, Thịnh Đường, Trung Đường hay Vãn Đường là tôi chạy có cờ, chạy tét xì dầu, chạy tuốt gié bà cô...

NHÀ THƠ LESYA UKRAINKA, BIỂU TƯỢNG CỦA UKRAINE

Hôm qua, trong lúc cần tìm lại vài tấm hình chụp từ năm 1980 trong cuốn album đã cũ, bất ngờ tôi thấy tấm hình tôi chụp trước tượng đài nhà thơ nổi tiếng Lesya Ukrainka của quôc gia Ukraine, do điêu khắc gia Mykailo Chereshniovsky dựng lên năm 1975 trong công viên High Park, Toronto, Canada. Tấm hình làm tôi hết sức ngạc nhiên. Tôi không thể nhớ nổi 42 năm trước tôi đã được... chụp chung với nữ thi sĩ Ukrainka vĩ đại của đất nước Ukraine anh hùng.

Hồi mới định cư ở Canada, thấy cái gì mới lạ tôi cũng muốn chụp hình giữ làm kỷ niệm. Hơn nữa, tôi vốn mến mộ những văn tài trên thế giới, nên thấy tượng đài có khắc chữ "Lesya Ukrainka, The Greatest Ukrainian Poetess" là tôi a vô chụp. Đặc biệt, bên hông tượng đài có khắc câu: "Whoever liberates themselves shall be free. Whoever is liberated by others captive shall remain" (nhà thơ Bắc Phong phỏng dịch: Ai tự giải phóng sẽ sống đời tự do. Ai được người giải phóng vẫn sống đời nô lệ), tôi lấy làm thích thú, mặc dù lúc đó tôi không hề biết nhà thơ Leysa Ukrainka là ai, nước Ukraine ở đâu.

Ngày nay, cả thế giới đều nghiêng mình ngưỡng vọng lá cờ Ukraine bay phất phới trên nền trời khói lửa, đạn bom. Và tôi cũng mới biết lá cờ Ukraine có hai sọc ngang, màu xanh dương ở trên tượng trưng cho bầu trời, màu vàng sậm ở dưới tượng trưng cho những cánh đồng lúa mì. Ukraine là một quốc gia nhỏ bé thuộc khu vực Đông Âu, giáp với Nga, Belarus, Ba Lan, Tiệp, Hung Gia Lợi, Lỗ Ma Ni, Moldova và Hắc Hải.

Như chúng ta đều biết, kể từ ngày 24/2/2022, Putin phát động cuộc chiến tranh xâm lược Ukraine đến nay đã gặp sức kháng cự mãnh liệt của quân đội Ukraine gây thiệt hại nặng nề cho lực lượng Nga. Dưới sự lãnh đạo của Tổng Thống Volodymyr Zelensky, một hào kiệt đương thời, quân và dân Ukraine, trong đó hàng ngàn nữ quân nhân Ukraine, đã thể hiện tinh thần đoàn kết, quyết tâm bảo vệ lãnh thổ đến hơi thở cuối cùng.

Điều nguy hiểm là tên độc tài Putin khát máu không những cố tình tấn công thường dân Ukraine, mà còn muốn tận dụng vũ khí hiện đại với tham vọng hủy diệt toàn bộ lịch sử và di sản văn hóa của đất nước này.

Theo dõi tin tức chiến sự hằng ngày, tôi nhận thấy, ngoài nỗ lực tiếp cứu sinh mạng người dân, nhiệm vụ bảo vệ kho tàng nghệ thuật của quốc gia cũng được đặt lên hàng đầu trước cuộc chiến đẫm máu ở Ukraine.

Tuy nhiên, tình hình chiến sự ngày càng khốc liệt khiến cho nhiều tác phẩm giá trị nghệ thuật ở các thành phố Lviv, Kiev, Odessa, Kharlov, Ivano-Frankivsk... bị thiêu rụi khi một số các viện bảo tàng bị trúng pháo kích. Điều đáng tiếc là tôi không biết các tượng dài, viện bảo tàng hay ngôi mộ của nhà thơ Lesya Ukrainka ở Ukraine có bị thiệt hại gì không. Khi sự sung đột vẫn còn tiếp diễn, giữa đạn bom và khói lửa, không ai có thể tiên đoán được điều gì.

Nhà thơ Lesya Ukrianka tên thật Larysa Petrivna Kosach-Kvitka, sinh ngày 25 tháng 2 năm 1871 tại Novohrad Volynsky, Ukraine. Cha là luật sư, mẹ là nhà văn. Họ hàng, thân thích của nhà thơ hầu hết là những nhà hoạt đông văn hóa và xã hội.

Ukrainka làm thơ lúc tám tuổi. "On The Wings Of Songs" là tập thơ đầu tay của bà xuất bản năm 1893 tại Lviv, thành phố ở phía tây Ukraine. Ngoài thi ca, âm nhạc cũng ảnh hưởng đến tài năng của bà.

Nhà thơ Ukrainka thông thạo hơn 10 ngoại ngữ, am hiểu văn học Ukraine và thế giới. Không những nổi tiếng về thơ, văn, nhạc, bà còn là nhà hoạt động chính trị, dân sự và tranh đấu nữ quyền.

Lúc sống ở Bulgary, tài năng xuất chúng của bà thể hiện qua nhiều thể loại văn chương, trong đó bà chuyển hướng thơ ca sang màu sắc chính trị, mang xu hướng trào lộng, châm biếm chống chủ nghĩa Nga Hoàng và chủ nghĩa dân tộc tư sản.

Vì bệnh tật (lao phổi), bà phải xa quê, đến nhiều nước để chữa trị. Cả cuộc đời nhà thơ Ukrainka đã gắn liền với thi ca cho đến lúc bà qua đời ngày 1/8/1913 tại Surami, Georgia, cách quê hương Ukraine của bà khoảng 1500 km. Lúc còn tại thế, ở đâu nhà thơ Lesya Ukrainka cũng không nguôi nỗi nhớ thương quê nhà.

Hiện nay trên khắp thế giới, tên tuổi của bà, Leysa Ukrainka, đều xuất hiện ở các học đường, tượng đài, bảo tàng viện, bệnh viện, công viên quốc gia, tiền tệ, tem phiếu, tác phẩm văn học...

Tác phẩm nổi tiếng của nhà thơ Leysa Ukrainka về thơ gồm: On the wings of songs (1893), Thoughts and Dreams (1899), Echos (1902), the epic poem Ancient fairy tale (1893), *One word* (1903), plays Princess (1913), Cassandra (1903-1907), In the Catacombs (1905), and Forest Song (1911).

ĐÀO NHƯ, TẢN VĂN & TÙY BÚT

Không riêng gì Tản Văn & Tùy Bút mà cả chữ nghĩa nói chung của tác giả Đào Như hầu hết đều buồn.

1.

Trong tuyển tập Tản Văn & Tùy Bút, những bài viết Ngày Hòa Bình Đầu Tiên, Tìm Lại Thiên Đường, Bản Tuyên Ngôn Của Lính, Vĩnh Biệt Đại Tá Bác Sĩ Nguyễn Minh, Nhớ Về Một Vị Thầy, Ngày Giỗ Đầu Của Anh, người đọc nhận thấy những nhân vật bị dày vò bởi nỗi thống khổ của sự sống, của thân phận làm người sinh tử trong chiến tranh và cả thời hậu chiến. Sự thống khổ cùng nỗi khắc khoải lo âu tới chết kia, được bác sĩ Đào Như khắc họa bằng một bút pháp nhuần nhuyễn, bố cục chặc chẻ giúp ông bày tỏ ý kiến, quan niệm triết học một cách mạch lạc.

Mặc dù quãng đời cá nhân về sau của bác sĩ Đào Như vốn bình yên, hạnh phúc và thành công, người đọc vẫn nhận thấy trong các tản văn của ông liên quan đến thời sự và chút hư cấu, là kết quả của nổi ám ảnh giữa cảnh người giết người. Nhìn lại cuộc chiến tàn bạo diễn ra suốt ba mươi năm, tác giả Đào Như mạnh mẽ lên án: "Tất cả tại chiến tranh. Chính chiến tranh mới là tội ác."

Trong chiến tranh con người sống và chết đều có số (tử sinh hữu mệnh), không phân biệt Nam hay Bắc. Cuộc chiến tranh Nam Bắc mà một cựu phi công C 130 của Việt Nam Cộng Hòa và một cựu chiến binh của bên kia chiến tuyến, đã lâm vào đó.

Ta đọc ở đây bài viết Ngày Hòa Bình Đầu Tiên của bác sĩ Đào Như để thấy sau khi chiến tranh kết thúc, viên phi công không chết ngoài mặt trận mà chết vì tai biến đột quị ở quê người. Trong khi cựu chiến binh Phùng Khắc Bắc bên kia chiến tuyến, cũng là một nhà thơ trẻ đầy nhiệt huyết với hòa bình với tổ quốc, sống sót đến ngày 30/4/75. Sau chiến tranh đơn vị anh giải thể, anh về với gia đình chỉ còn mẹ đơn côi. Anh viết bài thơ tràn đầy nhân bản:

Những sợi nắng xuyên qua nhà mình
Thành những mũi tên
Thành những viên đạn
Bắn tiếp và anh không gì che chắn
Phải nhận tất cả
Van anh
Hôm qua chưa nhận một viên đạn
Hôm nay nhận được lỗ thủng
Anh về quê không mang súng
Vũ khí lúc này là hai bàn tay
Mẹ giục con ăn cơm
Hòa bình trong canh cua, rau mồng tơi, cà

Và mùi ổ rơm...
(Ngày Hòa Bình Đầu Tiên)

Nhưng rồi bài thơ "nghe đau như mũi tên xuyên tâm mình" của Phùng Khắc Bắc cũng theo nhà thơ qua đời trước tuổi 40 vì sốt rét ác tính mà anh mắc phải ở Trường Sơn trong thời kỳ đi 'B'. Đào Như kết luận: "Chiến tranh vẫn theo đuổi anh ấy. Cũng như anh, nhà thơ Phùng Khắc Bắc đã chết vì tai biến của chiến tranh trong những ngày hòa bình.

2.

Là người Việt từ Nam chí Bắc có thể có người chưa từng đặt chân tới Sài Gòn nhưng không thể không nghe đến cái tên bất diệt Sài Gòn, được mệnh danh là Hòn Ngọc Viễn Đông. Sài Gòn, dĩ nhiên, là Sài Gòn xưa. Sài Gòn trước 1975, chớ không phải sau ngày mất nước Sài Gòn bị đổi thành tên của một xác người.

Sài Gòn trước 1975 trời ơi đẹp! Cái đẹp trong vắt trong lòng anh, trong lòng tôi, trong lòng mọi người. Mặc dù Sài Gòn nóng đổ mồ hôi, nhưng vẫn... mát trong thơ Nguyên Sa: "Nắng Sài Gòn anh đi mà chợt mát". Sài Gòn đẹp một cái đẹp bất hủ trong lòng người Sài Gòn vậy đó.
Bác sĩ Đào Như, trước và sau 1975, tuy làm việc một thời gian ở bệnh viện Cần Thơ rồi trôi giạt xứ người,

nhưng Sài Gòn vẫn siêu thoát trong ông. Những ai xa quê từng trở về Sài Gòn họ có thể nhận diện được những gì đổi mới trong cuộc sống mới hay không, riêng tác giả Đào Như lại "xui lòng nhớ lề đường Sàigòn xưa"; nghĩa là không có chỗ nào của lề đường Sài Gòn ngòi viết của ông không chấm xuống.

Ông viết: "Về thăm nhà, có người thấy lề đường Sàigòn ngày nay bị kinh tế thị trường tăng tốc xâm lấn quá nhiều, trở nên xô bồ, nên xui lòng nhớ lề đường Sàigòn xưa... Cuộc sống trên lề đường Sàigòn siêu thoát, phàm tục, trắng đen, xanh đỏ, chan hòa màu sắc và cảm xúc tạo thành một bức tranh lề đường Sàigòn ngộ nghĩnh không giống ai hết và cũng không chịu cho ai giống mình."

Rồi ông kết luận thật buồn về Sàigòn trước năm 1975, Sàigòn của thời chiến tranh, có biết bao biến động lịch sử xảy ra trên vùng đất quê hương này. Ấy thế mà mỗi khi chúng ta nhớ lại những kỷ niệm ở Sàigòn chúng ta cứ nhớ những kỷ niệm trên một vùng đất thanh bình, thời vàng son của một đời người trong một xã hội ổn định. Bây giờ mỗi khi nhớ về Sàigòn, con sông Sàigòn hiện về như giải khăn sô vắt ngang vầng trán, đêm đêm chảy vào lòng người Sàigòn xa xứ...

3.

Đọc bài Quán Cà Phê Givral Và Tôi làm tôi nhớ cà phê Sài Gòn. Ta đều biết cà phê phát nguồn từ xứ Ethiopie thuộc Phi Châu. Từ đó cây cà phê lần lượt du nhập vào Ả Rập, Thổ Nhỉ Kỳ, Ý, Ấn Độ, Anh, Pháp, Mỹ, Đức, Hòa Lan...

Riêng ở Việt Nam giữa thế kỷ 19, cây cà phê được người Pháp mang vào trồng ở miền Bắc. Về sau lan xuống vùng Phủ Lý, Ninh Bình, Nghệ An, Thanh Hóa, Hà Tĩnh, Kontum, Ban Mê Thuột, Di Linh.

Mặc dù cây cà phê đầu tiên được trồng ở đất Bắc, về sau các quán cà phê mậu dịch được phục vu theo tinh thần bao cấp thì ở miền Nam lại hình thành những quán cà phê sang trọng mang tinh thần phóng khoáng của người miền Nam.

Thập niên 1960 - 1970, các quán cà phê Givral, La Pagode, Brodard, nổi tiếng của Sài Gòn mang phong cách Tây là nơi thường tụ tập của giới báo chí, nhà văn, nhạc sĩ, chính khách cũng như tầng lớp thượng lưu ở Sài Gòn.

Trong các quán kể trên, Givral là quán cà phê lâu đời nhất được xây dựng từ năm 1950 tại góc đường Lê Lợi và Tự Do, nhìn qua tòa nhà Quốc Hội, một công trình tiêu biểu thời Pháp thuộc. Sau 70 năm tồn tại đến năm 2010 thì Cà Phê Givral không còn, quán được thay thế bằng một công trình công nghệ khách sạn gì đó. Trước sự đổi mới... đáng tiếc này, nhà văn Đào Như tâm sự: "Những ai đã từng dừng chân đôi lần tại các quán Café Sàigòn trước 1975 như Brodard, Pagoda, Givral, sau này dù có đi đâu về đâu cũng khó mà quên được cái hương vị, cái không khí, khi thì trầm mặc, khi thì xôn xao dao động của nó. Vì thế cho nên khi nghe tin quán Café Givral bị đập phá chỉ còn là đống gạch vụn, thì những người Sàigòn xưa làm sao tránh được cảm giác bùi ngùi."

Tôi không biết người Pháp tên Alian Poitier, lập ra quán Café Givral có còn sống để chứng kiến cảnh Givral suy tàn hay không, nhưng hương vị cà phê Givral và các loại bánh ngọt nồng nàn mang đậm phong cách Tây, dù có muốn ấp ủ trong lòng người Sài Gòn xưa cũng chỉ là kỷ niệm một thời lừng lẫy để nhớ thương.

Nhà văn Đào Như chiêm nghiệm rất đúng về đời người như một dòng sông. Ông nói đã có biết bao nền văn minh và xã hội dựng nên từ những dòng sông. Khi trôi đến cửa biển dòng sông mang đến đại dương nguồn nước mới, sinh khí mới. Thực trạng của Café Givral cũng vậy, có khác gì dòng sông đời cũng miệt mài trôi đi, trôi mãi vào hư không để nhường cho một hành trình mới, khởi đầu.

4.

Nhưng mà nói gì đến số phận trầm luân của Sài Gòn Givral, La Pagode hay Brodard hoặc những quán cà phê khác ở Sài Gòn, được nhà văn Đào Như ví như những dòng sông trôi vào cõi vô cùng, thì nhà văn nữ Linda Lê chẳng phải là hình ảnh nhỏ nhoi và ngắn ngủi của một dòng sông đời đó sao.

Trong tập truyện TẢN VĂN & TÙY BÚT, nhà văn Đào Như có nhắc đến nhà văn Linda Lê, người Pháp gốc Việt, tác giả của nhiều tiểu thuyết viết bằng tiếng Pháp, nhận được nhiều giải văn chương có uy tín trên văn đàn Pháp, được toàn thế giới ngưỡng mộ.

Linda Lê sinh năm 1963 tại Đà Lạt. Lên 5 tuổi, trên đường chạy giặc Mậu Thân Linda đã nhìn thấy xác chết của trẻ thơ bên đường vì bom đạn chiến tranh. Hình ảnh đau thương đó đã khắc sau vào tâm trí đến nổi Linda Lê đã phải thốt lên "tôi có cảm tưởng trong tôi có một xác em bé đang chết, Việt Nam quê hương tôi giờ này sao như xác chết của một trẻ thơ (J'ai l'impression de porter en moi un corps mort. C'est surement, le Vietnam que je porte comme un enfant mort.)

Năm 1977, Linda cùng mẹ và 3 chị em gái di cư sang Pháp. Năm 1981, Linda Lê tốt nghiệp trung học, được nhận vào học văn chương tại đại học Sorbone. Tài năng văn chương của cô phát triển từ đó. Đào Như kết luận:

Nghĩ cho cùng, trường hợp Linda Lê, trường hợp đặc thù văn học nghệ thuật với hiện tượng Thụ Tinh Chéo-Cross Fertilization- Linda Lê mượn ngôn ngữ xứ người, ngôn ngữ Pháp, để miêu tả nội tâm của chính mình, của cộng đồng Việt Nam khi nghĩ về hậu quả và hệ lụy của chiến tranh. Phải chăng Linda Lê chỉ cũng là nạn nhân của Hội Chứng Hậu Chiến Post Traumatic-Stress-Disorders Syndromes- cũng như hàng triệu người Việt khác đang sống trong nước hay đang sống lưu vong trên cùng khắp 92 vùng lãnh thổ, quốc gia trên thế giới.

Đáng tiếc, tháng 5 năm 2022, nhà văn, nhà bình luận văn học Linda Lê đã ra đi ở tuổi 58, bỏ lại đằng sau một khoảng trống, một mất mát lớn cho nhân loại nhất là cho nền văn học Pháp và Việt Nam.

CUỐN THEO CHIẾN TRANH

Tập truyện **Cuốn Theo Chiến Tranh** của bác sĩ Đào Như gồm 16 bài viết cho thấy Đào Như là nhà văn từng băn khoăn, thao thức và trăn trở khi viết về cuộc sống của giới bác sĩ trước và sau chiến tranh, cũng như những hoài niệm về chân dung sống chết của con người.

Ta đều biết cuộc chiến kéo dài suốt 30 năm giữa hai miền Nam Bắc Việt Nam khiến cho hàng triệu sinh linh hai miền bị thiệt mạng. Binh lính vì nước hy sinh. Dân tình là nạn nhân của bom đạn. Khi tôi đi vào lính, cầm súng chiến đấu ngoài mặt trận, dù chỉ một thời gian ngắn, tôi vẫn nhận thấy sự có mặt của bác sĩ quân y là cần thiết và quan trọng tới mức nào. Sau một trận đánh ở tiền đồn Plei Buk, phía tây bắc Pleiku năm 1971, tôi gần như kiệt sức vì vết thương ở ngực, nằm chờ bác sĩ Hạnh đang cấp cứu hạ sĩ nhất Nâu bị đạn bắn lòi ruột nhưng anh ta đã không qua khỏi.

Năm mươi mốt năm trôi qua tôi tưởng mọi chuyện đã phai dần trong quên lãng, không ngờ tập truyện **Cuốn Theo Chiến Tranh** của tác giả Đào Như lại "cuốn" tôi lộn hồn về cuộc chiến năm xưa. Dĩ nhiên các chiến hữu của tôi không chết trong truyện Cuốn Theo Chiến Tranh, cũng như máu của hạ sĩ nhất Nâu không nhuộm đỏ những trang sách của tác giả Đào Như.

Xuyên qua tập truyện **Cuốn Theo Chiến Tranh** người đọc nhận thấy nhà văn tập trung vào đề tài chính là tình cảnh sinh hoạt hàng ngày trong bệnh viện đầy phức tạp sau khi chiến tranh đã kết thúc, đất nước đã yên bình theo cái nghĩa của một chế độ mới. Ở đó, ông dựng lại hình ảnh những con người thường có ánh nhìn mờ mịt về tương lai.

Sau chiến tranh, lịch sử chưa kịp xếp lại vai trò của các chiến cụ, bên thắng cuộc đã không ngừng ra sức dìm ước mơ chiến thắng của bên thua cuộc xuống tận đáy sâu ngục tù, bệnh tật và chết chóc. Bài viết "Còn Đâu Ngày Tháng Cũ", nhà văn cho biết sau ngày thống nhất đất nước một mặt trận mới vừa bung ra, mặt trận lao động sản xuất. Đó là cuộc chiến bi thương của thời hậu chiến.

Riêng bác sĩ Đào Như lúc đó thuộc thành phần trẻ, chưa có một ngày trong quân ngũ, thay vì bị bắt đi tù "cải tạo" như những bác sĩ quân y khác, ông được lưu dụng trong bệnh viện Thủ Khoa Nghĩa tại Cần Thơ.

Tuy nhiên, bác sĩ Trọng, tức nhà văn Đào Như, dù là một bác sĩ giải phẫu giỏi của bệnh viện Thủ Khoa Nghĩa trước đó, nhưng lại dưới quyền của Út Ngô, một bác sĩ cách mạng thiếu hiểu biết về chuyên môn. Gặp trường hợp cấp cứu 'cán cao', Út Ngô vừa phụ bác sĩ Trọng vừa học hỏi thêm. Tuy làm việc chung nhưng lúc nào bác sĩ Trọng cũng là cái bóng thầm lặng dưới quyền của thủ trưởng Út Ngô. Ngoài ra ông bác sĩ 'ngụy' này còn chịu sự giám sát thường xuyên của các bác sĩ Y vụ khác.

Nói chung sau rất nhiều năm nhào nặn bằng chủ nghĩa Cộng sản, không riêng gì người miền Bắc lúc đầu thiếu thiện cảm với người miền Nam, một số bác sĩ Việt Cộng cũng tỏ ra ác ý, căm thù chế độ cũ, đôi khi áp đặt bác sĩ Trọng vào những tình huống khó xử. Làm việc chung với những đồng môn khác ý thức hệ buộc Đào Như phải đề cao cảnh giác, điều đó vô tình đã trang bị cho ông một số kỹ năng sinh tồn phòng hờ mọi bất trắc có thể xảy ra bất cứ lúc nào. Và ông đã rất đúng, vì không lâu sau đó bác sĩ Trọng, sau ca mổ cấp cứu một cán cao công an biên phòng, được ổn định, lúc đó vào khoảng 5 giờ sáng, bác sĩ Y vụ đề nghị ông ngủ lại phòng bác sĩ trực thay vì về nhà. Sáng hôm sau thức dậy, bác sĩ Trọng giựt mình sợ hãi khi phát hiện dưới gối mình nằm một khẩu súng lục của kẻ xấu nào đó đã giấu dưới gối của ông.

Bác sĩ giỏi, có lương tâm nghề nghiệp là ân nhân, cũng có thể gọi là người anh hùng của những bệnh nhân trong cơn thập tử nhất sinh đã được cứu sống. Nhưng một khi người anh hùng bị đồng nghiệp âm thầm bức hại, thì chỉ có thể tìm thấy sự an toàn duy nhất là tìm cách trốn đi. Đó là một ngày đẹp trời, là ngày một lương y rời bỏ tổ quốc để tìm thấy lại sự bình yên trong cuộc sống cho mình và cho gia đình ở quê hương thứ hai.

Là nhà văn, bác sĩ, sáng tác của Đào Như thường quan tâm đến đời sống thành thị của con người trong cuộc đổi đời của đất nước sau 1975. Các truyện ngắn, bút ký, tự sự *Chôn Súng, Nhận Diện Lịch Sử, Còn Đâu Ngày Tháng Cũ, Về Một Buổi Chiều Cuối Năm, Quê Hương Và Lưu Đày, Thương Nhớ Lề Đường Sài Gòn...* đều là những chất liệu toát lên sức sống giúp Đào Như bày tỏ quan niệm nhân bản về con người qua những cốt truyện đặc sắc.

Ngoài ra những truyện viết về cuộc sống lưu vong đã để lại trong lòng người đọc nỗi nhức nhối khôn nguôi. Mẫu truyện *Hợp Lưu* viết về buổi họp điều trị tập thể tâm thần của anh em sĩ quan H.O tại Asian Human Services-Chicago, Hoa Kỳ gợi dậy tình cảm xót xa, cay đắng cho kiếp tù "cải tạo" cũng như những buồn tủi cho thân phận đến Mỹ thuộc diện nhân đạo H.O (Humanitarian Operation).

Còn nữa, ta đọc ở đây vẻ đẹp nỗi đau làm người sau ba mươi năm chiến tranh của một thượng sĩ già xa quê trong truyện *Chết Tại Buôn Mê Thuộc* (chữ Thuột vần T đúng hơn vần C). Ông sinh tại Ban Mê Thuột mang tên Trần Thống, cái tên cúng cơm thoạt nghe đã "trần ai lai khổ" rồi. Trước 1975, thượng sĩ già Trần Thống trực thuộc Sư Đoàn 2 của Quân Đoàn I thuộc tỉnh Quảng Tín và Quảng Ngãi.Khi ông cùng vợ qua Mỹ theo diện con lai giữa năm 1984, ông đã 70 tuổi, bất lực lao động. Đi khám bác sĩ, ông lặp đi lặp lại nhiều lần: *"Tôi là lính của Sư Đoàn 2, tôi ăn chịu với Sư Đoàn 2, tôi trung thành với cây súng và màu đất đỏ..."*

Lúc biết mình sắp chết vì ung thư gan, ý nguyện của ông Thống thưa với bác sĩ là ông xin được chôn ở quê nhà. *"Buôn-Mê-Thuộc là quê hương của tôi, tôi sinh ra tại đó, lớn lên tại đó. Cuộc đời của tôi chôn chặt dưới màu đất đỏ ấy. Cộng sản có thể chiếm đoạt quê hương tôi. Cộng sản có thể tước đoạt quyền bảo vệ tổ quốc của tôi. Nhưng Cộng sản không thể thủ tiêu được lòng yêu quê hương của tôi. Tôi hy vọng bác sĩ đồng ý với vợ con tôi, cho tôi trở về non sông đất nước. Trả tôi lại cho tổ quốc..."*

Lần theo sáng tác của bác sĩ Đào Như, người đọc nhận thấy ngòi viết tả chân của ông rất phong phú, đa dạng, thường chú trọng về tinh thần nhân bản là căn cơ của vẻ đẹp toát ra từ tình người, tính người bình dị, hồn nhiên.

Đào Như tên thật Đào Trọng Thể, sinh tại Ninh Thuận. Tốt nghiệp trường Đại học Y khoa Sài Gòn. Bác sĩ giải phẫu tại bệnh viện Thủ Khoa Nghĩa, Cần Thơ

1970- 1979. Vượt biên đến Mỹ đầu năm 1980. Đoạt giải danh dự Viết Về Nước Mỹ với truyện Tự Khúc do Việt Báo Online tổ chức năm 2005.

Tác phẩm đã xuất bản:

Câu Lạc Bộ 309.81 (tập truyện, 2003), Sông vẫn Vượt Ngàn (tập truyện, 2004), Sài Gòn - Ngày Trở Lại (truyện dài, Nhân Ảnh, 2021), Cuốn Theo Chiến Tranh (tập truyện, Nhân Ảnh, 2022).

CHIẾN TRANH TRONG THƠ UYÊN HÀ

Bởi vì ngày trước tôi là người lính sống sót trong chiến tranh nên ngày nay đọc thơ Uyên Hà tôi thấy có chiến tranh. Tập thơ **Người Đứng Khóc Tay Không** của nhà thơ Uyên Hà gồm có 49 bài trong đó 10 bài mang hơi hướm chiến tranh. Nhưng mà chiến tranh trong thơ Uyên Hà cho dù có nổi gò sự sống và cái chết hòa trộn vào nhau nhưng người thơ lại bày tỏ quan niệm sống còn qua hơi thơ đằm thắm, tình thơ nhẹ nhàng, hàm dưỡng những sắc điệu buồn vui. Văn học luôn sáng tạo nên những tính từ đó cứ tràn đi trong thơ khiến cho người đọc cảm nhận bao lực, bức hiếp, sinh tử trong chiến tranh lại trở thành một loại nghệ thuật tả chân.

Chiến tranh khởi đầu ở bài thơ "Mắt Xưa" là thơ bước đi tìm đôi mắt dưới bến đò ngang. Nhưng vì mắt đã thất lạc ở bến người nên Thơ và Người mãi lênh đênh. Cho nên con người "về qua bến ấy" không may đụng phải chiến tranh ở cuối dòng:

anh mai nằm chết sa trường
tưởng em lần cuối mắt ươn ướt sầu (trang 20)

Nhưng "anh mai nằm chết" vẫn chưa tới số gọi hồn, nghĩa là "mai" vẫn còn là hôm nay nên mây trên trời vẫn còn bay và người thơ vẫn còn bồng súng. Bài thơ "Mây Bao Giờ Thôi Bay 1", trang 21, là một bài thơ chẵn chòi có 120 từ mà từ nào đọc lên cũng thật thấm thía với "nỗi buồn không biết nói" của người lính chiến:

Anh bao giờ gác súng?
mây bao giờ thôi bay!
đường xa chân rướm mỏi
ai nghe tiếng hát này?

Nửa khung trời chờ đợi
niềm hy vọng mong manh
trong tay còn viên đạn
anh còn buồn quê anh

Khi cuộc đời mất nghĩa
mọi thứ hóa hoang đường
những hận thù bốc cháy
từng mẩu tình quê hương

Anh trở thành xa lạ
chẳng trọn sắc da vàng
nỗi buồn không biết nói
nỗi buồn người Việt Nam

Tương lai dầy ra đấy
trên triền cát sa mù
bước sau chùng bước trước
dấu chân vào hư vô

Rung rinh niềm chờ đợi
tiền tuyến mờ hậu phương
hò ơi! Con nước gọi
biển nghe buồn mênh mang

Anh bao giờ gác súng?
mây bao giờ thôi bay!
cho quê hương lớn dậy
để lúa thơm hồn này.

Trong chiến tranh, câu hỏi của người lính cứ như một loại "công án Thiền" không "đốn ngộ".

Và bởi vì trong suốt cuộc đời đầy hệ lụy này người thơ lính không bao giờ "đốn ngộ" nên hình ảnh người nữ trong chiến tranh đành phải còng lưng, sấp mặt mang một số kiếp bi thảm: miệng "khóc suốt cuộc đời" còn tay thì "ru hoài nỗi chết". Ta đọc ở đây bài thơ "Mây Bao Giờ Thôi Bay 2", trang 27, là nếp thơ phong phú khi sắp đặt nỗi tang thương của thời đại gợi lên hình ảnh cuộc chiến tranh sự vật: viên đạn, mộ chí, dấu đất, chiếc nôi không người, tổ quốc... và tiếng động duy nhất là tiếng khóc không bao giờ thôi khóc:

Tôi khóc suốt mùa đông
với hình ảnh anh trước mặt
một chiếc nôi con
mang bên trong nỗi chết

Tôi khóc suốt mùa xuân
với hình ảnh anh trước mặt
viên đạn nào xuyên qua
tuổi nào rơi xuống đất

Mỗi đêm sau cửa này
tôi viên tròn đau sót
mỗi chiều bên mộ anh
tôi hôn từng dấu đất

Tôi khóc suốt cuộc đời
biết làm sao đừng khóc
còn chiếc nôi bên mình
tôi ru hoài nỗi chết

Còn chiếc nôi không người
tôi ru hoài Tổ quốc
mây bao giờ thôi bay
tôi bao giờ thôi khóc...

Bài *"Người Đi Trận"*, tr. 54, là bài thơ tự sự miêu tả tâm trạng người lính dấn mình vào vùng lửa đạn để rồi nhận ra sự phi lý, bất ổn trong quan hệ sống còn của kiếp người. Đằng sau chữ nghĩa của bài thơ này đã gợi lên trong lòng người đọc một niềm ray rứt khôn nguôi.

Quân trang của người đi trận giống hệt như hình thù của vết thương chiến tranh:

Tôi bước đến biển rừng vàng xa lạ
người nhìn chi bao mảnh sắt bên sườn
chút niên thiếu chạy mê bùa ảo vọng
vẻ oai hùng tê dấu đạn đau thương

Tôi chẳng thấy gì xa ngoài vô vọng
tôi chẳng nghe gì át tiếng khua quân
trong bóng tối tôi bỗng thù ánh sáng
soi mặt người đối diện mắt rưng rưng

Chân tiến lên trăm ngàn đôi mắt ấy
lòng ngại ngùng chẳng hiểu chúng ra sao
khi lửa thép xéo giày từng khuôn mặt
một lũ ruồi trên tớp máu tanh tao

Tôi mơ hồ thấy mình như lạc nẻo
trong rừng sâu khi tìm vết chân thù
kẻ chiến đấu mang trong người máu Việt
trương đầy hồn mang vết rạn ưu tư

Miền đất lạ sãi lên niềm âu yếm
tôi hổ ngươi dong từng bươc chinh hành
để muôn đời vẫn làm tên phá hoại
góp bạo tàn vào nhân loại điêu linh

Mây trên rừng che khung trời trước mặt
tôi làm quen với từng xác con người
thịt xương ấy nhớp nhơ như cuộc chiến
máu bạo hành rộn rã chảy trong tôi

Đường thì xa hơn nghìn lần Nam Bắc
người xung phong lùa viễn ảnh tương tàn
nghe sau mình tiếng bom rơi đạn thét
tôi biến thành một loài thú dã man.

Trong chiến tranh, người lính vô danh khi ngã xuống đều được gọi chung là "anh hùng vô danh". Như anh Nguyễn Ta, bạn của nhà thơ Uyên Hà chẳng hạn. Nhưng Nguyễn Ta có phần may mắn hơn những người lính chết mất xác ngoài mặt trận vì anh được các đồng đội can đảm lấy xác anh về:

Về nằm đây trong Khu Nhà Vĩnh Biệt
kẻ dấn thân yên phận đến kinh hoàng
vài ngọn nến thắp cao niếm tiếc hận
súng bây giờ còn nổ khắp quê hương

(Trong Khu Nhà Vĩnh Biệt, tr.65)

Khẩu súng và viên đạn chỉ biết hủy diệt, không xoa dịu được lòng người như thơ văn. Cũng trong Khu Nhà Vĩnh Biệt, người thơ vẽ nên cái đẹp trong cuộc đời làm người. "Em" trong chiến tranh là một hình ảnh đẹp, dù em có đối mặt với vô vàn khổ đau. "Mẹ Cha" cũng vậy, là những hình tượng bao la, vạm vỡ của cái đẹp mầu nhiệm trước cơn tàn phá văn hóa và đạo đức của chiến tranh.

Em cúi mặt làm chi giờ phút ấy
những dáng buồn biết đổ tội cho ai
trên từng mảnh quê hương thù hay bạn
người tình thương vô kể nỗi đau này

Người Mẹ đến biết nỗi mình thua lỗ
con tôi đâu máu nó đỏ vô cùng
người Cha đến tuổi già thương chẳng khóc
nỗi sầu cao như Tổ quốc căm hờn...

Tưởng nhớ Phan Văn Điện trong bài Phần Người Chết cũng là thủ phạm của chiến tranh:

Người có nghe tiếng nổ đều khắp cả
lúc còn hơi còn sức để tung hoành
người vẫn bảo quê hương mình sẽ rộng
chân tha hồ bay nhảy khắp non sông (tr.77)

Thơ lục bát trong tập thơ **Người Đứng Khóc Tay Không** của Uyên Hà gồm 10 bài, xuyên qua cách dùng từ, hình tượng và âm thanh bài nào cũng chân tình thâm hậu. "Hẹn Về" là một thí dụ.

Trong chiến tranh người lính trận nào cũng ước mơ có được một ngày về, về với quê nhà sau lần hành quân, về ba ngày phép cho phố nhỏ thêm người, về với em bậu cho tình nghĩa quen hơi:

Về cho phố nhỏ thêm người
hiên khuya khua được tiếng cười của ai
về rồi phát cỏ cào gai
ẵm em lót ổ đêm dài ốm mê

Về thương ngọn suối lòng khe
áo em mát lụa anh che mái đời
về cho em bậu quen hơi
nụ khuya kín miệng hết lời nhớ nhung
chiến chinh vó ngựa trùng trùng
nhỡ không về được chớ hờn trách anh. (tr.74)

Nhìn chung, chiến tranh trong thơ Uyên Hà lưu giữ những kỷ niệm buồn vui trong đó cuộc chiến đã đưa **Người Đứng Khóc Tay Không** đi vào đời bằng những tiếng khóc giữa bạo lực và vũ khí.

Nhà thơ Uyên Hà tên thật Lê Đình Ba, sanh năm 1944 tại Đại Lộc, Quảng Nam. Có thơ đăng báo Sài Gòn và hải ngoại từ 1964 đến nay.

NHƯ KHÔNG
NHỮNG ĐÓA HOA TẬT NGUYỀN

Như Không? Bút hiệu này gợi cho tôi liên tưởng ngay đến ngôn từ Bát Nhã của nhà Phật. "Sắc bất dị Không. Không bất dị Sắc". Giản dị mà nói: "Có tức là Không. Không tức là Có". Đứng trước cái có, cái không, như không, như có, nhà thơ Như Không đã thể hiện tinh thần Bát Nhã Ba La Mật một cách khá rõ nét:

Mắt không muốn nhìn thì tai không nghe
Đầu không nghĩ tới
Tướng và sắc không cần phải hỏi
Mây khắp bốn trời
Ngửa bàn tay còn không thấy ngón
Người không hiểu
Ta càng không hiểu
Mãn thiên hoa vũ
Trước cũng không
Sau vẫn là không!

Không, tr. 77

Một kiểu công án Thiền tân thời mang hình thức lung linh biểu tượng. Người có tâm thiền thường mượn thơ để buông bỏ tất cả, dứt trừ hết khổ ách, chân thực không hư thì sá gì mất hay còn hoặc *Mất Và Còn:*

Đến không phải là có
Đi không phải là mất
Chằng chịt bao duyên nghiệp
Cõi tạm là sắc không

Còn. Không giữ
Mất. Không tiếc
Duyên còn thì còn nhau
Mất. Cần gì phải biết

Chẳng hiểu Thiền là gì
Sao lòng như đã Phật?
tr. 96

Lục bát Thiền của Như Không cũng dạt dào, sinh động, một sức sống tỉnh thức giữa thực tại và mông muội, giữa Sắc và Không:

Thoát thai
Từ cuộc hồng hoang
Hạt mầm mông muội
Bay ngang cõi này

Vô sắc tướng
Không hình hài
Chẳng từng vô thủy

Cõi ngoài hư không

Sắc không
Trôi giữa vô cùng
Buông thôi!
Gọi tiếng thinh không
Trở về

Buông, tr. 102

Trở lại trang đầu tập thơ *Những Đóa Hoa Tật Nguyền*, người đọc nhận thấy ở lứa tuổi của thập niên 1950 nhiều văn nghệ sĩ đã khoát áo nhà binh trong đó có nhà thơ Như Không. Ngay từ bài thơ đầu tiên và rải rác qua những trang thơ, cho thấy tác giả Như Không từng đi lính. Nhưng không phải lính làng, lính lệ mà là lính thứ dữ: Nhảy Dù.

Trong suốt ba mươi năm chiến tranh diễn ra giữa hai miền Nam Bắc, Nhảy Dù là một trong những binh chủng xuất sắc của Quân Lực Việt Nam Cộng Hòa, từng gây sợ hãi và tạo nhiều thương vong cho địch quân. Các bạn tôi, những Đàm, Minh, Ngôn, Út... là những chiến sĩ Dù dũng cảm may mắn còn sống sót sau chiến tranh, trừ người bạn học ngày xưa Nguyễn Thành Được, trung úy Pháo Binh Dù đã vì nước hy sinh.

Con cá cần nước để sống, người và thú gần gũi như bạn thì súng đạn chẳng khác nào là bạn của lính. Ngoài mặt trận, súng ống, lưỡi lê, đạn dược, những vật thể vô tri không có mắt mà chí thiết này thật vô cùng hữu dụng. Nó là bạn, là anh em, đồng đội, thậm chí là người tình. Có điều lính thường thì không nói làm gì; còn lính mà dính tới văn chương chữ nghĩa thơ thẩn dàn trời như Như Không thì chữ thơ lại trở thành một loại vũ khí sắc bén đúc bằng chữ có khả năng bắn thẳng vào tâm hồn bạn đọc. Bài *Ký Ức Của Một Người Lính* là một thí dụ:

Đồi núi Dakto nằm mấy tháng
Da mướt xanh như sắc lá rừng
Chong súng trong hầm chịu pháo bắn
Nghe tiếng depart lạnh sống lưng

Pháo rớt nơi nào đâu biết được
Đồi cao co cụm cả trăm người
Cơn bão thép trùm lên bốn hướng
Coi như ngày mới đẻ... đứt nôi
...
Đêm qua trúng pháo hầm banh nóc
Ghìm súng dưới hào nghe đạn reo
Chết mấy mạng. Thân ta bầm dập
Lên trực thăng cơn sốt rét về theo...

Cũng bài thơ trên, poncho dùng để che mưa che nắng đồng thời cũng để bộc thay người lính ngã xuống:

Ta bỏ lại sau lưng chiến địa
Ngổn ngang như có đá trong lòng
Poncho gói xác bao người chết

Cao điểm rồi đây giữ được không?...

Thơ Như Không sặc mùi chiến chinh, mùi lính, mùi lửa đạn, mùi máu anh em đầm đìa đến nỗi ngay cả căn cứ hỏa lực Thiện Ngôn được bao bọc toàn kẽm gai, mìn bẫy, và gió hú, nơi nhảy dù Như Không trấn đóng, mai vàng cũng không dám nở giữa mùa Xuân chinh chiến:

Đồn anh ở bây giờ
Mai vàng không dám nở
Máu lửa ngày chiến chinh
Phải đâu là chỗ trọ?
Em làm sao đến thăm
Kẽm gai giăng đầu ngõ
Đường đi chôn đầy mìn
Và từng đêm súng nổ
...
Đêm nay đêm hưu chiến
Súng vẫn ghìm trên tay
Đã từng đêm hưu chiến

Rụng rơi nhiều mạng người
Máu anh em đã đổ
Triền miên máu da vàng
Máu anh em vẫn đổ
Đầm đìa máu Việt Nam...

Những Đêm Hưu Chiến, tr.60-61

Cũng cần nói thêm, trong chiến tranh Việt Nam, ngoài các căn cứ hỏa lực nổi tiếng như Pleime, Benhet, Delta, Dakto, Tân Cảnh, Hạ Lào, thì căn cứ hỏa lực Thiện Ngôn, tuy ít được biết đến nhưng cũng là một trong những cứ điểm chiến lược khá quan trọng nằm trên Quốc lộ 22 cách Tây Ninh khoảng 33 km về phía Tây Bắc và cách Katum khoảng 20 km phía Tây Nam. Nơi đây, năm 1968 từng xảy ra nhiều cuộc chiến ác liệt.

Lính chiến là lính ở sa trường nhiều hơn ở thành phố. Ở lâu ngoài mặt trận, từ quan đến quân, lính nào cũng có mùi rừng, mùi khét, tóc râu thì lởm chởm như lũ cô hồn sống. Nhưng cứ lao mình trong hòn tên mũi đạn riết cũng có ngày lính trở về thành phố, về dưỡng quân hay về ba ngày phép rồi lại ra trận. Ta đọc ở đây bài thơ *Mai Lại Về Rừng, tr. 110,* để cảm thương cho thân phận người lính tác chiến:

Vào quán nón sắt vất trong góc
Quân từ xa về còn mùi rừng

Cánh tay rướm máu gai cào xước
Tóc râu lởm chởm lũ cô hồn

Đôi giày trận lắm lem bùn đất
Bao ngày mưa gió tím môi thâm
Ta về phố tóc vương mùi khét
Nhớ lửa rừng xa dội tiếng bom

Hà cớ tiếc đời qua chén rượu
Lòng như cơn gió thoảng bên trời
Ta ngồi bên phố nghe rừng gọi
Mịt mịt đồi xa những xác người

Bia nốc chục chai như nước lạnh
Thương ngày khô khốc giữa rừng sâu
Đoàn quân khát nước đi le lưỡi
Đêm mịt mùng không ánh hỏa châu

Mắc võng khuya nằm nghe pháo bắn
Cú rúc mơ hồ trong bóng sương
Bốn phía đại ngàn cơn gió hú
Tiếng mưa rơi giấc ngủ chập chờn

Mai biết chừng đâu ta bỏ mạng
Dưới đáy hố bom, giữa xó rừng
Cũng có thể xác thân nằm lại
Rừng già vất vưởng một vong linh...

Thi ca là nghệ thuật của ngòi viết có tri thức. Thoát ra ngoài chinh chiến điêu linh, người đọc lại thấy nhà thơ Như Không an nhiên tự tại lặn lội vào đời không cặm bẫy, đạn bom, vượt qua mọi giả hình, giả cảnh để sống thực cho mình và cho đời. Người có tâm thì thơ mới sống thực, ý thơ mới phơi phới trên từng hình tượng, âm thanh và ngôn ngữ.

Ở *Những Đóa Hoa Tật Nguyền*, ngoài ngôn ngữ mênh mông hạnh phúc lẫn khổ ải trần gian, cũng như về hình tượng được tác giả mượn lịch sử để miêu tả và hào hứng diễn xuất bằng tiểu thuyết võ hiệp, thì âm thanh trong thơ Như Không cũng rạt rào vọng âm không kém.

Thật vậy, động từ trong thơ Như Không "động" một cách bình dị, nhưng tình tứ và thơ mộng. Mùa Xuân là mùa rất động, thường làm rộn cõi người, làm ngây ngất em, nhưng không may lại làm "héo" đi cõi lòng người thơ :

Lòng như cũng héo thêm đôi chút
Cuối mày chi chit vết chân chim
Ta quá cũ chẳng thể nào nói nỗi
Lắc đầu nhìn ta mà Xuân nín thinh

Chút Xuân Còn Lại, tr. 22

Ở đời cái gì đã héo mà không rụng không rơi. Ngay cả tình yêu *Những Giấc Mơ Hình Cầu* cũng vậy, tiếng rơi thật đẹp:

Anh rơi vào em như dòng sông lặng
Đã yên bình chảy suốt mấy mươi năm
Em rơi vào anh. Chiều rơi định mệnh
Hòa tan nhau. Trong suốt đến vô ngần!
(tr. 131)

Thơ là nơi trú ngụ của ký ức người. Là nơi chữ nghĩa được trải ra mà thành nghệ thuật thi ca. Chiến tranh trong thơ Như Không toàn thây người máu đổ thịt rơi, còn cảnh đời thì như ma trận không làm sao đương cự nỗi cái cơ cực, đắng cay trước cửa tử cửa sinh. May thay, *Những Đóa Hoa Tật Nguyền* có chân dung đa sắc, đa dạng, có hạnh phúc, có môi cười, có tình đời của hai người nắn tình yêu thành những tiếng động thật dễ thương:

Bên đời tôi róc rách em
Nửa hư nửa thật. Giữa đêm ngỡ ngày
Bên đời em róc rách tôi
Nghe như tiếng vọng cuối trời xa xôi
Giữa đời róc rách từng đôi
Róc ra róc rách... chảy hoài đời nhau.

Róc Rách, tr. 34

Bài thơ *Chiếc Cầu Chữ Y,* tr. 124 cũng dễ thương không kém; cầu mang hình thức của chữ "Yêu" tuy chia ba ngả phù vân, song tình bất tử:

Chiếc cầu hình chữ Y
Chữ "Yêu" cũng bắt đầu như vậy
Em đứng giữa ngả ba cầu, lưỡng lự
Sông chảy đôi dòng
Tình chia bao nhánh
Một đời người biết mấy nẻo phù vân?

Ta đều biết ở Sài Gòn cầu chữ Y nằm từ đường Nguyễn Biểu bắt qua kinh Tàu Hủ và kinh Đôi nối liền quận 5 và quận 8, có ba nhánh tạo thành hình chữ Y-cà-rét tức Y dài. Ở Đà Lạt, Lâm Đồng hay Trà Ôn, Vĩnh Long, Phụng Hiệp, Hậu Giang cũng có cầu chữ Y nhưng ít người biết. Hồi còn đi học ở Sài Gòn, tôi từng đạp xe qua cầu chữ Y, ngang qua lò heo Chánh Hưng dọc theo kinh Tàu Hủ đi thăm cô bạn người Hải Nàm (Cô ấy mất ở Bỉ đã nhiều năm). Và tôi cũng có lần đứng trên cầu chữ Y trên bờ Hồ Xuân Hương, Đà Lạt phồng mũi cố hít... mùi cà phê trong quán Thủy Tạ thoảng hương từ bên kia bờ hồ.

Ngoài ra, *Những Đóa Hoa Tật Nguyền* còn có những nét đáng yêu khác, như *Cầu Vòng Và Em* (tr. 23), *Em* Và *Newton* (tr. 24), *Eureka* (tr. 26), *Quy Y* (tr. 27), Đũa (tr. 97), *Mẹ Và Em* (tr. 116)..., là một cách nhìn khá cởi mở, tự do và phóng khoáng.

Nhưng mà *Những Đóa Hoa Tật Nguyền* là hoa gì, lật từng trang sách tôi tìm hoài mà chẳng thấy hoa đâu? Hoa mọc ở cành Nam mà tôi như con chim rả cánh bay tìm biển Bắc? Thì ra những đóa hoa tật nguyền này không phải là những vật thể làm bằng giấy, bằng nhựa hay bằng tinh bột mà tác giả đã làm ra nó bằng ký ức được miêu tả bằng những "biểu tượng tâm linh" nhấp nhô bào ảnh.

Những trận đánh, máu lửa ngày chiến chinh, cơn bão thép, cõi đất dữ, đời lỡ vận, cuộc chia ly Âu Lạc, vun vút tiếng gươm bay, máu đổ Lệ Chi Viên, lạnh một tiếng cười xa xăm, phù hư một thoáng, oan nghiệt cõi đi về, trận đại dịch tràn tới, cơn hồng thủy đổ về, rừng cạo trọc, sông cạn núi mòn, ma quỷ đảo điên chiều lịch sử, sự kiêu hãnh mù lòa, tiếng người chết nghiến răng, một cuộc mất trinh, trần gian héo rũ, những nỗi đau không đếm hết...

Dưới cái nhìn của Như Không tất cả những biểu tượng tâm linh kia lần lượt trở thành "những đóa hoa tật nguyền". Tuy tật nguyền nhưng những đóa hoa đời không bao giờ héo. Lịch sử cũng vậy, thay vì héo lại sáng bừng lên một vẻ đẹp rưng rưng.

NHƯ KHÔNG sinh năm 1951 tại Quảng Nam. Trong thời chiến là lính Nhảy Dù. Giải ngũ trước 1975 do chiến thương. Tiếp tục đi học lấy bằng cử nhân văn, dạy học nhiều Trung Tâm Ngoại Ngữ tại Sài Gòn. Mất trong tháng 12/2025.

Tác phẩm đã in:
- *Hoàng Nhã Như Không* (thơ, 2012). *Những Đóa Hoa Tật Nguyền* (thơ và truyện ngắn, 2021). Góp mặt trong tác phẩm *108 Nhà Văn, Nhà Thơ Giữa Thế Kỷ XX* do Nhà Biên Khảo Ngô Nguyên Nghiễm thực hiện, 2020. Góp mặt trong tác phẩm *44 Năm Văn Học Việt Nam Hải Ngoại* do nhà thơ Luân Hoán thực hiện, 2021. Bài vỡ đóng góp cho các tạp chí văn học trong và ngoài nước.

NHỮNG DẤU LẶN HÌNH CÁNH SEN

Tựa đề đầy ấn tượng trên là tựa tập thơ của nhà thơ Nguyễn Tam Phù Sa do Nhà Xuất Bản Hội Nhà Văn ấn hành năm 2025. Tập thơ suốt từ trang đầu tới trang cuối hoàn toàn gói trọn hình ảnh vô cùng thân thiết của gia đình tác giả, nghĩa là nhà thơ không để cho một chữ thơ nào thoát ra ngoài vòng tay nhân ái của gia đình, bởi vì ***Những Dấu Lặn Hình Cánh Sen*** là tập thơ dành riêng cho đại gia đình Nguyễn Tam tức nhà thơ Nguyễn Tam Phù Sa.

Bài thơ mở đầu Thay Lời Muốn Nói ở trang 7 gợi lên hình ảnh thâm tình đặc biệt trong thế giới thơ ca:

Chẳng có gì đặc biệt ở phía sau
ba vắt ngực tặng các con câu thơ màu đỏ
tình chí cốt có hình giọt lệ
trái tim người mang sứ mệnh yêu thương.

Tuy "chẳng có gì đặc biệt ở phía sau" song đọc suốt 97 trang thơ người đọc nhận thấy nội dung thiết yếu, chất liệu sáng tạo trong thơ, Nguyễn Tam Phù Sa đã góp phần làm mới vần thơ, ý thơ, nhạc điệu của ngôn ngữ trong những câu thơ. Thiết nghĩ những ai từng đọc ***Những Dấu Lặn Hình Cánh Sen*** đều nhận thấy nghệ thuật trầm bổng trong từng bài thơ miêu tả vẻ đẹp của gia đình bắt nguồn từ một nhân sinh quan phước đức.

Ở tuổi bát thập với "tám mươi năm lao khổ một kiếp người", cho thấy Nguyễn Tam Phù Sa đã từng lăn lộn, trầy xước, ngã nghiêng, được thua với nhân tình thế thái để rồi một hôm thầm lui gót, thu bóng mình vào trong gia đình để thấy mình an tâm hơn, an tâm ngợi ca, thư thái hát ca mà không sợ làm xước một câu thơ nào.

Cái tình chí cốt của Nguyễn Tam Phù Sa trong bài thơ Mẹ Của Các Con Tôi (tr.10) không khác gì một bức tranh "hoằng vĩ", là một loại tranh nghệ thuật thể hiện vẻ đẹp thiêng liêng, bày tỏ sứ mệnh yêu thương trong gia đình có cha có mẹ, có chín đời con:

Mẹ chỉ có một đời nuôi dạy chín đời con
nỗi khổ hạnh dài năm thế kỷ
tranh hoằng vĩ đời người rơi nước mắt
tát cạn Hoàng Hà chưa trả hết công ơn
Mẹ sống hết mình như ngày mai sẽ chết
để mỗi đứa con có một ngôi nhà
cảm ơn mẹ những ngày gian nan mùa đông
lòng cứ đợi, miệt mài trông, con vẫn biết

Mẹ cho các con một cuộc đời mà mẹ không có
tám mươi năm lao khổ một kiếp người
cha cuốc đất lưng cong hình cánh quạt

mẹ bám đồng mòn cụt mười đầu ngón tay

Đời phố đời quê đời không quê không phố
nơi tô canh vằng vặt ánh trăng rằm
nơi nuộc lạt buộc đời tre vào đòn bánh tét
cả đời đi, đi không khỏi quê nhà

Cảm ơn mẹ những ngày gian nan mùa đông
cây phước đức trước nhà sen vẫn nở
mẹ là biển, là sông xanh mãi mãi
mãi mãi còn nợ mẹ, mẹ ơi!

Thơ của Nguyễn Tam Phù Sa là thơ kể lể rõ nét, một loại thơ tự sự chân tình, rất mực đặt nặng tính cách gia đình. Đây là đặc tính của thơ Nguyễn Tam Phù Sa, dòng thơ tha thiết nuôi dưỡng cái tình chí cốt của tác giả đối với cật ruột trong gia đình

Trong cái bao la của thế giới thơ, ta từng nghe nói thơ có Lục Vân Tiên, ngâm thơ có Hồ Điệp, thì kể thơ có Nguyễn Tam Phù Sa:

Ba & Mẹ chung sống trên dưới 60 năm
tận máy và ngấm tận tóc
thuộc lòng từng đường chỉ tay ngang dọc
những gò đồi ổ mối lõm lồi cong

Mắc nợ lời thề tát cạn biển Đông
xin trả góp máu tim người Gò Nổi

xin quì gối trước vong linh ông bà nội
tác hợp Ba & Mẹ chung sống tới bây giờ.
(Ba Kể Con Nghe Chuyện Tình Ba & Mẹ. tr.12).

Đọc ***Những Dấu Lặn Hình Cánh Sen*** cho thấy người Gò Nổi miệt mài với nghiệp thơ, mượn thơ để bày tỏ tấm lòng tận tụy với vợ con, cháu chắt trong đại gia đình. Với người trăm năm, suối thơ tuôn trào, ý thơ thâm hậu gợi lên một thi tứ chân thành:

Anh tận hiến tận cùng ngọn tóc
tình như sông thao thiết chảy chân thành
biển nhân ái gói tình trong hạt muối
muối lâu năm son sắt rất lâu đời
(Tự Bạch Cùng Người Trăm Năm. tr. 14, 15)

Ở một tứ thơ khác, Gia Nghiệp Của Cha, nhà thơ Gò Nổi không những tự coi chín người con của mình như chín ngôi nhà mà còn tự ví thơ mình là một món quà dành cho các con, một hình ảnh đẹp, hay và lạ hiếm thấy trong câu ví:

Gia nghiệp của cha là chín người con
chín ngôi nhà, tương lai hy vọng
dù cuộc sống khó khăn tời đâu
vẫn chọn cách sống tử tế
để chết không phải là chấm hết

Ba bằng lòng với những gì đang có
xẻ dọc trăm năm đi tới đích con người
có kiêu hảnh thời ông cha đánh giặccó
nỗi niềm thương tiếc đã đi qua

Ngọn bút Nguyễn Du rỏ máu xuống trang Kiều
cha vắt ngực tặng các con câu thơ màu đỏ
không biết thơ cha có ngày mai hay không
nhưng hôm nay là một món quà... (tr. 20, 21)

Chắc gia cảnh nhà thơ Nguyễn Tam Phù Sa chẳng giàu chi đâu nhưng giàu về đường con cái đủ để thấm thía với câu thơ mang tính nhân đạo:

Chờ đợi cả đời để được thấy các con
tương lai con đường phía trước
ở đâu làm gì trên trái đất này
sống tử tế để chết được mãn nguyện

Một đời người một đời thơ
giàu con quí cả đời cây rậm rừng.
(Hình Thơ Bóng Chữ Có Cha Cầm Đèn. tr.23)

Là người cầm đèn có tri thức nên cách xử dụng ngôn ngữ của Nguyễn Tam Phù Sa thường bình dị, đôn hậu, khắc họa một nét chân tình cố hữu của người xứ Quảng vốn yêu ghét rạch ròi:

Là người Quảng Nam yêu ghét rạch ròi
lớn lên nhờ câu thơ đất bồi Gò Nổi
thương cái cách các con nâng đỡ một ông già
ruột thập tự nhũn lòng rơi nước mắt

Những năm cuối đời ba cảm ơn các con
nặng nhẹ cùng chia chung đúc một ngôi nhà
nhìn bốn hướng phía nào ba cũng thấy
con cháu bốn đời xúm xít níu ôm nhau.

(Những Năm Cuối Đời Ba Cảm Ơn Các Con. tr.27)

Trong thơ Nguyễn Tam Phù Sa, tình cha con còn là tình bạn chí thiết. Họ: cha và chín người con là những mảnh vụn từ tiền kiếp cùng hẹn nhau trôi vào đời này chung tay vun quén lại mà thànhbên nhau. Ta đọc ở đây tấm chân tình của nhà thơ Gò Nổi:

Ngoài người cha ba còn là người bạn
người bạn trăm năm tháo máu chảy chân thành
như gốm sứ cẩn hoa văn thời cổ đại
cha con mình cũng từ đất chui ra

Ngựa đá rung bờm dưới thanh gươm Trần Hưng Đạo
ngài chỉ cho ta con đường Việt Nam trước mặt
ba chỉ cho con cách đi tới đích con người
dù dâu bể có phân lìa năm bảy ngã

Bạn chí cốt không ở nơi bàn nhậu
để ba rót mời con ly rượu của quê nhà
từng tháo máu lở bồi năm bảy bận
Thu Bồn Hòn Kẽm vẫn xanh um...

(Ngoài Người Cha Ba Còn Là Người Bạn. tr. 28, 29)

Không có gì đẹp bằng hình ảnh mẹ: *"Nhái bơi giữa bát canh đồng. Mẹ ngồi múc ánh trăng tròn giữa sân". (Mẹ Ơi! tr. 61)*

Không có gì bao la hơn tình Mẹ; cũng vì tình mẹ bao la quá nên con cái không kịp đền ơn mà đành mắc nợ rồi tự ta thán: Mẹ Ơi! Con Xin Lỗi Mẹ. tr.62.

Núi cao con đi không hết
nghĩa mẹ sông biển mênh mông
khúc ruột giựt mình tự thức
con còn nợ mẹ, mẹ ơi!

Con về rồi đi biền biệt
làm con con biết sai rồi
ân tình còn ai bằng mẹ
ở đâu bằng ở nôi quê

Hình ảnh tận tụy vì đời con của Mẹ trong một bài thơ Tiếng Kêu Thầm (tr.81)
gọi cha về với mẹ, tuy thường tình nhưng thấm thía vì nhân đạo: *"Bao nhiêu năm mẹ lạc giọng phía bìa trời. Dang tay đứng che đời con côi cút".*

Bài Làng Tôi, tr. 97 có dòng thơ 7 chữ thật hay, về mẹ:

Người về như người đã ra đi
cứ đau đáu nỗi niềm quê kiễng

cứ dằng dặt trường chinh vó ngựa
mẹ vẫn ngồi như tượng, chờ con.

Nhìn chung, tập thơ ***Những Dấu Lặng Hình Cánh Sen*** do tác giả Nguyễn Tam Phù Sa bộc lộ một tình tự về cách sống, thế sống của một đại gia đình họ Nguyễn thành nhiều câu thơ, đoạn thơ, truyện thơ kể lể chuyện đời, chuyện nước non, tình tự. Sự thể hiện này, cuối cùng được nhà thơ từ tốn khép lại bằng vần thơ lục bát ngắn gọn, sinh động, chí tình chí nghĩa như một khúc nôi mẫu mực của một đại gia đình Nguyễn Tam.

cuối cùng đâu có gì đâu
phù vân pha chút bột màu lên tranh
từ trong cát bụi sinh thành
chữ trăm năm ráng lượn quanh kiếp người.

Nguyễn Tam Phù Sa tên thật Nguyễn Tam Ân, sinh năm 1946 tại Quảng Nam.

Tác phẩm đã xuất bản:

Thơ:

Mưa Trong Vườn Tình Cũ (nxb Da Vàng 1972), Thắp Chút Đồng Nai (nxb Đồng Nai 1997), Ra Đi Cùng Dã Tràng (nxb Trẻ 2000), Tranh Lắp Ghép Bằng Chữ (nxb Lao Động 2012), Hình Thơ Bóng Chữ Có Cha Cầm Đèn (nxb Tổng Hợp 2023).

Văn:

Những Tay Chèo Không Mỏi (tập một nxb Trẻ 2004), Những Tay Chèo Không Mỏi (tập hai nxb Văn Nghệ 2009), Nơi Chim Cu Ưa Gáy (truyện ngắn nxb Văn Nghệ 2009).

KHÍ TIẾT CỦA CHỮ

Phiếm luận Lan Man Sự Đời của Nguyễn Hữu Thời có tất cả 36 tiết mục. Đọc từ đầu tới cuối, người đọc nhận thấy sự đời của mục nào cũng hết sức lan man. Đời người vốn ngắn ngủi nhưng sự đời của Nguyễn Hữu Thời lại dông dài, cái dông dài rất thú vị. Những ai từng đọc Phiếm của Nguyễn Hữu Thời hẳn phải ngạc nhiên về bút pháp của tác giả. Bút pháp đó đề cập đến tính người, tình người, với lời lẽ tự nhiên để Nguyễn Hữu Thời trò chuyện với sự đời của lớp người mà tác giả muốn nói tới. Mỗi mẩu chuyện Phiếm của Nguyễn Hữu Thời là một lẽ đời hoàn toàn khác biệt, nhất là ta có cảm tưởng như chính mình đã sống, đã từng hòa mình vào nỗi đời của nếp sống đó. Nét đặc trưng của Lan Man Sự Đời qua ngòi viết cho thấy Nguyễn Hữu Thời có tầm nhìn sâu sắc, rõ ràng và thực tế, về đời sống xã hội, về thế thái nhân tình xưa và nay.

Mở đầu trang sách, Nguyễn Hữu Thời trịnh trọng đưa ta ngược về quá khứ, ở đó có hương vị cà phê và tiếng nhạc Sài Gòn. Phiếm luận về "Dĩ Vãng Cà Phê Nhạc Sài Gòn", tác giả viết:
"Sài Gòn chiến tranh, trong bất an và lạc lõng, để thư giãn, người ta nghe nhạc trong các quán café, từ cái máy cassette hoặc máy chạy băng magné tức là băng cối hiệu Sony, Akai,Teak... với ampli và cặp loa thùng.

Trong những quán café nở rộ dọc các khu phố, đêm cũng như ngày, người ta ngồi im lặng, nhả khói thuốc, chìm đắm trong lời ca, tiếng nhạc. Người ta sống chậm, như bình thản chờ đợi một điều gì rất riêng cho mình... Âm nhạc, và cả quán café, thời kỳ đó, trở thành một niềm vui, một nguồn an ủi tạm bợ qua ngày".

Tôi vốn sinh ra... dưới gốc cây cà phê nên nói đến cà phê thì tôi, không những sành sỏi mà còn tự xưng mình từng là... bạn của café. Nhưng so với sự hiểu biết café và thưởng thức nhạc của Nguyễn Hữu Thời thì tôi chịu, nghĩa là chịu thua; tôi cho rằng, từ bao giờ, café và nhạc cùng tiếng hát của các ca sĩ lừng danh một thời ở Sài Gòn đã ăn ruồng vào tâm hồn nghệ sĩ của anh.

Ở Sài Gòn vào thập niên 1960 - 70, có nhiều trường công và tư thục nổi tiếng trong đó có trường trung học Hưng Đạo của thầy Hiệu trưởng Nguyễn Văn Phú thành lập năm 1959 nằm trên đường Cống Quỳnh gần ngã ba Bùi Viện, và trường trung học đệ nhị cấp Trường Sơn của thầy, nhà văn Nguyễn Sỹ Tế trên đường Lê Văn Duyệt. Nguyễn Hữu Thời đã là một trong hàng chục ngàn học sinh của 2 ngôi trường tư này.

Hồi đó anh học trò Nguyễn Hữu Thời học rất kém (tác giả tự thú) chỉ thích văn chương, thi phú và học tiếng Anh, nhất là được thầy Hưng, một vị giáo sư Anh Văn trẻ tuổi của Việt Nam Cộng Hòa dạy cho lòng yêu thương xứ sở qua bài văn Tôi Là Người Việt. Cái tựa đề giản dị nhưng đầy tự hào mà tôi cho rằng đó là một bài học lớn, là học trò biết khi nào đặt chữ nghĩa song hành với lòng yêu nước. Tôi cũng nghĩ rằng thầy Hưng là một trong những người thầy tuyệt vời nhất của nền giáo dục học đường. Ở thầy, là sự kết hợp giữa trí tuệ và cao cả, trang nghiêm và hiền hòa, học đường và lòng biết ơn, yêu đất nước và đồng bào mình.

Tôi biết rõ Nguyễn Hũu Thời, cựu Sinh Viên Sĩ Quan Trừ Bị Thủ Đức, yêu đất nước 4000 năm văn hiến của mình, là một tự hào.

"Nhưng, làm công dân nước 'Cộng Hòa Xã Hội Chủ Nghĩa Việt Nam', tôi thấy xấu hổ lắm". Câu kết luận chắc nịch trong ngoặc kép của Nguyễn Hữu Thời là một câu nói khẳng khái, là cơ bản về văn học chân chính hay nhất thế kỷ.

Nhân nói đến lính, trong bài "Thời Trang Quân Phục", cựu Sĩ quan Trừ bị Thủ Đức Nguyễn Hữu Thời đã miêu tả ngoại hình của một số nam nữ thanh niên ngoài Bắc thích mặc quân phục. Ta đọc ở đây cái sở thích nhất thời vừa ồn ào, nhí nhố lại ngụy tạo hết sức nhạt nhẽo nếu không muốn nói là lố lăng:

"Họ thích làm lính... giả! Họ mặc quân phục nửa giống lính QLVNCH, nửa giống lính Mỹ, tức là "không giống ai". Dĩ nhiên là không giống chút nào với cha ông họ vốn chỉ mặc kaki Nam Định, dép râu và nón cối. Những món đó bây giờ bị họ chê là xấu xí, lạc hậu, không "oai".

Vì là lính giả nên tác phong, bộ dạng của họ không có gì là hiên ngang như lính thật. Quân phục của họ thường mới tinh, thẳng nếp, không một vết nhăn. Họ không hiên ngang mà ngổ ngáo, thích "chơi nổi", thích làm anh hùng đường phố!"...

Cũng vì những chàng trai cô gái thuộc tầng lớp thừa tiền, lắm của thích làm lính giả nên Nguyễn Hữu Thời, từng là anh lính thật, cảm thấy gai mắt bèn phán một tràng chữ chắc nịch, đã tai: "Những chàng trai cô gái 'sành điệu' khoái mặc đồ lính thì... chưa chắc họ khoái đi lính (?) Nếu đất nước chẳng may rơi vào hoàn cảnh chiến tranh, họ có xung phong nhập ngũ để đánh giặc hay... trốn biệt? Người ta mặc quân phục là để giúp dân, giúp nước, không phải để làm dáng. Những chàng trai cô gái này giống như là những đào kép cải lương mới vào nghề đang tập tành diễn xuất".

Đang hùng hồn phê phán lính giả, Nguyễn Hữu Thời lái nhẹ qua một chút lính thật ở hải ngoại. Ta đọc để suy gẫm, rằng lính thật tức là cựu binh QLVNCH, nay đã là những ông lão U80, tóc bạc, da mồi, lưng còng, miệng móm, đi đứng nghiêng ngã chập choạng lại thích mặc lại quân phục cũ một thời của họ. Đã đành Nguyễn Hữu Thời tôn trọng sở thích của họ song tác giả Lan Man Sự Đời nghĩ rằng những bộ đồ đẹp đẽ oai nghiêm đó chỉ phù hợp khi khoác lên người những chàng trai trẻ vào cái thời binh lửa ấy...

Nói đến chuyện lính, mà lính Việt Nam Cộng Hòa là bất tận, bất tử, là thiên hình vạn trạng. Nó sâu xa và lầm lũi trong chiến tranh, một đoạn đời ghi tâm khắc cốt của anh em lính chiến chúng tôi và của tất cả chúng ta, những người lính.

Trong chiến tranh, như Nguyễn Hữu Thời đề cập, cái chết của người dân, dù là tai nạn hay bom rơi đạn lạc, thảy đều oan ức. Còn cái chết của người lính, dù có tức tưởi, đột ngột thế nào, cũng là chuyện hết sức bình thường. Không có gì là oan ức. Đó là sự hy sinh mà người lính đã ý thức và chấp nhận. Đọc tiếp đề tài "Chọn Một Tính Từ" của Nguyễn Hữu Thời để cảm nhận hai mươi năm chiến đấu của QLVNCH không hề vô ích; nhờ đó mà dân chúng miền Nam đã có một khoảng thời gian khá dài được sống trong bầu không khí tự do, trong một xã hội tương đối công bằng, với một nền dân chủ đã định hình. Thiết nghĩ người dân miền Nam có lương tri đều biết ơn quân đội Việt Nam Cộng Hòa...

Ngòi viết của Nguyễn Hữu Thời miệt mài chấm xuống nỗi đau của sự đời mang sắc thái u buồn hay niềm hạnh phúc mang hình thái an vui. Có truyện Nguyễn Hữu Thời viết thật nghịch lý mà dí dỏm như truyện "Văn Người, Vợ Mình" thay vì Văn Mình, Vợ Người như người ta thường ví. Có truyện nhẹ nhàng, súc tích gợi lên một triết lý nhân sinh như truyện "Chuyện Chính Danh". Có truyện so sánh thật thâm thúy cách dịch thơ của Phạm Duy và Bùi Giáng về bài thơ L'adieu của Appolinaire như truyện "Mùa Thu Chết, 2 Cách Dịch". Có truyện lan man về ký hiệu &, biểu tượng của chữ S ngược có móc (&) nghĩa là: và (tiếng Anh là And, tiếng Pháp là Et). Từ biểu tượng & này, tác giả khéo ví von một cách thâm tình mà cũng thật tội nghiệp về 10 con gà đồng quê đã tử mị hết 8 còn lại 2 con mang tên Trắng và Đen rất dễ thương như truyện "Anh Bông Lu & Bé Lùi". Có truyện tình người thấm thía, đẹp như thơ như truyện "Ngày Anh Mãn Khóa", cái ngày anh mãn khóa thật là một ngày đáng nhớ, trang trọng, hùng tráng. Đáng nhớ nhất là có em gái hậu phương đến dự, cũng gần đó có ba cô gái rất lịch sự trong những tà áo dài, vừa đứng đắn vừa duyên dáng....

Nói chuyện... lính ngụy, mà "ngụy rặt" như 4 anh em trong "gia đình nghèo thành thị" của Nguyễn Hữu Thời thì ôi thôi, biết bao giờ mới dứt. Bốn anh em đều được cha mẹ cho học hành tử tế, lớn lên trong thời loạn họ đều đi vào lính để rồi cuối cùng trở thành "ngụy rặt".

Bắt chước Lan Man Sự Đời của Nguyễn Hữu Thời, tiện đây tôi cũng lan man đôi dòng về hội họa gắn liền với họa sĩ Chóe, một họa sĩ biếm họa tài danh của Việt Nam cũng là một người lính cấp bậc hạ sĩ mà nhiệm vụ chỉ là vẽ và vẽ mà thôi. Trước năm 1975, cảm hứng của thơ văn trữ tình, lãng mạn thường gắn liền với cái đẹp của hội họa. Người ta nói thi ca lồng trong hội họa tức là trong thơ có họa, trong họa có thơ. Sự kết hợp này làm cho đời sống tinh thần của người nghệ sĩ dễ thăng hoa, giàu sức sáng tạo hơn rất nhiều.

Vậy mà sau 1975, dưới ách Xã Hội Chủ Nghĩa, Nguyễn Hữu Thời cho biết những người lính thất trận có bị đày đọa cũng không oan ức như họa sĩ Chóe, chẳng dính líu gì tới vụ án hồ Con Rùa để phải bị ghép tên vào nhóm "những biệt kích văn hóa"; họa sĩ Chóe không tranh hơn thua với ai mà cũng chẳng có ân oán gì với tay họa sĩ nằm vùng nọ. Tính đố kỵ được nuôi dưỡng để trở thành lòng căm thù khiến người ta trở nên độc ác, độc ác đến không còn tình người. Tất cả chỉ vì háo danh, và mặc cảm, mặc cảm thua kém. Cứ thế, qua bài viết của Nguyễn Hữu Thời, trong họa, cái danh phận ác ôn đó nó cứ bay bàng bạc trong không gian và thời gian, cho dù "cuộc đời vốn buồn nhưng mọi chuyện rồi cũng qua đi. Chỉ có lịch sử trung thực là còn lại".

Đưa những câu chuyện vặt vãnh thường ngày vào văn xuôi tuy bình thường nhưng lại nói lên một sự thật. Cái sự thật của Nguyễn Hữu Thời là dùng ngòi viết để viết xuống, dùng ngôn ngữ để kể ra những cái chao đảo, ngả nghiêng, những cài eo sèo, lệch lạc, những thứ căm thù, sắc máu, những cái nghịch lý, kể cả những cái gọi là lầm lẫn của đời sống con người. Các mẫu truyện Nhà Văn và Nhà Thơ, Chữ & Nghĩa, Tú Mỡ Đi Tây, Benefit Of The Doubt, Không Cần Biết Đến Tác Giả, Lầm!, Mặc Cảm Đàn Em, Những Góc Facebook... hầu hết đều gợi lên một triết lý thăng hoa hay lạnh lùng dìm xuống bởi tình người, tình đời.

Tóm lại, lối hành văn của Nguyễn Hữu Thời thật phong phú, một loại nghệ thuật tả chân, dạt dào mà bình dị, tự nhiên và phóng khoáng. Nguyễn Hữu Thời viết để hoàn thành tác phẩm nhằm bộc lộ niềm khao khát, lan man trải sự đời xuống trang giấy. Chữ nghĩa lâu nay vốn gắn liền với Nguyễn Hữu Thời đã trở thành một thói quen ràng buộc nhau để hoàn thành một tác phẩm. Tình thân, bạn hữu, hồi ức, đam mê, hạnh phúc lẫn khổ đau, trườn qua bao nhiêu hệ lụy, Nguyễn Hữu Thời mới sống hết lòng với chính mình và cho sự nghiệp văn chương.

Lan Man Sự Đời là tác phẩm phản ánh tâm cảnh người dân Sài Gòn trước và sau chiến tranh; về hình thức và nội dung tác phẩm này dù có chiều hướng nghiêng về hoài cảm nhưng là một bước tới của nghệ thuật tả chân sâu sắc, có khí tiết.

Chữ nghĩa tuyệt chiêu.

ĐỐ AI VẼ ĐƯỢC MÙI HƯƠNG

Đã lâu rồi tôi còn nhớ một đêm sáng trăng, ngồi bên bờ hồ Than Thở thoảng hương hoa ngan ngát, lòng bâng khuâng chợt nhớ hoa quỳnh. Không như muôn loài hoa khác, tạo hóa sanh quỳnh vốn mong manh, yểu điệu, chỉ nở những đêm có trăng và chỉ trổ hoa một lần. Sắc hoa tinh khiết của quỳnh thường len trong xiêm áo, trên đôi tay nâng niu hay trong hương tóc thiếu nữ mộng mị diễm kiều. Quỳnh, loài phù du tối nở sớm tàn nên hương thơm của quỳnh được người đời ưu ái gọi là Quỳnh Hương.

Quỳnh Hương cũng là tên một bức tranh sơn dầu của họa sĩ Nguyễn Sơn in trong tập tranh NGUYỄN SƠN COLORS YOUNG GIRLS & SCENERY do Việt Thức Foundationary ấn hành đầu xuân 2022 tại Hoa Kỳ.

Tập tranh có tất cả 150 bức họa, bức nào cũng sống động, cũng đẹp. Cái đẹp của hoài niệm và lời nguyện cầu của cô thiếu nữ dưới trăng. Họa sĩ quả là thích vẽ cảnh trăng và thiếu nữ trong chiếc áo dài truyền thống đủ màu, đủ kiểu với khát vọng phố đêm, với hoa thơm lan xa, với tiếng đàn hòa cùng tiếng chim sơn ca hót tràn qua từng họa phẩm.

Qua bức tranh "City Night", họa sĩ khéo dẫn dụ người xem tranh cảm nhận bằng trực giác về vẽ đẹp tinh khiết của thiếu nữ trong chiếc áo dài tím chưa từng bị trần thế chạm vào. Bức "Moonlight Memory" vẽ năm 2019, cô gái trong chiếc áo dài xanh dương an nhiên ngồi thưởng thức mảnh trăng cong. Nhìn cô gái trong tranh tôi thật sự... băn khoăn. Tình cảm nảy sinh tò mò, ngẩn ngơ không biết cô... đang ở đâu, có sống xa quê như tôi không?

Nhưng rồi xuyên qua ba bức tranh "Saigon Moonlight Nostalgy", "Wharf and Young Girl" và "Young Girl and Homeland Moonlight" tôi biết tỏng, rằng mặt cô sáng, môi cô tươi, tóc cô mượt, cô an nhiên tự tại biết mình hạnh phúc được sống ở quê nhà. Người đời có những câu nói thật hay: Không có nơi nào đẹp hơn quê nhà. Có một nơi để về là nhà...

Tôi có dính líu chút ít về âm nhạc nên ngắm nhìn các bức tranh "Violin Blue Rhapsody", "Tristesse-Violin and Moonlight", "Young Girl Violoncello", "Aritst and Guitar", "Sing Me A Song", họa sĩ vẽ thiếu nữ chơi đàn làm tôi bâng khuâng nhớ cây cổ cầm và câu thơ Côn Sơn Ca của Úc Trai:

Côn Sơn suối chảy rì rầm
Ta nghe như tiếng đàn cầm bên tai

Cổ cầm xưa nay luôn được coi là một trong tứ nghệ “Cầm kỳ thi họa”, tiêu biểu cho thú tao nhã, là nhạc cụ không thể thiếu khi các văn nhân ngâm nga thơ phú.

Ngược với cổ cầm, vĩ cầm (violon), violoncello là một loại nhạc cụ quý phái, thường được dùng trong các buổi đại hòa tấu cũng như được sử dụng trong nhiều thể loại nhạc cổ điển, nhạc Baroque, Jazz, Rock và cả âm nhạc dân gian.

Nhìn chung tranh nền của họa sĩ Nguyễn Sơn rất đậm và chắc. Đậm như rừng, và chắc như khối bê-tông cốt thép. Trên khối thép óng ánh sức sống đó bức họa nào cũng được họa sĩ đổ tràn trên khung vải màu sắc vô cùng rực rỡ, ánh sáng và bóng tối vươn lên có lúc chênh vênh có lúc u hoài nhưng thảy đều gợi nên vẻ đẹp của nhân sinh.

Không có gì thành công và tuyệt vời cho bằng nghệ thuật hội họa có sức lôi cuốn giới thưởng ngoạn, những người thực sự yêu thích tranh vẽ của mình.

Sáng tạo nghệ thuật bao giờ cũng phát huy từ trí tuệ và sức lao động. Thưởng thức những bức họa của Nguyên Sơn thường xuyên đăng tải trên facebook cho ta thấy họa sĩ miệt mài vẽ đều tay, tận tụy với sơn, cọ nhằm bộc lộ niềm khát khao với nghiệp hội họa.

Hiện tại, với Nguyễn Sơn hội họa là tất cả. Trường phái tranh Ấn Tượng của Nguyễn Sơn, từ các tĩnh vật (Still Life) đến những vật thể động (The Fallong Leaves, Spring Is Coming, Flocking Toghetger...) là những đối tượng gợi cho họa sĩ vẽ lên được ước mơ của mình.

Mà ước mơ của họa sĩ thì vô số kể: trăng sáng, mây bay, hoa nở, tiếng sóng biển, tiếng thu rơi trên lối mòn, tiếng gió trong cánh chim, nắng lao xao trên bờm ngựa, tiếng đàn của thiếu nữ; đến ngay cả đô thị sông nước, nông thôn lúa vàng, thời tiết bốn mùa cũng ào ạt tiến lên khung vải, mạnh mẽ, sinh động mà gần gũi, thân tình.

Họa sĩ Nguyễn Sơn, kiêm Nhiếp ảnh gia, sanh năm 1950 tại Hà Nội. Di cư vào Nam 1954. Tốt nghiệp Trường Mỹ Thuật Gia Định/Sài Gòn. Vượt biên năm 1980. Được tàu Cap Anamur vớt, định cư tại Đức. Tốt nghiệp Trường Đại học Braunschweig. Làm việc tại Viện Bảo Tàng Hannover và OTTO cho đên khi về hưu. Tham gia triển lãm tranh quốc tế tại Đức, Pháp và Tây Ban Nha. Thành viên Hội Nghệ Thuât Hannover, Đức.

LẨN THẨN VỚI TUYẾN

Hồi ở lính, tôi đóng quân ở tiền đồn Plei Buk cách thị xã Pleiku chừng 70 cây số về phía Tây Bắc dãy Trường Sơn. Plei Buk nằm đơn độc trên một ngọn đồi trọc đầy cát, đá chen giữa những bụi cây bùi nhùi mọc lúp xúp. Đứng trên vọng gác trên đồi đặt ống dòm có thể nhìn thầy dòng sông Sésan uốn mình ở phía mờ xa.

Tiền đồn Plei Buk trước kia từng bị quân Bắc Việt đánh úp, nhiều năm sau công binh Mỹ mới dựng lại với lô cốt, giao thông hào, hầm chỉ huy và vòng rào phòng thủ kiên cố hơn. Tôi là người thứ tư được biệt phái về phụ tá ông Đại đội trưởng chỉ huy chiến địa này. Ban ngày gió Lào thổi về ràn rạt nóng rát mặt nhưng ban đêm tứ bề im lìm như mộ địa.

Để đề phòng mọi bất trắc có thể xảy ra bất cứ lúc nào, mỗi tối tôi và anh lính Truyền Tin kiêm vệ sĩ đi kiêm tra thường đi tuần tra quanh doanh trại.

Thiết nghĩ cũng xin mạn phép nói thêm một chút về anh lính Truyền Tin kiêm vệ sĩ này. Anh tên Ngôn, vóc người rắn chắc, đen như cột nhà cháy. Thoạt nhìn ai cũng tưởng anh là người Jarai nhưng anh cho biết anh gốc Bình Định xuất thân từ lò võ ông Mười Đẹt. Biết tôi cũng vò vẽ chút võ thuật Bình Định nên chiều chiều hai thầy trò thường trao đổi nhau qua các đường quyền đường cước, cùng ôn lại các chiêu thức căn bản đỡ buồn.

Khi chúng tôi tới gần vọng gác ở góc phía Tây tôi chợt nghe văng vẳng tiếng hát của một nữ ca sĩ nào đó làm tôi khựng lại. Nghe tiếng động anh lính gác vội tắt đài hô vọng xuống: "Dã Tượng". Mật khẩu do tôi đặt nên tôi đáp nhanh Yết Kiêu xong tới gần lô cốt tôi hỏi ai hát mới biết đó là giọng hát của nữ ca sĩ Kim Tuyến. Đó là lần đầu tiên tôi nghe danh cô ca sĩ này. Giữa tiền đồn heo hút khỉ ho cò gáy mà nghe giọng hát ngọt ngào truyền cảm của Kim Tuyến quả thật là hữu ích như mật rót vào tai.

Sau này về thành phố tôi được biết Kim Tuyến từng cộng tác với Ban Hoa Tình Thương, Tổng Cục Chiến Tranh Chính Trị chuyên phổ biến những bài ca yêu quê hương đất nước, ca ngợi sự hy sinh của người lính Việt Nam Cộng Hòa. Ngoài ra Kim Tuyến còn là một nghệ sĩ của gánh hát Kim Chung, Dạ Lý Hương diễn chung với Hùng Cường, Tấn Tài, Tùng Lâm, Vân Hùng, Thanh Tú, Dũng Thanh Lâm...

Rồi thời gian trôi đi đưa tôi đáo nhậm nhiều đơn vị từ cao nguyên xuống tới vùng duyên hải Lúc tôi thuyên chuyển trở ngược lên vùng rừng núi được một năm thì

Banmêthuột thất thủ tôi bị bắt đi tù "cải tạo" tại Trại Cải Huấn BMT. Trại này do thực dân Pháp xây dựng năm 1930 để nhốt các cán bộ Cộng Sản và chính trị phạm, được một Tiểu đoàn Sơn Cước bảo vệ.

Năm 1979 tôi thoát về Sài Gòn may mắn vượt biên tới trại tỵ nạn Laem Sing, Thái Lan. Tại trại này, một lần nữa tôi lại nghe Kim Tuyến hát trong băng cassetet. Khi tái định cư ở nước thứ ba tôi có dịp gặp gỡ và quen biết nhiều văn nghệ sĩ trong và ngoài nước, trong đó có Kim Tuyến, cô ca sĩ xinh đẹp, hát hay, nhất là tánh tình bộc trực, khẳng khái chống Cộng số một.

Tuyến, Nguyễn Kim Tuyến, cô bạn ca sĩ của tôi.

NGHỆ THUẬT SÁNG TẠO
30 BỨC TRANH XÃ HỘI VẼ BẰNG CHỮ
(về Hồi Ức Thời Điêu Linh của Nguyễn Ngọc Chính)

Ba mươi bài viết trong tập **Hồi Ức Thời Điêu Linh** của Nguyễn Ngọc Chính là 30 bức tranh vẽ nên một phần cuộc sống của người dân Sài Gòn sau chiến thắng 1975 của Cộng sản miền Bắc Việt Nam. Đây không phải là những hồi ức mới lạ, nhưng Nguyễn Ngọc Chính vốn có cá tính sáng tạo và phong cách nghệ thuật sâu sắc đã khéo léo bày tỏ quan niệm của mình về ý thức xã hội, về con người và đời sống vì thời thế đã phải trải qua một thời điêu linh.

Nhìn chung **Hồi Ức Thời Điêu Linh** là một bức tranh xã hội, ngoài bút pháp là yếu tố quan trọng còn kèm theo nhiều hình ảnh giá trị, qua đó tác giả gởi gắm tâm tư vào thời kỳ đổi mới, tuy trong vòng mười năm, nhưng cũng đủ để tác giả bộc lộ một nhận thức thực tế về cuộc sống lao đao của người dân vào thời bao cấp. Ngoài ra, Nguyễn Ngọc Chính cũng cất lên tiếng nói cảm khái trước thế sự và thế thái nhân tình gói trọn trong một kiếp người vốn nhiêu khê ngoài dự tưởng.

Như chúng ta đều biết sau khi miền Nam Việt Nam sụp đổ, Cộng sản miền Bắc đã tiến hành một số cải cách về chính trị nhằm đối phó với tình hình còn giao động ở miền Nam. Mục đích của cuộc cải cách nhằm áp dụng nền tảng xã hội chủ nghĩa thay cho chế độ cũ của VNCH, đồng thời chứng tỏ vị thế chính trị của Cộng sản miền Bắc trên một chế độ vừa bị xóa sổ.

Vì thế, năm 1976, Đảng Cộng sản Việt Nam đã mau chóng cột chặt nền kinh tế miền Nam bằng cách áp đặt một phương án mới mà cũ gọi là *thời bao cấp.*

Thời bao cấp được rút từ mô hình kinh tế cũ đã thực hiện ở miền Bắc từ năm 1954, sau đó được áp dụng ở Sài Gòn từ năm 1976 đến năm 1986 thì chấm dứt, ngay khi gặp phải rất nhiều khó khăn và gây nên nhiều cơn khủng hoảng đối với các vấn đề có liên quan đến đời sống dân chúng từ thành thị đến thôn quê của miền Nam Việt Nam. Từ một miền Nam trù phú với thế mạnh của đất, của sông ngòi, biển cả, sôi động trong các khu vực công nghiệp, sung túc trên các thương trường, sau mười năm của thời bao cấp đã trở nên tiêu điều nhất trong lịch sử Việt Nam.

Muốn biết *"Bao cấp"* nghĩa là gì ta hãy nghe Nguyễn Ngọc Chính, tác giả **Hồi Ức Thời Điêu Linh** định nghĩa: *"Bao cấp là tất cả đều do nhà nước đứng ra 'bao' hết, từ cây kim, sợi chỉ, que diêm cho đến lương thực hàng ngày".*

Từ cách định nghĩa vô cùng giản dị và thực tế, Nguyễn Ngọc Chính kết luận:*"Chế độ bao cấp ngoài việc khiến người dân lúc nào cũng đói còn hủy hoại những giá trị đạo đức căn bản của con người".*

* * *

Sài Gòn của thời bao cấp đã sinh ra nhiều phần tử mánh mung, lừa đảo lẫn những con người thuần lương, chất phác đến buồn cười.

Ai cũng biết có phố là có chợ. Mà chợ thì có chợ trong, chợ ngoài. Ngược với chợ trong là chợ cố định như nhà lồng chợ thì chợ ngoài tức là chợ trời. Chợ trời diễn ra ở khắp hang cùng ngõ hẻm của Sài Gòn nhằm phục vụ cho người mua lẫn kẻ bán. Ở đó, lẫn lộn với "dân chợ trời" còn có nhà văn, nhà giáo, bác sĩ, kể cả tác giả Hồi Ức Thời Điêu Linh, vì miếng ăn phải ra đường kiếm kế mưu sinh.

Nói về chợ trời thời điêu linh, Nguyễn Ngọc Chính nhận xét thật hay: "Chợ trời là một hình thức 'tự phát' khi nhu cầu của người miền Nam cần bán những mặt hàng được coi là không còn cần thiết trong tình hình mới, gặp nhu cầu của người mua là những người đến từ phương Bắc. Họ săn nhặt những mặt hàng 'lạ' còn sót lại từ thế giới tư bản miền Nam".

Con người từ trong bóng tối lâu ngày bước ra ngoài ánh sáng, ai cũng như ai, tất cả đều mang một trạng thái ngỡ ngàng, nếu không muốn nói là cái ngơ ngáo hồn nhiên của những chiến binh chân quê, cái chất phác của những anh bộ đội đi xẻ dọc Trường Sơn được đặt chân lên Sài Gòn phồn vinh mệnh danh là Hòn Ngọc Viễn Đông.

Nếu chợ trời có đủ các thành phần trong xã hội từ thượng vàng đến hạ cám thì vùng kinh tế mới cũng đầy những phức tạp của trăn trở đổi mới. Sau ba mươi năm chiến tranh, những địa phương nông thôn xa xôi cũng như những vùng đất hoang vu trên rừng núi trở thành vùng kinh tế mới.

Mặc dù nhiều quốc gia trên thế giới đã từng thực hiện chính sách *kinh tế mới* từ thập niên 1920, nhưng đối với hầu hết người trong Nam sau 1975 có thể nói "kinh tế mới" là từ lạ tai, một thế giới lạ lẫm. Giữa năm 1975, nhà nước Cộng sản tổ chức chương trình đưa dân thành thị ra vùng kinh tế mới, ngoài lý do kinh tế, còn có mục đích chính trị để giảm số người thuộc chính quyền Sài Gòn cũ tập trung ở những đô thị, nhất là vùng Sài Gòn, như Nguyễn Ngọc Chính đề cập. Rõ ràng đây là một vấn đề thuộc phạm vi *"an ninh chính trị"* nhằm loại trừ những phần tử phản động, chống đối.

Cho nên vùng kinh tế mới là một thế giới mới lạ, đầy hỗn tạp. Một khi đặt chân đến vùng đất khẩn hoang này, người giàu kẻ nghèo, quan quân, chủ tớ, ai cũng như ai, đều bỏ lại đằng sau toàn bộ quá khứ của mình để bước vào một kiếp sống mới, một cuộc đổi đời hoàn toàn bình đẳng về tư cách làm người.

Phương thức cưỡng bách dân thị thành đi kinh tế mới cũng gần giống như chính sách tập trung thành phần của chế độ cũ đi học tập cải tạo. Bài *Góp nhặt buồn vui thời cải tạo* của Nguyễn Ngọc Chính đã gợi dậy ở người đọc niềm thương cảm xót xa cho đời sống dân chúng miền Nam, đồng thời cảm thông cho những thân phận tù đày mà chính quyền mới luôn khẳng định, đây không phải là nhà tù mà đây là nơi... học tập cải tạo, như Nguyễn Ngọc Chính bộc bạch sau cuộc đổi mới mạnh mẽ của đất nước.

Trong thời điêu linh, Nguyễn Ngọc Chính cũng không quên nói đến chuyện *đổi tiền, đốt sách*.

Riêng về chiến dịch đốt sách, ta đều biết, sau khi Việt Minh tiếp quản Hà Nội, các loại sách báo đã in ra từ trước 1954 dưới thời Pháp thuộc đều bị đốt sạch. Vì vậy, việc đốt sách tại miền Nam ngay sau ngày 30/4/1975 cũng lập lại bằng chiến dịch *Bài trừ Văn Hóa Đồi Trụy Phản Động*.

Phản ứng việc đốt sách, Nguyễn Ngọc Chính viết: "Sách báo bị thu gom để thiêu hủy, coi như đốt cháy cả cơ nghiệp lẫn con người của những cá nhân có liên quan". Tất nhiên, những người có sách bị đốt cũng có phản ứng, nhưng riêng tôi lại không. Thật ra, nghèo rớt mồng tơi như tôi lúc đó chỉ lèo tèo vài ba cuốn sách gối đầu nằm, thay vì đốt thì tôi đem chôn dưới chân đồi. Lúc chôn sách tôi tưởng tôi là... bạo chúa Tần Thủy Hoàng "đốt sách, chôn nho".

Nhìn chung những bài viết trong **Hồi Ức Thời Điêu Linh** được đánh số từ 1 đến 9: *Bao cấp. Chợ trời, Kinh tế mới, Cải tạo, Đổi tiền, Đốt sách, Bạn hữu, Lò bát quái Chí Hòa* đều là những nhận định sâu sắc về thời điêu linh.

Số bài còn lại của Nguyễn Ngọc Chính là đề tài viết về những cảnh đời éo le, bát nháo thường ngày. Đây là sở trường của tác giả **Hồi Ức Thời Điêu Linh,** dùng ngòi viết sắc cạnh, nhạy bén để vạch ra những thói đời lố lăng, kịch cỡm, những cuộc sống ồn ào của quyền chức gây ra tệ nạn tham nhũng, những kiểu hối lộ thời @, rồi nạn ô nhiễm môi trường, sự xuống cấp của giáo dục học đường, cái tếu táo đầy mùi vị cay đắng của chữ nghĩa, cái ngây ngô, hẹp hòi, thiếu tri thức của một của một nhà báo kiêm nhạc sĩ, cái đề tài nóng bỏng của người Việt Nam về người Trung Quốc, cái bản chất tàn bạo, khốc liệt của chiến tranh v.v... Loanh quanh toàn những chuyện méo mó, phàm tục lẫn bi hài vẫn diễn ra hằng ngày trong mọi ngõ ngách của cuộc đời nhưng nhức nhối đến tận tâm can.

Để bù đắp khiếm khuyết nhân tính kể trên, Nguyễn Ngọc Chính đã khéo lồng vào đó vẻ đẹp nhân bản của con người, dù có một vẻ đẹp ray rứt khôn nguôi. Nhà văn miêu tả chân dung của một vị tướng khét tiếng trên chiến trường Điện Biên Phủ, lúc về già lại trở thành chủ tịch Ủy ban Quốc gia về sinh đẻ có kế hoạch: "Ông đã đi qua những tháng ngày bị xếp xuống hàng cuối cùng trên những lễ đài, tuy lặng lẽ nhưng sừng sững" *("Bên Thắng Cuộc" - Tướng Giáp*). Cái "sừng sững" của một vị tướng ngoài chiến trường, lúc về già đã đi vào câu thơ dân gian truyền tụng:*" Nhà thơ làm kinh tế. Thống chế đi đặt vòng"*. Đó là hình ảnh ngậm ngùi của một anh hùng bị thất sủng.

Và để lấp đi nỗi buồn mênh mông trần thế, Nguyễn Ngọc Chính lại vẽ nên những đối tượng của mình bằng một bút pháp thân mật, nhã nhặn và tự nhiên. Các đối tượng của Nguyễn Ngọc Chính không ai khác hơn là bạn bè cũ, mới, thân, sơ, cùng điêu đứng trong một xã hội hỗn độn, nhiêu khê. Có điều, bạn hữu của Nguyễn Ngọc Chính kể ra chẳng mấy ai "bình thường".

Đó là "một người bạn" đặc biệt nhất, thân thương nhất, chân tình nhất, gắn bó nhất, suốt đời không quên , không xa cách, không ruồng bỏ, chính là cô gái út có biệt danh *"xúi quẩy"* của ông bố Nguyễn Ngọc Chính.

Ta gặp ở đây cái cảm hứng trào lộng của ông bố tiết lộ nguyên do vì đâu cô con út của ông - khi Sài Gòn sụp đổ mới chỉ chưa đầy ba tháng, hãy còn ẵm ngửa - lại có cái tên *"xúi quẩy"*, một cái tên thật... xúi quẫy mà cũng thật dễ thương: *"Xúi quẩy"* vì đồ đạc trong nhà cứ thay nhau ra chợ trời để lấy tiền mua gạo. *"Xúi quẩy"* vì bố đi học tập mút chỉ. Nói chung, *"xúi quẩy"* vì cả miền Nam đang trong thời kỳ... *"xúi quẩy"!*

Sam Korsmoe là tác giả cuốn sách *Saigon Stories* viết về Sài Gòn trước và sau 1975 do nxb Public America xuất bản tại Hoa Kỳ năm 2006. Cuốn sách xoay quanh 5 gia đình người Việt xuất thân từ miền Bắc trong đó có đủ các nhân vật thuộc mọi thành phần chính trị, xã hội trải qua những giai đoạn lịch sử nước Việt.

Nguyễn Ngọc Chính cho biết những nhân vật trong truyện đã tạo cho *Saigon Stories* nhiều sắc thái về một cuộc chiến đã đi qua và quan điểm khác nhau trong một giai đoạn lịch sử của đất nước.

Bạn của Nguyễn Ngọc Chính còn có nhóm *tứ nhân bang*: Bùi Chát, Lý Đợi, Khúc Duy, Nguyễn Quán, "bốn chàng tuổi trẻ vốn dòng quái kiệt" đã làm một cuộc "nổi loạn văn hóa" tại Sài Gòn vào cuối năm 2000.

Bùi Chát, thủ lãnh của nhóm "tứ nhân bang" cho biết vì sự phi lý, trì trệ "đến khó hiểu" trong sinh hoạt văn hóa - văn nghệ tại Việt Nam nên những người trẻ này quyết tâm... "Mở Miệng". *Mở Miệng* là nhan đề của tập thơ "chui" của Bùi Chát do "nhà xuất bản" *Giấy Vụn*, cũng chính của họ, ấn hành bằng máy photocopy. Sau 18 năm *Mở Miệng* đã có hơn 40 đầu sách thuộc nhiều thể loại, lĩnh vực được *Giấy Vụn* giới thiệu đến tay bạn đọc gần xa, trong có hơn 10 cuốn của nhóm *Mở Miệng*.

Ta hãy nghe Nguyễn Ngọc Chính bình phản *thứ thơ mà bản thân họ tự nhận là "thơ dở","thơ rác","thơ nghĩa địa", thứ thơ nên"đào đất chôn đi"*(nhà phê bình Phan Xuân Nguyên):

"Quả thật rất khó 'tiêu hóa' những ngôn từ & ý tưởng của thơ *Mở Miệng* như trong bài thơ *Vần 'inh'*của Bùi Chát trong tập thơ *Cái l. bỏ đi & những bài thơ chửi rủa [bới, lộn],* Nxb *Giấy Vụn*, 2004:

tôi buồn khóc như buồn nôn
ngoài phố
nắng thuỷ tinh
tôi gọi tên tôi cho đỡ nhớ
thanh tâm tuyền
[í quên, bùi chát chớ!]
...
tôi thèm giết tôi
loài sát nhơn muôn đời
tôi gào tên tôi thảm thiết
buồi chét! buồi chét! bù ù ù ồ ồ ì ì ì ché é é t t t !
bóp cổ tôi chết gục
để tôi được phục sinh

vợ tôi hôm nay bất ngờ có kinh..."

Tuy nhiên với Nguyễn Ngọc Chính, ngoài bạn bè là *người*; còn có bạn *ảo* khác *người*. Đó là người bạn "*tiếng còi tàu thời ấu thơ*" của tác giả. Nhà văn tâm sự: "Tuổi thơ của tôi cũng có những gắn bó với tiếng còi tàu. Những chuyến tàu qua lại trở thành quen thuộc đến độ gần gũi, thân thương. Có những ngày tàu từ Tháp Chàm về trễ vì những trục trặc dọc đường... bỗng thấy lòng tự nhiên nôn nao như thiếu một cái gì đó". Sau 1975, những con tàu ngày xưa đó và những đường ray đã trở thành sắt vụn trong thời điêu linh. Tất cả chỉ còn là hoài niệm về tiếng còi tầu của tuổi thơ.

Đọc **Hồi Ức Thời Điêu Linh** của Nguyễn Ngọc Chính tôi nhận ra tác giả là cây bút có khuynh hướng tả chân. Những tập Hồi Ức trước kia và lần theo 30 bài viết của nhà văn lần này, thấy những câu chuyện được nêu ra hết sức đa dạng, phong phú, sinh động, dù có hàm ý sâu xa nhưng thật lí thú vì rất thực. Về phương diện ngôn ngữ mang danh nghĩa "hồi ức", Nguyễn Ngọc Chính là một cây bút vạm vỡ, không ngừng nỗ lực mang lại cho nền văn học Việt Nam những tác phẩm giá trị liên quan tới con người và đời sống từ thời điêu linh cho đến nay.

NGHE TRONG THẦM LẶNG

(đọc tập truyện *Thầm Lặng* của Doãn Kim Khánh)

Tôi còn nhớ năm 1979 cuối con hẻm nhỏ trên đường Thành Thái, Sài Gòn có một căn nhà nhỏ của một gia đình di cư không giàu có. Dĩ nhiên có thể nói họ nghèo nhưng tên tuổi, đạo đức và khí khái thì mênh mông. Đó là gia đình nhà giáo kiêm nhà văn Doãn Quốc Sỹ, tác giả của những tác phẩm giá trị trên văn đàn Việt Nam. Căn nhà cuối hẻm của nhà văn, vào thời buổi nhiễu nhương tuy không an toàn, nhưng với tôi, lại là nơi ấm áp nhất trần đời.

Đó là nơi tôi đã đến trú ngụ, dù chỉ một đêm thôi, nhưng đã để lại trong tôi một ngọn lửa hồng, một sự biết ơn. Đêm nằm trên bộ salon màu đỏ, đã cũ ngoài phòng khách, dù êm ấm tôi vẫn không ngủ được. Một du tử ngủ bờ ngủ bụi như tôi lúc bấy giờ, thấm thía cái lạnh nửa đêm ở Sài Gòn ra sao thì cái ấm áp dưới mái nhà này làm tôi bồi hồi, thao thức. Trong bóng tối lờ mờ tôi bỗng chú ý tới một bức tranh treo trên vách.

Đó là bức mộc bản của họa sĩ Võ Đình khắc họa một Cây Tổ trăm năm cằn cỗi, trên cành trụi lá có một con trâu bị chém treo ngành, dưới gốc cây một người đàn ông cụt giò, đứng chống nạng, con mắt trắng dã đau đáu nhìn vào cõi khôn cùng.

Đứng lặng trong đêm tối trước Cây Tổ tôi chợt thấy mình mỉm cười chua chát. Mình đang an trú ở đây trong khi gia trưởng, tức nhà văn Doãn Quốc Sỹ, một "biệt kích văn hóa" lại bị tù đày đâu đó trong một trại giam trên cao nguyên Gia Lai xa mù. Còn người bạn của gia trưởng, họa sĩ Võ Đình thì đang tha phương nơi xứ lạ quê người.

Sáng ngày hôm sau từ giã Doãn gia tôi tiếp tục lang thang trên nẻo đường vô định. Những tưởng sẽ không bao giờ tôi còn gặp lại những người tử tế này, nhưng không. Dòng đời đôi khi có những điều kỳ lạ mà không ai đoán trước được. Khi qua Mỹ gặp lại Doãn gia tôi như mở cờ trong bụng. Bước vào căn nhà họ Doãn ở Quận Cam tôi nhớ ngay tới các thành viên của "bản dinh" xưa trong con hẻm Thành Thái, Sài Gòn. Chính cái chân tình cố hữu, cái tư cách làm người của Doãn gia đã làm họ đứng thẳng, và làm cho căn nhà trở nên ấm áp hơn, hạnh phúc và thơ mộng hơn.

Lúc tôi gặp lại Doãn gia thì mẹ Thảo, người bạn đời của bố Sỹ, không còn nữa. Bù lại, đối diện với tác giả trường thiên tiểu thuyết Khu Rừng Lau tôi thấy thương ông già nhiều hơn. Nhà văn yêu nước này, không riêng gì tôi mà những ai ưu thời mẫn thế đều ngưỡng mộ và kính trọng nhân cách của ông từng đứng trước bạo quyền nói lời khẳng khái. Và bên cạnh ông là cô giáo

Doãn Kim Khánh, thứ nữ của nhà văn yêu nước, lần đầu tiên tôi được gặp.

Ông bà Doãn Quốc Sỹ có tám người con, từ chị hai Thanh rồi Khánh, Liên, Thái, Vinh, Hưng, Hiển cho tới cô út Hương, tất cả đều giống bố, ưa chuộng văn chương và có năng khiếu về văn học nghệ thuật; chọn một điển hình là cô giáo Khánh.

Doãn Kim Khánh, một tâm hồn đôn hậu, có đôi mắt biết cười, tươi như môi. Tuy là thứ nữ, nhưng vì vóc người nhỏ nhắn nên cô giống như con chim sẻ nhỏ trong gia đình, con chim mô phạm, con chim biết hành văn. Nhưng Khánh không ồn ào viết mà âm thầm lặng lẽ và kiên trì viết để rồi Khánh từ tốn cống hiến cho đời một tác phẩm mang tên ***Thầm Lặng***.

Thầm Lặng là tập truyện đầu tay của Doãn Kim Khánh, do chính Doãn gia phụ trách từ A đến Z, trình bày, in ấn và phổ biến. Ngoài tiếng Việt còn có phần Anh ngữ do Doãn Ngọc Thanh dịch một bài; còn lại đều do tác giả tuyển dịch. Thanh là trưởng nữ của ông bà Doãn Quốc Sỹ.

Đọc ***Thầm Lặng***, ta nhận ra mỗi câu chuyện của Khánh là một bức khắc họa bằng những nét chữ mộc mạc, giản dị, sinh động mà hiền như nước mưa. Khánh viết như thể Khánh nhớ gì thì viết nấy, không cầu kỳ, bí hiểm nhưng không kém phần tế nhị, sâu sắc.

Dạy học là nghề, văn chương là nghiệp, Doãn Kim Khánh bộc bạch *"diễm phúc được là một trong những đứa con hưởng 'tay cầm bút' của bố."* Thật vậy, ngoài dạy học như bố, cuộc sống nội tâm đã thúc đẩy Khánh đi vào con đường văn chương với tất cả tâm tình, không những cô tìm thấy tâm hồn mình trong đó mà có cả hình bóng của người thân, của gia đình Trường Tộ, của gia đình Thành Thái, của bạn bè, của thầy cô, của các "trò" già lẫn trẻ, của thiện ác, của tuổi thơ, của chiếc lá và của... chiếc bánh đi chơi.

Điểm cao quí nhất trong văn chương ***Thầm Lặng*** là tình gia đình. Trong cảnh đời khốn khó của cuộc di cư vào Nam năm 1954, Doãn Kim Khánh, sau này kể:

"Tháng 9 năm 1954, mẹ theo bố vào Nam. Trước đó bố hoạt động ngang dọc, sáng ngời lý tưởng rồi ê chề thất vọng. Quyết định vào Nam là của bố, mẹ chỉ bế hai con và dắt cô em chồng mười bảy tuổi theo."

Ta thấy ở đây có hai hình bóng thầm lặng, là người mẹ *"một đời thầm lặng mẹ theo bố"* và cô em chồng tức em của bố. Ngòi viết của Doãn Kim Khánh chấm xuống tình ruột rà thương mến, cảm thông nhau và che chở cho nhau trong hoàn cảnh luôn bất lợi mà phải bỏ chòm xóm ra đi. Tình cảnh này được mô tả trong truyện "Bố và Cô" qua đó bố đưa vợ và hai con vào Nam, ông cũng đưa cả người em theo:

"Năm ấy bố 31 tuổi và cô 17. Cô ở chung nhà với bố mẹ được tám năm thì cô đi lấy chồng. Những tưởng cuộc đời trôi dạt cô ra khỏi vòng tay bố mẹ, để rồi 66 năm sau, cô và bố lại ở hai căn nhà sát vách nhau trên đất Mỹ. Hai căn nhà cùng địa chỉ, cô gọi nhà cô là 'căn A' và nhà bố là 'căn B'. Ngày nay bố đã 97 tuổi và cô 83. Bố không còn mẹ đã 9 năm và cô đã không còn chú từ tháng Ba năm nay."

Người ra đi, kẻ ở lại qua bút pháp thật giản dị và vô cùng cảm động của Doãn Kim Khánh dễ làm xao xuyến lòng người; truyện "Lá" chẳng hạn.

Đó là câu truyện tình người buồn man mác, thấm thía và đẹp như thơ được Khánh mô tả qua hình ảnh chiếc lá. Dưới cái nhìn của Khánh cho ta thấy chiếc lá có hồn, và tiếng rơi của lá nghe như hồi chuông sinh tử của một kiếp người. Khánh tâm sự: *"Mỗi chiếc lá rụng như có một tâm sự riêng. Thấy người nào sống với niềm u uẩn, tự nhiên tôi muốn so sánh họ với những chiếc lá rơi."* Oái oăm thay, những chiếc lá rơi đó có tên Andrew và Sean Harvell, là hai chiến sĩ có số phận nghiệt ngã, như Khánh cho biết. Người em chết trận ở Afghanistan, người anh sống sót trở về từ chiến trường Iraq và Afghanistan nhưng mang chấn thương não và suy sụp tâm thần để cuối cùng chết đuối ở biển Long Beach. Và bà mẹ bất hạnh của hai người con anh hùng bạc mệnh kia cũng được tác giả Thầm Lặng hóa thành "chiếc lá vàng trời bắt sống để khóc chiếc lá xanh."

Ở đời có buồn thì cũng phải có vui. Vui buồn lẫn lộn trộn vào nhau thành vui sầu. Có những lần sau buổi dạy ra về thấy trời đã tối và se lạnh tự dưng cô giáo nhận ra tự đáy lòng dâng lên từng đợt sóng cảm hoài. Cô sầu với quãng đời dạy học trên đất khách quê người nơi mà truyền thống tôn sư trọng đạo hầu như vắng mặt. Khi nhớ lại những ngày dạy học ấm cúng xa xưa của cô ở quê nhà lòng cô chùng xuống. Và với niềm hoài cổ da diết, tự nhiên mấy câu thơ ông đồ già của cụ Vũ Đình Liên lại len vào hồn:

Những người muôn năm cũ
Hồn ở đâu bây giờ?

Lan man thầm hỏi xong cô Khánh lại nhẩn nha trôi ngược vào dĩ vãng để đi tìm ông thi sĩ Bùi Giáng lấy vui sầu làm mồi lửa thắp sáng lòng yêu mến trần gian. Gặp được người thơ bụi bặm phong trần rồi, Khánh vừa thương ông lại vừa thở dài sườn sượt nhận ra trần gian, quả như thi sĩ nói, sầu vui tiếp nối chuyện vui sầu:
Ta cứ ngỡ xuống trần chơi một chốc

Nào ngờ đâu ở mãi đến hôm nay (BG)

Nhưng xuyên suốt qua 215 trang ***Thầm Lặng*** (không kể phần Anh ngữ) không phải truyện nào của Doãn Kim Khánh cũng mang tâm trạng u uất, não nề. Có truyện Khánh viết thật nhẹ nhàng như truyện "Đẹp Xấu", có truyện ẩn chứa một triết lý nhân sinh như truyện "Thím", truyện "Chuyện Kể Tại Một Văn Phòng", có truyện buồn cười mà dễ thương như "Tuổi Thơ Nhút Nhát", có truyện rưng rưng mà sảng khoái trước cái hào sảng thơ ngây của hai chị em Maya và Zayn như truyện "Chị Em". Có truyện Khánh viết thật dí dỏm pha chút xởi lởi giọng quê Nam trong đó có thằng Tư Ển nói ngọng, có Út Dzai chọc quê Út Gái... như truyện "Các Út Nhà Họ Doãn".

Bút pháp của Doãn Kim Khánh thật phong phú. Khánh dẫn người đọc đi qua từng trang sách với nhiều trạng thái khác nhau, từ trang buồn thầm lặng đến trang náo nhiệt vui. Ngược với tiếng nói của thầm lặng là tiếng cười nói hồn nhiên và ồn ào của thế giới trẻ con lẫn người lớn.

Trong ***Thầm Lặng***, Khánh viết tặng hai "con guộc" của Doãn gia như truyện "Con Guộc" với tràn trề niềm vui của tiếng hát, ràn rụa sức mạnh của dây đàn. Cứ thế, dưới sự lãnh đạo của tay Dân Vận gộc vừa được thả từ trại "cải tạo" về - như Khánh cho biết - đã đẻ ra cái gọi là "Hội Ca Cầm" với Ngô "hát hay", Bồ "hay hát" hợp với ban văn nghệ nhà đồng cất lên tiếng hát sung mãn, tiếng hò ào ạt, vang vang, bền bỉ, dắt díu nhau qua từng vận nước, vận nhà nổi trôi, mặc cho bao nỗi đe dọa ngoài con hẻm của xóm lao động hiền hòa kia.

Cũng trong ***Thầm Lặng***, truyện "Chuyện Ba Đứa Nhóc", Khánh viết tiếng Anh, Má Thùy dịch tiếng Việt, với sự hiện diện của ba vai chính: nhóc Oui(3 tuổi) hay hờn mác và nhõng nhẽo, nhóc Nô (10 tuổi) cứng đầu và rất có tâm hồn ăn uống, cu Bí (11 tuổi) lớn nhất nhà nên tự xưng mình là "anh Bí" quyền uy cao ngất như ông ngoại. Và, ba nhóc tì dưới hình thù của một con chuột, một con heo và một con gà trống mỗi lần tụ lại thì chị Na của tụi nó gọi là cuộc họp thượng đỉnh, thì thôi rồi: như giặc vào nhà, náo loạn cả trần gian lan lên tới thiên đình. Tuy bực, nhưng cuối cùng chị Na cũng kết luận chắc nịch: "Trong ba thằng quỷ sứ này cũng có ba thiên thần."

Ở đời có người thích cái này ghét cái nọ, ruồng cái khó bó cái khôn; người ước trúng số độc đắc, người sợ con số 13 v.v... Riêng tác giả ***Thầm Lặng*** lại yêu chữ H. Cái chữ H tiền định hóa ra là dòng mật thủy ngọt ngào , phù hợp với cái nao nức vốn có của hai con tim chân chính biết yêu. Sự tin cậy vào chữ H và tinh thần lạc quan của Khánh sau nhiều năm chung tay đã bện thành một sợi xích-thằng bền bỉ để rồi hồn nhiên tỏa sáng trong câu chuyện "Chữ H Huyền Diệu". Nghe Doãn Kim Khánh thổ lộ tâm tình thấy mà thương:

"Tôi sống vững chãi về tinh thần, nhờ có gia đình bên cạnh và nhất là vững tin nơi bờ vai mạnh mẽ của anh. Anh chính là chữ H huyền diệu và quan trọng cuối cùng trong đời tôi."

Và cũng vì tác phẩm mang tên ***Thầm Lặng*** nên truyện ít có lời đối thoại. Nhưng không vì vậy mà Khánh bị giới hạn, ngược lại miêu tả cách đối thoại phong phú của Khánh cho thấy điểm nổi bật tinh thần nhân bản và vẻ đẹp của tình người. Hãy nghe ở đây cách đối đáp đáng yêu nhất của tình cô cháu trong nhà:

"Các cháu khuyến khích cô viết về bốn đứa con của cô, cô viết vài dòng sơ sài rồi đóng quyển sổ lại, lại bị các cháu chê:

- Em của nhà văn sao dở vậy?
- Anh tao số 1! Khỏi so sánh.
Các cháu lại phải nhắc nhở:
- Anh cô nhưng bố tụi cháu.
Cô cương quyết:
- Đã đành bố các cháu, nhưng anh của cô!

Các cháu đành nhượng bộ:
- Vâng anh của cô."

Đọc Doãn Kim Khánh thấy hầu hết ***Thầm Lặng*** được viết theo lối văn tường thuật. Già nửa số truyện *Thời Trang Và Từ Thiện, Bạn, Cho và Nhận, Nhà Giàu, Ứng Xử, Việt Kiều...* là những truyện ngắn tiêu biểu cách xử thế đáng yêu mà cũng đáng ghét của sự sống con người. Chỉ cần ngần ấy nhan đề cũng đủ để nhà văn kể lại toàn bộ cuộc sống hiện thực, viết xuống cái nhân tình thế thái xảy ra thường ngày bằng lời lẽ thân tình, cử chỉ thân mật, vui có buồn có, có gặp gỡ có chia xa, có hạnh phúc lẫn khổ đau. Đưa cái eo xèo, hỗn độn, cái ngả nghiêng chao đảo, cái trơ trẽn trật khớp của con người lẫn cái thiện cái ác, cái hồn nhiên của tuổi thơ vào văn xuôi là nghề của Khánh.

Đọc văn của Doãn Kim Khánh cho thấy nhà văn ***Thầm Lặng*** có tâm hồn hoài cổ, yêu quê xưa, mến người thân và bạn bè cũ mới tận đáy lòng bằng cách dùng ngòi viết để tường thuật những câu chuyện thường tình xảy ra trước mắt của mình và các đối tượng.

Cuối cùng, với tôi, tập truyện **Thầm Lặng** của nhà văn Doãn Kim Khánh khởi đầu từ căn nhà nhỏ trong con hẻm Thành Thái năm xưa ra tới ngoài nước ngày nay đều toát ra vẻ hiền hòa, chân thực. Quê hương xa xăm và tình người bên cạnh là tố chất đáng yêu đã giúp Khánh khéo léo trong cách hành sử văn chương để gói trọn chữ nghĩa trong tâm hồn bình dị và thầm lặng của mình.

Văn là Người. Người còn đó nên văn chương của ***Thầm Lặng*** vẫn có đó, còn đó và mãi mãi bay cao bay xa.

THƯƠNG NHỚ MÙA XUÂN

Nhớ có lần tôi ngủ trọ một đêm trong căn nhà nhỏ ở Sài Gòn. Bởi vì lúc đó tôi là kẻ trôi sông lạc chợ nên căn nhà nằm sâu trong hẻm Thành Thái, tuy đơn sơ, bình dị nhưng ấm áp và yên lành. Ngày tháng ngủ bờ ngủ bụi tôi không làm sao yên giấc, bù lại dưới mái nhà yên tĩnh này đã cho tôi giấc ngủ bình an, dù chỉ một đêm. Thật ra, nửa đêm có lúc tôi giựt mình thức giấc để nhìn thấy những mảng sáng tối lờ mờ trong căn phòng trông giống như từng phiến tâm tư của tôi ghép lại. Đêm càng về khuya, từng phiến đêm bềnh bồng đó như ứa ra những tiếng thở dài. Tôi vốn sợ bóng đêm trên nhành cây, dưới gầm cầu hay trong ống cống tôi từng ngủ trọ. Nhưng mặc cho mưa đời đánh lòng tôi tơi tả, đêm dưới mái nhà Thành Thái vẫn cứ trọn lòng thành, dịu dàng trải bình yên xuống giấc ngủ tôi.

Buổi sáng, giã từ căn nhà, tôi lầm lũi bước đi. Tôi đi hoài đi mãi đi suốt 43 năm trời vẫn không làm sao quay trở lại căn nhà xưa đó, căn nhà nhỏ mà tình nghĩa thì mênh mông.

Lưu lạc chốn quê người, có đêm trằn trọc ôm nỗi buồn riêng, lòng chợt nhớ căn nhà xưa vô kể. Một đêm thôi mà sao lòng cứ nhớ hoài.

Thưa, đó là tâm tư tôi khi nhận được cuốn sách SÁNG NAY MÙA XUÂN của Doãn Gia vừa ấn hành gởi tặng. Doãn Gia tức gia đình họ Doãn, trước 1975 từng cư ngụ trong căn nhà nhỏ nằm sâu trong hẻm Thành Thái, nơi tôi ngủ trọ một đêm giữa năm 1979.

Sáng Nay Mùa Xuân được hình thành đầu năm 2022 bởi sự kết hợp công phu của nhiều cây bút trong và ngoài nước để mừng bách tuế cụ Sỹ, tức nhà văn Doãn Quốc Sỹ.

Cuốn sách mở đầu bằng Đôi Dòng... của Doãn Ngọc Thanh, con gái đầu lòng của ông bà Doãn Quốc Sỹ: *"Có một thủa bóng tối và cái ác đổ xuống miền Nam Việt Nam."* Ngần ấy chữ thôi đủ để máy động lòng lòng người. Mất nước là một thảm họa, vượng khí của non sông đến hồi mạt vận. Bạo lực của chế độ mới làm sụp đổ nền Cộng Hòa, đẩy con đỏ đi vào cuộc sống nghẽn lối.

Ngoài Doãn Ngọc Thanh, bảy người em trong Doãn Gia, cháu ngoại Thảo Chi, Liên Chi và các thân hữu cũng góp mặt, nhất là cô Doãn Thị Quý, em của cụ Sỹ cũng góp sức làm nên tác phẩm ***Sáng Nay Mùa Xuân*** đầy tình tự. Tựa đề như thế khiến người đọc cầm cuốn sách trên tay lại có cảm tưởng như cầm được sắc xuân óng ả hương mùa. Ở vào thuở an bình, thân tâm sảng khoái, sự có mặt của ***Sáng Nay Mùa Xuân*** với mục đích riêng tặng bách niên của cụ Sỹ, hầu hết những trang sách đều hết lòng cởi mở.

Thơ Doãn Quốc Vinh khéo léo xáo trộn vòng đời làm mới câu thơ mượn ý từ Bát Nhã nhuốm đầy thiền vị Bắc truyền với những câu minh chú sắc bất dị không, không bất dị sắc:

tâm xuân về mênh mông
đồi núi mây bềnh bồng
bình yên đôi cánh hạc
theo gió chiếu thong dong

ông mỉm cười nhìn núi
núi mỉm cười nhìn ông
chấp trụ hề sắc có...
vô trụ hề sắc không...
vàng hoa, xanh cỏ, đỏ đồng
ông đi chở chút nắng hồng trên vai.
(Vô Đề, tr.11)

Còn gì quý hơn tình anh em khởi từ ngày xửa ngày xưa đến tận ngày nay vẫn không hề chia cách. Ta gặp ở đây cái đẹp trong câu viết sau đây: *"Ngày ấy người em 13 tuổi, người anh vừa tròn 27 tuổi. Hôm nay người anh vừa tròn 100 tuổi, người em đã tròm trèm 86 tuổi. Hai anh em vẫn có nhau..."*

Còn nữa: *"Em muốn anh sống 100 tuổi trở lên để em được ngồi bên cạnh ăn trưa và tối với anh, hằng ngày rót nước lọc và đưa ly nước vào tận tay anh (nếu không anh sẽ đứng lên đi thơ thẩn và quên uống nước)..."*

Đoạn văn Ngày Xửa Ngày Xưa tả chân trên (tr.17) là của cô Doãn Thị Quý, em ruột của bố Sỹ, vô cùng giản dị, mộc mạc mà vang động tận đáy lòng ta. Hồi di cư năm 1954, bố Sỹ dắt theo cô Quý vào Nam, từ đó đến nay, hai anh em vẫn không hề rời xa nhau.

Một điểm son nữa, của *Sáng Nay Mùa Xuân,* là hai mầm non văn nghệ Nguyễn Đình Thảo Chi và Nguyễn Đình Liên Chi của cụ Sỹ. Văn học là nguồn sáng tạo không ngừng tiếp nối, cách tân và chuyển hóa. Thảo Chi và Liên Chi, chịu ảnh hưởng văn chương của ông Ngoại và của bố mẹ cũng hồn nhiên hạ bút.

Thảo Chi làm thơ Anh ngữ "Your Work On Earth Is Done" tặng cho bà Ngoại (bà Doãn Quốc Sỹ) lúc qua đời.

BỐ SỸ

Nhớ nhà văn Doãn Quốc Sỹ (1923 – 2025)

Tôi nhớ hoài, ngày 17 tháng 10 năm 2025, cô Út email cho tôi báo tin "Bố Sỹ chấm dứt thọ mạng lúc 10:05 am ngày 14 tháng 10 năm 2025". Cô Út, tức Doãn Thanh Hương là con út trong gia đình có tám người con của Bố Sỹ và Mẹ Thảo.

Tôi vẫn còn nhớ khoảng giữa năm 1979 tôi đến thăm gia đình nhà văn Doãn Quốc Sỹ nhà ở trong một con hẻm nhỏ đường Thành Thái, Sài Gòn mới biết bố Sỹ đang ở tù "cải tạo" trên cao nguyên Gia Rai với tội danh " biệt kích văn hóa". Ba mươi ba năm sau, ngồi bình thản dưới mái nhà bình thường của tôi ở Canada, Bố Sỹ nhíu mày, cặp mắt xa xăm nhìn vào quá khứ như lục lại từng trang đời thê thiết, kể: "Năm 76 chúng đến trường Sư Phạm gởi giấy yêu cầu tôi đến Phường trình diện học tập bốn hôm rồi về, nhưng kỳ thực sau đó chúng bắt tôi đưa lên trại Gia Trung mãi trên cao nguyên Gia Rai. Trại này nằm sâu trong một cánh rừng giữa Pleiku - Kontum. Sở dĩ gọi là Gia Trung là vì trại nằm cạnh con suối người Thượng gọi là I-a I-ung, mình nói trại ra là Gia Trung. Chúng giam tôi từ năm 76 đến năm 80 thì được thả về..."

"Năm nay bố Sỹ của em gần 90 tuổi rồi, nhưng anh xem, cách ăn mặc vẫn còn gọn gàng, tươm tất lắm. Càng già bố Sỹ càng hiền lành, dễ dãi, đôi lúc ngây thơ như trẻ con", cô Doãn Hương, con gái út của nhà văn cười nhe chiếc răng khểnh nói với tôi thế.

Tuy già yếu, hom hem như thế, lãng đãng đến thế nhưng khi nói về tình hình đất nước, về vận mệnh dân tộc, về nghiệp dĩ văn chương... Bố trở nên linh hoạt lạ thường.

Nói đến nhà văn Doãn Quốc Sỹ lâu nay người ta thường nghĩ đến hình ảnh của một kẻ sĩ thời đại. Ông là hội tụ của trí tuệ và tình thương, của niềm tin và ước vọng. Bằng một hành động lịch sử, trong lao tù ông đã từng lẫm liệt, khẳng khái chống lại những gì đi ngược với công cuộc tranh đấu cho hòa bình đất nước và nguyện vọng của nhân dân miền Nam. Cuộc đời và con người của kẻ sĩ là như vậy. Có điều con người bất khuất này, dù được người đời ngưỡng mộ và vinh danh cũng chẳng hề làm ông biến dạng đi chút nào. Xưa sao tôi không biết nhưng nay trước mặt tôi, Bố Sỹ của tôi vẫn bình thường, giản dị, gần gũi, hồn nhiên như bất cứ ông già nhân từ nào tôi có thể gặp ở ngoài đời. Cái vẻ đẹp thật kỳ lạ của tâm hồn ấy tỏa rạng lên cả con người ông, ánh lên đôi mắt cười dễ dãi, gương mặt xương xương nhưng phúc hậu. Chính những tinh chất óng ánh đó đã kết hợp thành chân dung con người kẻ sĩ.

Bố Sỹ và tôi ngồi nói chuyện tương đắt với nhau được một lúc thì Bố Sỹ ngồi thẳng người, gương mặt kẻ sĩ miền Nam tươi tắn hẳn ra, Bố kể: "Năm 84 đến năm 92 tôi tiếp tục viết gởi tác phẩm qua Pháp cho nhà xuất bản Lá Bối của thầy Nhất Hạnh in và phổ biến ở hải ngoại. Cộng sản tinh ranh lắm, luôn luôn rình rập, theo dõi từng cử chỉ hành động của tôi. Biết thế nhưng tôi vẫn điềm tĩnh. Khi đến bắt tôi lần thứ hai chúng đưa ra những bản photocopy chụp tất cả những gì tôi viết gởi ra nước ngoài làm bằng cớ để buộc tội. Trong tù, chúng ép tôi nếu ký giấy thú nhận tội trạng tôi sẽ được khoan hồng nhưng tôi quyết liệt khước từ tất cả *(Bố nhấn mạnh).* Bởi vì tôi luôn quan niệm rằng yêu nước không phải là một cái tội. Cuối cùng trước tòa, chúng ghép tôi vào tội phản động, là một trong mười tên biệt kích văn hóa đã lén lút gởi tài liệu ra nước ngoài tiếp tay với bọn phản động nhằm chống phá Cách Mạng và chế độ Xã Hội Chủ Nghĩa, phán xong chúng kêu án tôi 10 năm tù. Trải qua những năm tháng lao nhọc trong lao tù, cứ đến những ngày lễ lộc, Tết nhất cũng như những lần sinh nhật của Hồ Chí Minh thì chúng ra cái điều khoan hồng giảm án. Cứ thế, trừ những lần được giảm án cho đến hết hạn tù thì tôi ở tù mất 8 năm rưỡi, cộng với 4 năm tù lần trước vị chi là 12 năm rưỡi tôi bị Cộng sản giam cầm".

Kể đến đây Bố như trút bớt phần tâm sự. Hớp một hớp trà, giọng trở nên trào lộng, Bố tiếp: "Trước ngày mãn hạn tù chúng chuyển tôi đến trại K3 Xuân Lộc. Trại này nằm dưới chân núi Chứa Chan. Nghe thì lãng mạn lắm, chứa chan lắm, nhưng sống trong cảnh tù tội thì Chứa Chan có khác nào *Chán Chưa*". Rồi Bố sang sảng đọc thơ: *"Nam Nhâm nữ Quí thì sang. Nhược bằng ngược lại gian nan nhiều bề".*

Ý nói Bố sinh nhằm mạng nữ Quí nên phải chịu khổ đến hơn 12 năm tù. Chưa hết. Dính dáng tới văn chương thi phú vốn đã ăn sâu trong cuộc sống và bản chất, bố Sỹ thật sự hưng phấn, Bố nói thật hay:

"Cụ Tú Mỡ, bố vợ tôi sanh được 8 người con được Cụ đặt tên theo thứ tự vần: *"Năm trai ba gái tám tên. Trung Hiền Thảo Dũng Hùng Chuyên Vỹ Cường".* Vợ chồng chúng tôi cũng thế, có tám con - Bố tiếp luôn: " *Bốn trai bốn gái tám tên. Thanh Khánh Liên Thái Vinh (liền) Hưng Hiển Hương".*

Câu lục bát "phá cách" này làm Bố Sỹ gượng nhẹ cười nói Bố phải thêm chữ *"liền"* ở câu bát cho đồng vận với chữ *"tên"* ở câu lục...

Lắng nghe "ông già" kể chuyện tù, chuyện gia đình thơ thới như kể chuyện cổ tích khiến tôi vừa phục lăn vừa thương Bố quá chừng. Chính thái độ và hành động của một nhà hoạt động chính trị, một kẻ sĩ miền Nam, một người yêu nước, một nhà văn, nhà giáo khẳng khái trước tòa, bất khuất trong lao tù đã làm lay động tận cùng lương tâm những người trí thức trong và ngoài nước.

Nhà thơ Hoàng Xuân Sơn viết về nghĩa khí của ông qua bài thơ *"Tinh Thần Và Bạo Lực"*:

Công an có cây súng
Bắn hoài không chết ai
Thì sĩ còn ngòi bút
Điểm mặt kẻ vô loài

Công an có cây súng
Nện tới tấp tơi bời
Đánh không sờn không ngã
Giam sao được lòng người

Quỷ vương trăm lần chết
Khuyển ưng rụng một bầy
Thở tràn như nước chảy
Như sóng bủa trùng vây

Công an hết đường chạy

Vòng đai khép chặt rồi
Trong mỗi lời mỗi chữ
Nghìn gươm phục rạng ngời

Công an có cây súng
Bắn hoài không chết ai
Thi sĩ còn ngòi bút
Điểm mặt kẻ vô loài

Công an có cây súng
Cây súng và nhà tù
Thi sĩ còn ngòi bút
Máu chảy hoài thiên thu.

Bố Sỹ qua Canada ghé nhà tôi có cô út Hương của Bố theo kèm. (Vợ của Bố Sỹ là bà Hồ Thị Thảo, ái nữ của nhà thơ trào phúng Tú Mỡ Hồ Trọng Hiếu. Bà.mất vì căn bệnh Alzheimer năm 2011 tại Houston, Texas). Trong dịp này Bố Sỹ trao cho tôi tập thơ Lục Bát Tùy Bút của Doãn Quốc Vinh gởi tặng tôi. Đây là tập thơ đầu tay của Vinh do Doãn Gia xuất bản sau cuốn "Bác Trai, Bác Gái" của nhà văn Doãn Quốc Sỹ in năm 2011 tại California, Hoa Kỳ. Bố nói: "Trong tám đứa con chỉ có thằng Vinh là vướng vô ngiệp văn chương như tôi. Ngoài làm thơ nó còn biết vẽ vời nữa".

Năm 2019, sau buổi sinh hoạt văn nghệ với Đoàn Du Ca Nam Cali tại Quận Cam, vợ chồng tôi có ghé nhà Bố Sỹ thăm gia đình ông. Đó là lần cuối cùng chúng tôi gặp ông. Nay thì Bố Sỹ không còn nữa, ông mất sáng ngày 14 tháng 10 năm 2025 tại bệnh viện West Anaheim Medical Center, thành phố Anaheim, California, Hoa Kỳ. Sống đến 103 tuổi như Bố Sỹ không phải ai cũng có.

PHẠM THỊ BÌNH
NỖI NHỚ KHÔN NGUÔI

Đời người, ít nhiều gì cũng có những kỷ niệm buồn vui để nhớ. Người ta thường ví kỷ niệm như dòng nước, như con sông âm ỉ chảy vào hồn chẳng bao giờ cạn, vì nó rất sâu. Nó cứ ở đó, chẳng hề mất, cứ đóng băng trong trí nhớ của con người.

Bình Phạm, tức Phạm Thị Bình, tác giả của cuốn sách **Tất Cả, Chỉ Còn Nỗi Nhớ** cũng vậy, cũng có con sông chở đầy những kỷ niệm để nhớ. Chính con sông đó, con sông Thu Bồn đã chứng kiến sụ sinh thành của Phạm Thị Bình, người con của xứ Quảng Nam.

Quảng Nam, theo sự kiện lịch sử năm 1471, sau khi chiếm vùng đất phía Nam Thuận Hóa cho đến đèo Cù Mông, vua Lê Thánh Tông lập thêm đơn vị hành chính thứ 13 là Thừa Tuyên Quảng Nam gồm 3 phủ: Thăng Hoa, Tư Nghĩa và Hoài Nhơn. Từ đó có danh xưng Quảng Nam. Từ Hán Việt: Quảng nghĩa là mở rộng, Nam là về phương Nam.

Đặc biệt, Quảng Nam là vùng đất có nhiều sông ngòi, như sông Thanh, sông Hàn, sông Hoài, sông Trà, sông Tiên, Vu Gia, Vĩnh Điện, Cửa Đại, Cổ Cò... Nhưng ba con sông chính nổi tiếng của xứ Quảng vẫn là sông Trường Giang, sông Tam Kỳ và sông Thu Bồn.

Sông Thu Bồn, như đã nói, là con sông sinh thành Phạm Thị Bình. Tuổi thơ của cô từng bơi trên con sông này, một cơ hội để sau này Bình viết về đời sống tâm linh của con sông bằng một giọng văn bình dị, nhẹ nhàng và dễ thương: *"Những buổi sáng tinh sương trên miền trung du Trung Phước, trong khi Mẹ qua Nông Sơn buôn bán, tôi cùng Ba trên chiếc ghe con, lượn sóng trên sông Thu Bồn êm ả đùa vui cùng con nước. Tuổi thơ tôi, ôi! Một thời tươi đẹp, quê hương thanh bình, người người hạnh phúc."*

Sông Thu Bồn bắt nguồn từ ngọn núi Ngok Linh giáp với Kontum chảy qua các huyện trung du của tỉnh Quảng Nam. Con sông này đã đóng một vai trò quan trọng trong đời sống cũng như văn hóa tỉnh này, trong đó, mới đây, có một chút thơ khiêm nhường của Phạm Thị Bình góp phần. Thực vậy, sông Thu Bồn mang đầy phù sa màu mỡ, khi chảy qua... tứ thơ Phạm Thị Bình, dòng nước trở nên trong veo, nhìn thấu suốt:

Nhà tôi bên cạnh một giòng sông
Thu Bồn, yên ả lững lờ trôi
Làn nước trong xanh bao quanh ghềnh đá
Trung Phước hiền hòa, yên ấm, những ngày xưa

Bãi cát lài bên bờ sông sỏi đá
Nước trong veo, ấm áp vô cùng
Nhìn thấu suốt, viên cuội tròn, dài, dẹp...

Lớn lên bên dòng sông Thu Bồn, Phạm Thị Bình có đủ tư thế thuận lợi để nói về đất đai, sông nước xứ Quảng quê mình và có thể là hệ trọng nhất trong cuộc đời hành thiện của cô khi cô kể về nỗi bất hạnh của bà con chòm xóm trong cơn bão lũ. Bằng một giọng văn tỉnh táo nhưng trầm uất, cô viết: "*Mỗi năm, vào tháng chạp, nhìn cơn mưa bão ở miền Trung, cảnh lụt năm Thìn, năm 1964 lại về trong ký ức tôi. Năm Thìn, tôi, còn bé, 8 tuổi vừa vô lớp ba đã chứng kiến trong đêm, tiếng rên, khóc, kêu, la cầu cứu của những người mắc trên ngọn tre, trên những nóc nhà xung quanh nhà tôi, và trên những mái nhà tranh đang trôi xuống từ thượng nguồn.*

Một đoạn khác, thê thảm hơn, đau đớn hơn và kinh hoàng đến tận cùng bằng số: "*Thế rồi, mọi người cùng nhau theo dõi mái nhà tranh, đang trôi nhanh, trên đó có 4 người ngồi ở hai bên nóc nhà. Đến chỗ nước xoáy, mái nhà bị rút xuống, khi trồi lên chỉ còn thấy hai vợ chồng, trôi thêm đoạn nữa, nhận chìm mái nhà lần thứ hai, khi trồi lên chỉ còn người chồng, lần thứ ba thì chỉ còn mái nhà đang trôi nhanh trên dòng nước chảy xiết.*"

Ngao ngán mà đau đớn phải chứng kiến cảnh đời tức tưởi chết trôi sông, cô run rẩy xoay người ôm chầm lấy gia đình nhỏ bé của mình, ông bà, cha mẹ, người thân và cả về chân dung mình may mắn không bị lũ lụt cuốn đi.

Từ cốt truyện bất hạnh kể trên lần đến trang cuối của tác phẩm **Tất Cả, Chỉ Còn Nỗi Nhớ**, người đọc nhận thấy sự hồn nhiên của tuổi thơ, tiếng cười hạnh phúc của Phạm Thị Bình biến mất. Thay vào đó là thảm cảnh chiến tranh, lan truyền hình ảnh đổ nát, mất mát, đau thương, một dịp để cái ác mọc ra chen lẫn với cái thiện như nước sông đục và trong sóng sánh trong hồn đời Phạm Thị Bình. Thảm nạn này khiến cô, mỗi khi nhúng ngòi viết vào mực thì nỗi sầu quê loạn lạc lại ứ nghẹn. Có lần Bình trốn vào kỷ niệm với trường lớp, với Thầy Cô và bạn học, cô sung sướng tìm lại được "nụ cười hiền của ngày xưa, những nụ cười vui của Thầy Cô, những tấm lòng thương yêu của mọi người." Có điều, đọc tự sự của Phạm Thị Bình người đọc nhận thấy cuộc đời làm người của Bình chỉ được nghe "rất nhiều chuyện, những câu chuyện buồn, tréo ngoe trôi nổi theo vận nước, sẫm màu theo năm tháng." Và cô kêu gọi hòa bình:

Tuổi thơ tôi êm đềm, vui biết mấy
Chiến tranh về, tan nát tuổi thơ ngây
Và từ đó, tôi nhủ thầm trong dạ
Chính vì "người", gây bao cảnh thương đau

Tôi ao ước Hòa Bình mau trở lại

Đồng bào tôi khốn khổ đã nhiều rồi
Xin xóa bỏ hận thù trong đáy mắt
Thắt chặt tình người, nắm lấy tay nhau

Hòa Bình đâu? Mau đến với dân tôi.

Hình như Phạm Thị Bình coi quê xứ như một chỗ tạm dừng chân, chính căn nhà của quá khứ mới là chỗ để cô lưu trú. Điều này cho thấy Phạm Thị Bình với tâm hồn hoài cổ luôn luôn nuối tiếc quá khứ, coi quá khứ là lẽ sống để bấu víu như con trẻ ôm chặt lấy mẹ. Sống giữa lòng văn minh đô thị, thay vì bị ánh sáng phù phiếm chi phối, Phạm Thị Bình chỉ một mực thiết tha với quá khư, ở đó có chốn quê xưa, có con người cũ và tuổi thơ Bình như một kho tàng óng ả ấp ủ trong lòng.

Cuối cùng, đứng trước sự sống chết, lẽ đời, thiện và ác, Phạm Thị Bình trở thành con chiên ngoan đạo của Chúa. Rất thành kính, dịu dàng Bình cảm tạ Chúa đã che chở cho cô trong cơn giông bão cuộc đời, trên những con đường đầy gai góc, hiểm nguy mà cô đã vượt qua.

Với Phạm Thị Bình (với người đọc cũng vậy), Thiên Chúa là ngôi nhà tâm linh đẹp nhất và cũng là một cơ ngơi văn hóa sâu nhất, đậm nhất, long lanh nhất để cô tìm đến, gởi gắm tâm sự và nghệ thuật của mình vào đây, ngôi nhà của Chúa.

NGUYỄN HỮU THỤY, NÍN THỞ

Nín Thở, tựa đề tập thơ của Nguyễn Hữu Thụy gồm 56 bài, 142 trang. Lẽ ra còn nhiều bài hơn, như nhà thơ cho biết số phận tập thơ **Nín Thở** đã trải qua rất nhiều nhà xuất bản vẫn không cấp cho giấy phép – cuối cùng phải bỏ đi một số bài mới qua truông kiểm duyệt. Nguyễn Hữu Thụy tâm sự: "Ở đây những người làm thơ ngoài luồng, đứng độc lập như tôi rất hiếm hoi và cô đơn lắm". Mà thật, thơ **Nín Thở** mới vào đề đã mang lời lẽ ngông nghênh, trái nết, tuy "không giống ai" nhưng được cái là khí phách, nhất là giữ được chất thơ hào sảng, ngang tàng mà "đám ruồi bu" khó chấp nhận:

Không giống ai - ta chỉ giống chính mình
Thằng trái tính khó ưa mà rất thiệt
Trái thời cuộc lâu ngày thành trái nết
Ít người thương mà đứa ghét lại nhiều

Sách đắc nhân tâm chỉ dạy đủ điều
Ai làm được đã danh nhân hiền triết
Lại nghe nói "Cái tôi là đáng ghét"
Nghiệm lại chính mình bù trất cả hai

Thấy đám ruồi bu mà ngứa lỗ tai
Nghe thở hơi đồng xốn con mắt đỏ

Trong suy nghĩ thắp treo mình đèn bão
Tim – bấc sắp tàn vừa đủ tự soi

Cứ sống chính danh đủ biết lỗi thời
Như phần mềm nằm sâu trong bộ não
Khi được lập trình dưới tay tạo hóa
Ngay từ đầu lộn cái bị điên điên

Cõi tạm dung đời có một cõi riêng
Ai thương ghét khác nhau thì đã rõ
Xin cúi xuống cảm ơn lời hỉ... nộ
Trong xa vời để ngó mảnh vườn rêu.
(Không Giống Ai, tr. 5, 6)

Thuở ấy, cái thời trai trẻ vốn hoang phí ấy, nhà thơ **Nín Thở** ngất ngưởng phán đời đã buồn lại trôi như nước thì giữ làm gì, chỉ có rượu trên tay uống quên đời mới khai thông trí hóa, giải phá cơn sầu, lùa sầu vào trong máu:

Ta đã phí một khoảng đời trai trẻ
Rượu thâu đêm suốt sáng với trăng tà
Đời đã buồn héo úa cả thịt da
Thì lắm lúc tiếc gì cho cuộc sống

Ngày đã qua như một trang lịch mỏng
Thì tiếc gì khi ngọn lửa đang lên

Đời đã trôi như dòng nước không tên
Thì giữ lại làm chi thêm phiền muộn

Đời chỉ có một đôi lần sung sướng
Trăm ngàn lần quờ quạng trước đau thương
Nên uống đi cho lấp hết nỗi buồn...
(Rượu Trên Tay, tr.7, 8)

Có ai từng thấy... "màu thơ" chưa? Mà màu thơ là màu gì? Trời xanh, mây trắng, bông lê, bông lựu, bốn mùa xuân hạ thu đông... là những cảnh vật ở thể nổi mới có màu sắc tự nhiên. Vẽ ra một hình thể hay khắc nên một hình tượng, ngay cả viết thành chữ cái, nét chữ đậm nếu có màu vàng hay thau thì còn nhận thấy, đằng này thơ vốn trừu tượng thì thơ làm sao có màu, cho dù "những câu thơ có tiềm tàng nội lực" thì thơ cũng khó mà có... màu thơ.

Nói là nói vậy chớ màu thơ của Nguyễn Hữu Thụy có khác gì màu thơ rực rỡ của Xuân Diệu đâu: *"Thu biếc tỏ, hè nâu thơm vị quế. Xuân ngát hồng, đông xám cũng đầy mơ"*. Cũng ở ngoài Bắc, màu thơ của nhà viết kịch Lưu Quang Vũ cũng thật đặc sắc: *"Cây bàng lên búp nhỏ. Xanh như là thương nhau"*. Cho nên "màu thơ" của Nguyễn Hữu Thụy là ngôn ngữ thơ gợi lên cái đẹp, lạ và hay, được tô điểm bằng một tấm lòng dạt dào rung cảm tứ thơ:

Vàng sẽ là vàng

Thau sẽ là thau
Quyền tối thượng chỉ dành cho độc giả
Và thời gian sẽ dũa mài tất cả
Những râu ria sơn phết màu thơ...
(Thơ Mai Sau, tr. 13)

Diễm Xưa của Trịnh Công Sơn là bản tình ca bất hủ, nội dung gởi gắm một nỗi buồn ray rức khôn nguôi. Ca khúc này ra đời từ năm 1960 đến nay vẫn thong dong hát mãi trên đầu môi chót lưỡi con người, cho nên người trần gian dựa vào đó mà khéo ví von cái gì xưa đều thành... xưa rồi Diễm. Trong **Nín Thở**, bài thơ "Xưa Rồi Diễm" của Nguyễn Hữu Thụy cũng bày tỏ một loại ngôn ngữ mất mát, trăn trở, hư hao là trạng thái của một người thất tình. Toàn bài gồm 32 câu chung qui nếu chỉ dẫn chứng bốn câu cũng đủ gợi lên một nỗi bẽ bàng:

Yêu nhau chịu phận cùng oan nghiệt
Rồi ra không đủ sức gánh gồng
Lẳng lặng chia xa là chấm hết
Mỗi phận đời riêng mỗi nhánh sông ...
(tr.11)

Xưa nay thi sĩ vốn là nòi tình, là loài trời sinh để yêu cho dù có bị hất hủi thậm chí còn bị đánh đập, bị đạp xuống bùn nhơ, bị knock out đến bất tỉnh vẫn không chừa, khi tỉnh lại vẫn một mực... làm thơ:

Tạ lỗi hồng nhan – khi nào ta còn thấy
Mắt biếc đưa tình là tim đập xôn xao
Đã bao lần lãnh đủ cú knock out
Vẫn thích thú làm thơ khi tỉnh lại.

Nguyễn Hữu Thụy vốn sở trường về thơ bảy chữ, tám chữ và tự do, thỉnh thoảng mới chuyển qua thể thơ lục bát. Như ta đều biết lục bát là thể thơ truyền thống mười bốn chữ của dân tộc Việt Nam, xuất hiện từ cuối thế kỷ XV. Thuở cha ông ta, những người làm thơ vô danh nơi thôn dã dùng lục bát để thể hiện tâm ý mình: ngắn gọn không khuôn sáo, sinh động ở nét uyển chuyển, mềm ngại, ngân nga và tràn đấy thi tính.

Thơ lục bát của Nguyễn Hữu Thụy cũng có sự luyến láy, mềm mại, diễn tả tình cảm ngọt ngào, trầm lắng, thiết tha. Trong **Nín Thở**, nhan đề Hạt Muối mô tả mối tình keo sơn trong sáng gợi cho người đọc nhớ tới câu ca dao về muối và gừng gắn liền với sự thủy chung, son sắt, nghĩa tình sâu nặng *"Muối ba năm muối đang còn mặn, Gừng chín tháng gừng hãy còn cay. Đôi ta nghĩa nặng tình dày, Có xa nhau đi nữa cũng ba vạn sáu ngàn ngày mới xa".* Ta đọc ở đây vài câu lục bát mặn mòi, lấp lánh của Hạt Muối, là một thể thơ trữ tình thuần túy mang đậm nét thủy chung như nhất:

Muối thường nhắc nhở cho đời
Gừng cay muối mặn ướp lời yêu thương
So cùng nước biếc đại dương
Muối đây một nắng hai sương ướp tình
Giữ lòng hạt muối kết tinh

Mặn trên đầu lưỡi dặn mình chớ quên
(tr.20).

Thơ mà ca ngợi quê hương đất nước, ngợi ca tình tự dân tộc bao giờ cũng đánh động lương tâm những ai vốn yêu nước thương nòi. Lịch sử Việt Nam, sau đại họa tháng 4/75, những bậc tri thức ưu thời mẫn thế, những văn nhân thi sĩ chân chính có ý thức đấu tranh đã mang vào thơ văn những ngôn từ, hình ảnh khá mới mẻ, dù băn khoăn trước thời thế vẫn không để mất giá trị nghệ thuật, điển hình là tác giả tập thơ **Nín Thở.** Nguyễn Hữu Thụy là một nhà thơ có tài trong cách sử dụng hình ảnh và nhạc điệu để gởi gắm đất nước khổ nạn vào dòng chảy của con sông quê, dòng sông mà tác giả ví như dòng máu tổ tiên:

Đất nước bao đời ở với dòng sông
Từ ngày khai thiên đến ngày lập quốc
Những dòng chảy mang đầy tiềm lực
Có linh hồn và hơi thở linh thiêng

Những dòng sông đã nối tiếp nhau
Căng no gió thuyền buồm xuôi ra biển
Đã bồi lỡ nổi chìm bao trận chiến
Giữ cho con tên gọi một quê hương

Lời tỏ cùng sông thương nhớ dặm dài
Nứt nẻ những bàn chân cầu Trời khấn Phật
Thân cóng lạnh trôi dài trên mặt đất
Đến tận cùng khổ nạn vận sông quê.
(Tỏ Lời Cùng Những Dòng Sông. tr.27, 28)

Ta yêu nước dặm dài bao thế kỷ
Chở ca dao nhịp võng Mẹ ru hời
Nghe tiếng thoi đưa bóng hạc bỏ xa trời
Thơ yêu nước nồng nàn nuôi ta lớn
(Thơ – Với Thơ Đầu Năm. tr.33)

So với ba miền, thiết tưởng đất phương Nam tương đối là đất lành, dân tình rộng lượng thương người lỡ bước vốn là "tình Phương Nam như Mẹ kế đỡ đàn". Học sử ta đều biết Chúa Tiên Nguyễn Hoàng là người mở đầu cho sự nghiệp mở đất phương Nam đời đời ai cũng một lòng tưởng nhớ công ơn đúng như lời thơ tha thiết của Nguyễn Hữu Thụy "ghi nợ đất phương này":

Ơn chúa Nguyễn Hoàng khi xưa mở đất
Đời chúng ta còn hưởng xái chút tình
Cuối đường cong chữ S đã tượng hình
Có khoảng trời xanh ngoi lên để thở...
(Phương Nam. tr.37)

Nghiên cứu về nguồn gốc và quê quán dòng tộc Nguyễn Hữu thì tộc này đã trải qua nhiều đời từ Ninh Bình đến Gia Miêu, Thượng Trung, Thanh Hóa... Riêng ở Nghệ An, vào thế kỷ XVI, tộc Nguyễn Hữu có bề dầy lịch sừ hơn 300 năm gồm 17 đời 6 chi hậu duệ sâu sắc nhất với truyền thống khoa bảng, nhân từ, trung hậu, môt tấm gương sáng ngời có công trong việc mở mang bờ cõi, xây dựng đất nước.

Đó là lược sử nước Nam được ghi chép từ đời xa xưa. Đi tìm cái đẹp của nếp thời gian thăm thẳm đó, Nguyễn Hữu Thụy đã cung cấp cho ta một hình ảnh đặc biệt từ một bản chất sâu xa, đó là "Cây phổ hệ" là loại cây chỉ việc ghi chép lại lịch sử, nguồn gốc của một dòng họ hoặc gia đình có công trạng từ xưa đến nay. Tác giả cũng cho biết cây phổ hệ đời thứ mười hai của tộc Nguyễn Hữu tại vị Phúc Khương bị vỡ tổ vì thiên tai chiến tranh đành phải hướng tới một cuộc sống lưu dân trôi giạt vào Nam.

Dưới ngòi viết gốc Quảng Nam của Nguyễn Hữu Thụy, bài thơ tự sự "Nguyễn Hữu Phía Nam" gồm mười sáu đọan, mỗi đoạn bốn câu mô tả hoàn cảnh và tình cảm của tộc Nguyễn Hữu với biết bao cái ngổn ngang, ngóc ngách của cuộc đời vốn rối rắm khởi từ cái rất xưa đến cái hiện nay. Vẻ đẹp của những câu thơ có chứa chan chân tình mà cũng trớ trêu, ngang trái nhưng đọc lên không có gì là ồn ào, cường điệu, phá phách mà cái khí cốt của hồn thơ "phía Nam đi tới" lại đậm đà, chân chất và thi vị nhằm bày tỏ một thái độ đối với nhân sinh nhọc nhằn cho dù bộ tộc rất nhỏ bé nhưng "Chắc cũng tròn đều bọc trứng Âu Cơ". Xin trích đoạn bài thơ trên để kết thúc bài viết về tập **Nín Thở** này.

Thiên hạ tộc to họ lớn
Gặp được thời xưng bá xưng vương
Nguyễn Hữu đời ta tại vị Phúc Khương
Phúc chẳng thấy – Khương đâu chẳng thấy!

Từ Nghệ An khó nghèo biết mấy
Vào Quảng Nam theo Chúa Nguyễn Hoàng
Ba trăm năm dựng nghiệp nông tang
Cây phổ hệ sum suê cành gốc ngọn

Nguyễn Hữu phía Nam – phía Nam đi tới
Cây liếp cây xanh thay lá đổi màu
Nguyễn Hữu đời ta tại vi Phúc Khương
Phúc khởi sáng Khương nay khởi sáng
Trà rượu trống chiêng – tinh thần hào sảng
Ta đọc bài hành cúng buổi tế xuân thơm.

NHỮNG NGƯỜI NỮ TRONG THƠ TRẦN YÊN HÒA

TRẦN YÊN HÒA hơn năm mươi lăm năm THƠ là tập thơ phản ánh tâm trạng của nhà thơ qua nhiều thể loại thơ khác nhau.

Từ một cậu học trò xuất thân trong một gia đình văn hóa xứ Quảng, Trần Yên Hòa bắt đầu làm thơ lúc mười hai tuổi. Từ những bước đầu chập chững đến nay, sau hơn năm mươi lăm năm làm thơ, nhà thơ nhìn lại chặng đường dài đã đi: "*Cha tôi cũng mê thơ. Ông có làm thơ đường, thơ thất ngôn bát cú và họa thơ (...). Hay mẹ tôi, thường hát ru tôi bằng những câu ca dao thắm đượm mùi vị quê hương, tình yêu trai gái, nên tôi thấm sâu vào lòng những âm thanh ấy, để rồi sau này tôi yêu thơ và làm thơ...*".

Phần tự sự trên đăng trong tập thơ **TRẦN YÊN HÒA hơn năm mươi lăm năm THƠ** là một phần đời của Trần Yên Hòa được tác giả kể lại bằng thi ca.

Sáng tạo nghệ thuật trong suốt tập thơ dầy 338 trang gồm 123 bài, Trần Yên Hòa đã hình dung được hình tượng, phác họa ra chữ nghĩa vọng âm như một tiếng thở dài. Bài thơ *Khúc Tôi* mở đầu trang thơ cho tới bài *Tạ* ở cuối tập, đã là một tiếng thở dài. Nỗi hoài vọng trong suốt *Khúc Tôi* là hình ảnh quá khứ những người thân từ hồi nào đã không ở cùng tác giả mà... ở đâu đó. Ngữ pháp u trầm nhưng rất sắc qua quan hệ tình cảm ruột rà của tác giả là một thí dụ:

... Mẹ yêu dấu cũng trở về với đất
đất thì im lặng tiếng, mịt tăm
nên lời mẹ đã ngút ngàn phơ phất
bỏ mình tôi cùng đá cuội, lăn tăn

Cha thương nhớ cách xa như cổ tích
mệt nhoài tôi đứng lặng, thư phòng
nhìn quanh quất đâu dấu hài, tịch mịch?
dấu hài em lặn mất giữa dòng

Còn lại chị, còn lại anh, đâu đó
không thấy ai, hú gọi tôi về
còn lại con... con còn đang cất vó...
hồng ân chưa cập bãi sông mê...

Nhưng thiết nghĩ hình ảnh cố nhân, là đối tượng *Em* của tác giả mới là tâm ý của bài thơ, có điều cuối cùng cũng xa lắc từ bao giờ:

Tôi còn lại em, mà em xa lắc
nên còn lại tôi, chỉ một tôi thôi
vì em, biển, còn tôi, là cát biển
lũ dã tràng kia, se, cũng, lở, bồi (Khúc Tôi, tr. 16)

Đọc trang tự sự của Trần Yên Hòa cho thấy người thơ cô đơn cả ngoài đời lẫn trong thơ, vì chiến tranh, Trần Yên Hòa đã nhận rõ vị trí lính chiến của mình, xông pha ngoài mặt trận. Do dó, bài thơ viết trên ba-lô, trên mặt đá hay bên bờ sông, dốc núi, bìa rừng khẽ bật lên một lời xin nhỏ, dù chỉ một lần thôi:

Cho tôi được ngủ nhà đêm nay
cho tôi ngủ nhà đêm nay rồi mai đưa tôi đi đâu cũng được
bao nhiêu tháng bao nhiêu năm
tôi sẽ xa thành phố xa mái tóc em xa những đứa con yêu dấu

hãy cho tôi ngủ nhà đêm nay
không còn gì để van xin
sao đẩy tôi đi quá xa như vậy quá xa như vậy
hở chiến tranh loài người...

Lời Xin, tr. 20

Ngoài tình thương gia đình, có thể nói tình yêu đôi lứa trong thơ Trần Yên Hòa là một loại tình yêu không có màu xanh của bầu trời và biển cả. Đồng ý sức mạnh tinh thần của người thơ tạo ra thơ, nhưng hình ảnh những người tình trong thơ đều như gió bay đi xa lăng lắc, không để lại một vạt áo nào để người thơ rưng rưng đề thơ. Cho nên *Em* có bàng bạc bay đi, bay về, qua lại từng trang thơ trữ tình, rốt cuộc vẫn là *Em*... lê thê bào ảnh:

Em đến thăm anh trong chốc lát
trời bên ngoài đổ cơn mưa
mưa rất dầy, mù mịt
làm sao anh giữ được em

Chốc lát em trở thành thánh nữ
ở đâu cũng thấy em ngời sáng
cả vườn đời anh nở rộ
những đóa hoa hồng thắm

Rồi em ra về như gió bay
Bỗng dưng em xa lắc
Bỗng dưng em mịt mù như cơn mưa...
Em Xa Lắc, tr.31

Ngay cuộc tình thứ nhất vì cơn mưa đã làm cho ủ dột:

Có lẽ rất xưa – ngày em vào xuân
đôi má em hồng như trái bồ quân
đôi mắt em đen như nhung, ướt rượt
đốt cháy hồn anh cùng nắng sân trường

Rồi thế rồi thôi lạc mất nhau
lạc nhau đành đoạn suốt nửa đời
lạc nhau trong giấc chiêm bao cũ
biển loạn đời ta, thân nổi trôi...

Bài Trăm Năm, tr.39

Mưa miền Trung thường dầm dề. Mưa của nhà thơ Trần Yên Hòa cũng không khác. Từ cuộc tình thứ nhất mưa đành đoạn, mưa dầm dề, lê thê cho tới cuộc tình cuối vẫn mưa không ngớt hột:

Em về đâu từ bao lâu nay
Anh xa em như chim xa bầy
Mưa bay ướt áo em đang mặc
Đành đoạn rời đi như đám mây

Mưa Em, tr. 326

Rón rén lần theo những cuộc tình thơ đẹp mà buồn được miêu tả qua từng trang *Rượu Tình Say, Gởi Khổ Lụy Một Đời, Tạ Tình, Xa Người, Phượng Hề, Cô Gái Tam Kỳ Đất Khổ, Nhớ Em Khi Qua Cầu Cỏ May, Tôi Và Em, Tình Quay Lưng, Tình Em Xa Ngái, Bài Tình Cho Diên Khánh, Thà Người Phụ Ta* v.v..., người ta cảm thương cho người thơ tội nghiệp ra sức bơi trên sóng tình yêu hầu mong tìm nguồn hạnh phúc khổ đau. Từ bơi ngửa với cuộc tình dịu ngọt vội sấp mặt trên dòng nước lạnh tê. Từ vòng ôm rưng rưng xiết chặt chợt hụt hẫng giữa khung trời hiu hắt. Từ những lời thỏ thẻ của em Hiền, em Thu, qua những tiếng cười rơi xuống của em Hoa, em Phụng, hơn nửa đời nhen nhúm mê vọng bỗng nhiên quay ngoắt đến nỗi người lầm lỡ phải ta thán "hất anh ra phân nửa cuộc đời, mùi tình xưa trở nên đắng nghét".

Trần Yên Hòa với hơn năm mươi lăm năm ăn nằm cùng thơ đã trở thành một mối lợi cho sự hình thành tập thơ gối đầu. Thế nhưng trong khi mượn thơ để thổ lộ tâm tình, lịch sử tình yêu lại làm chứng cho cơn thất tình rực rỡ của người thơ. Nhưng không phải lần duy nhất người tình bỏ đi mà về sau những Em Uyên, Em Phượng, Em Tam Kỳ, Đà Lạt, Sài Gòn, Tân Định, Mỹ Tho... lần lượt trở thành *Em xa lắc như tranh cổ tích, em thiên thu đâu tận cõi ngoài,* như Trần Yên Hòa thở than. Rồi em trích tiên, em điệu, em phù thủy cũng là một cái "khổ ách" xô người thơ ra khỏi "mái hiên đời":

Em, tình ta, mái hiên đời nắng dịu
sao bỏ đi xa ngút tận trời nào

Khản Cổ Gọi Tình Về (1), tr. 68

Em ơi, đã quá xa tay với
mù mịt người từ độ chiến chinh
mù mịt nhau nên đành lạc mất

Khản Cổ Gọi Tình Về (2), tr. 70

Từ em, bỏ cội bỏ nguồn
bỏ con sông nước đứng buồn nhìn theo
nhánh sông chảy miết qua đèo
anh heo hút đợi, chèo queo một mình

Khản Cổ Gọi Tình Về (3), tr. 75

Bị tước mất tình yêu, không thể níu lại chút mảnh vụn của thế thái nhân tình, người thơ cay đắng mà thiệt thà biến những *Em* xinh tươi, lộng lẫy thành *giấy bút trắng tinh khôi, một trang vở mới* (Thuở Em Là Nữ Sinh), *Thiên nga bé nhỏ* (Bài Tình Năm 2000), *Mùa vàng rưng hoa cúc* (Lãng Mạn Thu*), Con chim nhỏ* (Thảng Thốt Tôi)... Thậm chí, biến Sài Gòn thành *em*; cả con mắt cũng hóa trăng rằm *"Mắt em một thuở trời trăng rằm"* (Chung Một Nhánh Sông). Lãng mạn thật nhưng cũng thật cảm động với lời Tự Tình Cùng Dất Nước: "*Vì Em cùng nghĩa với Mẹ. Cùng nghĩa với Quê Hương, Đất Nước*" (tr.63).

Mà cũng lạ. Giữa nỗi buồn chênh vênh tưởng người thơ không toét nổi miệng cười, người đọc bất ngờ nhận ra câu ví von khá ngộ nghĩnh về mưa. Nhà thơ xứ Quảng ra Huế đụng phải cây mưa mà ngẫu hứng nảy sinh một ý tưởng đầy thi vị, cái thi vị không giống với bất cứ nhà thơ nào. Nhờ sự thành tâm của tác giả khiến đặc tính của câu thơ trong bài *Huế Mưa* được miêu tả theo kiểu "kích thích tính dục" bỗng trở nên hào hứng, vuốt ve tình tứ mà trong trẻo khác thường:

tôi nghĩ mùa mưa ở Huế nồng nàn như đêm hợp cẩn
bởi vì cái lạnh tê da ngoài Huế cho ta cảm giác ái ân.

Huế Mưa, tr. 23

Cái cảm giác ái ân của người thơ Quảng Nam đâu có khác chi cái ái ân tái tê cuồng dại:

Xin ca tụng em bài thơ mới viết
Giữa ta và say, như một tình cờ
Ta chếnh choáng em, mùi hương mới
Là chanh và sả buổi mai tươi

Em đã xông em. Trong ngày thứ bảy
Nên em thơm lừng, hương gió bay
Nên em thơm lừng, mùi da thịt
Anh cúi xuống vùng em, mùi thơm ngát

Vùng em thơm rất đượm. Tình Ơi.

Ru Tình Tôi, tr.188

Đặc tính trong thi pháp Trần Yên Hòa là ngữ vựng. Bài thơ dài hơi "Nhặt Khoan Cho Ngày Sinh Nhật" gồm 64 câu, đã có 5 lần kêu *Hướ*, nghe ra thật ồn ào:

Hướ em tôi, những ngày tình với Nẫu

Huớ em tôi, hãy bỏ xa tiền kiếp
Huớ em tôi, mùa xuân xanh lại đến
Huớ em tôi, ngày mai anh sinh ra
Huớ em tôi, không quay lui lại nữa

Tiếng *Huớ* diễn tả niềm vui trong ngày sinh nhật của tác giả, với tôi là lạ tai. Dù vậy, tiếng *Huớ* dễ thương của "dân nẫu" có phải là tiếng *Bớ c*ủa người miền Nam: *Bớ người ta! Bớ làng nước ơi! Bớ em!*?

Bài "Bắt Đầu" có hai câu: *Mới rợi này em, ngày mới rợi. Bỏ đàng sau, năm tháng, cô đơn. "Mới rợi"* nghĩa là gì? Có phải là "Mới tới"?
Bài "Bờ Em": *Khi tình cuốn ta trôi chấp chới. Giữa cuồng lưu biết bíu vào dâu. "Bíu"* có phải là Níu? Chao ôi! Ngôn ngữ của Nẫu quả là... nẫu nẹt, là lạ tai tôi.

Trần Yên Hòa sống trọn đời, tận tụy cho nghiệp thơ. Làm thơ vì đời, vì người (nghệ thuật vị nhân sinh). Hơn năm mươi lăm năm hướng về thế giới thơ, nghệ thuật Trần Yên Hòa nặng nợ với những đối tượng rực rỡ, thủy chung với những hình thể chói lòa để rồi chất chứa nỗi u sầu rã mục, dẫn lối vào không gian đơn chiếc độc thoại với âm u. Nghĩ lại mà tội người thơ đã lầm yêu phải thứ tình yêu chớp mắt, thứ tình yêu con bướm (đậu rồi bay đi), nó ray rứt não nề, nó ruồng rẫy biệt ly ngay từ cuộc tình đầu tay. Ta đọc lại đoạn cuối "Bài Trăm Năm" (tr.37):

Nửa đời ta như mưa phơ phất
Bỗng nhặt được lòng nhân ái từ tâm
của em, đánh rơi vào tình thứ nhất
để ta ôm hoài đi giữa nhân gian

Nhân gian ở đây rõ ràng không bình thường như người bình thường sống giữa đời thường mà nhân gian của người thơ là lai láng "sông mê" không bờ bến. Con sông mê muội chảy ngược xuôi giữa hồn đời sắc sắc, không không rồi thấm vào Bát Nhã. Người thơ thất tình lục dục lúc bấy giờ hốt nhiên đốn ngộ, dứt bỏ hết khổ ách (năng trừ nhất thiết khổ), biến thành "sa di" gánh cái chân tình tự ngã lững thững đi vào trang Tự kinh:

Thầm thì, thầm thì, rậm rịt
Tiếng cầu kinh trong đêm thâu
Ba la mật đa yết đế
Hãy quên cuộc sống nát nhầu

Đã qua bên bờ bỉ ngạn
Lời kinh chảy suốt qua tâm
Gió ngoài hiên tuôn thốc tháo
Dội qua tiếng kệ âm thầm

Ba la mật đa thời
Quên giọt máu bầm năm tháng
Quên hết những trò gian lận
Trở về gốc cội nghỉ ngơi

Thầm thì, thầm thì, tiếng mõ
Ngũ uẩn phút giây cuồng nộ
Hãy quên, hãy quên, hãy quên
Nằm kề trang kinh bát nhã.

Mang âm hưởng Bát Nhã Ba La Mật Đa Tâm Kinh của Phật Giáo Đại Thừa trải qua từ bảy thế kỷ đến nay, bài "Tự Kinh" (tr. 229) của Trần Yên Hòa với thi phong an nhiên tự tại thấm thía một đạo lý thâm hậu.

CHẠY ĐƯỜNG RỪNG

Hồi nhỏ, giữa thập niên 1940, tôi quen sống trên cao nguyên rừng rú. Lớn lên đi lính, tôi vẫn lặn lội trên rú trên rừng. Riết rồi quen. Sau 1975, sống ở nước ngoài, qua bao nhiêu thế sự thăng trầm, tôi vẫn cứ âm ỉ nhớ rừng nhớ núi. Nhìn lại mới hay núi rừng đã mọc trong tôi từ bao giờ.

Sống giữa nền văn minh đô thị nước người, mấy mươi năm an bình, vậy mà mỗi lần đi ngang qua một hàng cây, một lùm cỏ hoặc lững thững dạo trong công viên rợp bóng, tôi thường nghe lòng mình dâng lên một mối cảm hoài.

Cứ thế cho tới 42 năm sau, một lần, mới đây, vợ chồng tôi được anh chị dược sĩ Tân Nga tốt bụng cho quá giang xe đi Ancaster dự tiệc. Ancaster là một khu phố cổ, được cộng đồng châu Âu thành lập từ năm 1793. Phố tuy cũ và nhỏ nhưng ngày nay được coi là một cộng đồng giàu có, trong đó có cơ ngơi đồ sộ của đôi bạn trẻ Tường Vân.

Sau gần ba năm đại dịch hoành hành, các bạn thân quen lại có dịp gặp nhau vào một ngày cuối hè tháng tám. Cái tháng tám ở Ancaster, buổi chiều có gió thoảng và nắng mềm, có hoa thơm, cỏ mượt.

Nhìn chung, cuộc hội ngộ nào cũng y như một bản sao dễ cảm, dễ thương. Vẫn rượu bia ướp lạnh. Vẫn cao lương mỹ vị ngập ngợp. Vẫn hát hò, đờn địch xôn xao. Vẫn một đàn tiên nữ xinh đẹp, cười vui, khoe sắc, làm nên ánh sáng rực rỡ trước hàng chục máy chụp hình chớp nháy của các đấng mày râu nhẵn nhụi, áo quần bảnh bao.

Sau đêm họp mặt, trời đã khuya, chúng tôi từ giã gia chủ và bạn bè ra về. Lúc đi thì đường thông suốt, song lúc về gia chủ báo tin highway bị đóng vì tai nạn xe cộ. Thế là chúng tôi buộc phải chạy đường tắt.

Chiếc Lexus tân thời đắt giá của ông bạn dược sĩ, tuy co GPS cải tiến chỉ đường nhưng tôi vẫn cảm tưởng như chiếc xe đang chạy lạc vào một thế giới kha1cca1i thế giới văn minh vật chất hiện đại. Nghĩa là theo sự chỉ dẫn của máy định vị bác tài cứ thế mà chạy. Chúng tôi, một mình một xe, theo con đường tắt ngoằn ngoèo xuyên rừng chạy giữa đêm hôm khuya khoắt không trăng sao, không xe bạn đồng hành. Ngoài tiếng máy xe độc hành và ngọn đèn pha sáng rực, còn là im lặng mênh mông, cái im lặng chập chờn ma quái, quỉ mị, bí ẩn và đe dọa. Tự nhiên tôi đâm ra lo lắng cho những người bạn đã về trước hoặc những người còn ở lại vui chơi sẽ ra sao khi họ ra về. Có thể họ cũng lúng túng như chúng tôi lúc đầu. Thật ghê gớm cho một đất nước văn minh bậc nhất lại có cảnh một con đường đất như khúc ruột quanh co., âm ỉ, quằn quại, hun hút giữa rừng rú mịt mùng.

Ban đầu tôi có hơi nao núng nhưng rồi lại thấy mình được... đi lạc trong khu rừng âm u tịch mịch bốn bề không nhà cửa, không ai. Tôi như con thú già được thả về rừng, trở về với bản ngã xa xưa của chính mình, ở đó tôi đã từng "ăn suối, uống rừng" mà lớn lên. Ai đã từng gắn bó với cao nguyên rừng núi, đi xa không gì nhớ bằng tiếng núi tiếng rừng. Bởi vì nơi đó, nơi ta sinh ra và lớn lên, hay nơi ta từng đến, để rồi mãi mãi gởi thân nơi đó thì núi rừng là quê hương, là buôn làng, là cha rừng mẹ núi, là người ruột thịt thân yêu.

Cuối cùng chúng tôi cũng thoát ra khỏi rừng rú của Ancaster, một thứ rừng nghệ thuật thiên nhiên chưa bị tha hóa. Chạy vào thành phố, tiếng xe cũng có vẻ nghe vui như người. Bốn người chúng tôi yên tâm thấy lại phố phường, thấy lại những ngã tư, những con đường trải nhựa bằng phẳng, êm ru. Chúng tôi lại hòa mình vào nền văn minh hiện đại thấy lại xe cộ, thấy lại người và thấy lại chính mình. Riêng tôi, tôi thấy lại tôi như người rừng lạc vào thành phố.

Điều tôi phục nhất là ông bạn tài xế thân mến của tôi tuy đã già mà mắt vẫn sáng, tay lái vẫn vững vàng trên con đường đất ngoằn ngoèo vượt núi giữa khuya. Hình như nghệ thuật lái xe đường trường của bác tài già một phần cũng nhờ người bạn đời ngồi bên nhắc nhở, hướng dẫn và luôn nhỏ nhẹ kể chuyện người, chuyện đời rất có duyên, bằng giọng Huế. Cái giọng Huế dễ thương này tôi đã nghe và nghe hoài từ hồi nhỏ, phía bên ngoại tôi vẫn nói.

HỘI NGỘ TOÀN CẦU 2025

(Cựu Học Sinh Trung Học Ban Mê Thuột)

Khởi từ năm 2001 đến năm 2025, cứ năm năm một lần, Hội Cựu Học Sinh Trung Học Ban Mê Thuột tại Hoa Kỳ lại đứng ra tổ chức những cuộc hội ngộ Thầy Cô và các cựu học sinh cùng trường từ khắp nơi trên thế giới về tham dự. Sống giữa hàng trăm cái nhiêu khê, hàng ngàn cái ngổn ngang nơi xứ người mà tạo được những điều kiện tốt nhất, thuận tiện nhất cho mọi người gặp lại nhau có thể nói hoạt động của Hội không hề đơn giản và dễ dàng và là một công trình rất có ý nghĩa. Nghe nói đây là lần hội ngộ cuối cùng vì ai cũng... già. Nghe mà chột dạ quá chừng!

Cuộc hội ngộ trên bờ, dưới biển lần này, ngoài các Thầy Cô và cựu học sinh trung học Ban Mê Thuột hải ngoại, đặc biệt còn có hơn 100 cựu học sinh từ Xứ Bụi bay qua tham dự. Ngày xưa, học trò ai cũng kính nể Thầy Cô vậy mà lưu lạc ra ngoài nước học trò gặp lại những nhà mô phạm này sao mà thấy vị nào cũng thật giản dị, khoan dung, nhân hậu, gần gũi, Thầy trò được dịp ôn lại những kỷ niệm xưa, hình ảnh cũ tưởng chừng như đã nằm im, vùi quên dưới lớp bụi thời gian của mái nhà trường.

Lịch sử đã sang trang, dù muốn dù không dân tộc miền Nam Việt Nam cũng đã đổi đời từ biến cố tháng tư 1975; riêng hình ảnh của cổng trường, sân trường, dãy lớp học và cây phượng vĩ của trường Trung học Ban Mê Thuột thuở an bình, vẫn là chất vàng ròng. Đó là chất ngọc trong veo, tròn trịa, không phai mờ, và, còn nữa, suốt 70 năm trôi qua, tiếng trống trường như vẫn còn âm vọng, vẫn gióng lên liên hồi một chuỗi âm thanh đầy nghệ thuật mà ngày xưa tuổi trẻ học trò vốn hồn nhiên, vô tư chẳng hề để tâm. Bản sắc của trường trung học Ban Mê Thuột đẹp như vậy đó.

Từ đó, từ ngôi trường đó, hôm đầu tháng 11/2025 vừa qua tại Houston, Texas, Hoa Kỳ, cái thần của trường Trung học Ban Mê Thuột đã cùng người Ban Mê Thuột chung vui một cách mãnh liệt, cho dù cuộc hội ngộ qui tụ một số rất ít Thầy Cô và khoảng 300 cựu học sinh toàn cầu.

Ngày đầu tiên trong khách sạn ACP Westchase và hai ngày sau trong nhà hàng Ocean Palace, từ cái ồn ào cười nói, cái hát hò náo nhiệt, cái sôi nổi đến là vui vẻ, hồn nhiên của mọi người, anh học trò ít học như tôi vẫn âm thầm kính nhi viễn chi các Thầy Cô. Nhưng gặp lại các bạn học cũ, ôi chao ôi, chẳng ai còn trẻ nữa. Các bạn của tôi thật sự đã già, đã hom hem ốm yếu, đã dần rơi rụng thì nói gì đến các bậc Thầy Cô. Cho nên không có gì là lạ khi mà cuộc hội ngộ đầu tháng 11mới đây, dù có khuấy động một cách nhuần nhuyễn, rất truyền thống, rất văn nghệ, văn học và rất nếp nhà, thì

Thầy Cô cũng như Trò, ngày một thưa thớt hơn. Cũng xin nói rõ, rằng những năm trở về trước, Thầy Cô còn khỏe mạnh, còn dễ dàng đi lại; học trò thì trẻ trung, năng nổ, còn rạng rỡ, tươi cười dễ tạo điều kiện gặp gỡ nhau, nay thì thời gian làm cho mọi sự thảy đều rất khác.

Sau ba ngày họp mặt trên đất liền, khoảng 120 người xuống du thuyền Mariner Of The Seas thong dong vượt biển qua Mexico du hí, số còn lại chờ hậu họp mặt ngày hôm sau trên đất liền ở một nhà hàng khác.

Mariner Of The Seas là một trong số những du thuyền 5 sao của tập đoàn *Royal Caribbean* được trang bị đầy đủ các dịch vụ và tiện nghi hiện đại. Du thuyền cao 15 tầng với sức chứa gần 4000 du khách, hơn 1100 thủy thủ đoàn và nhân viên phục vụ.

Dù không so bì với các du thuyền tân tiến hạ thủy sau này, Mariner Of The Seas với 22 năm tuổi đời vẫn mang lại cho du khách một thế giới tương đối mới lạ. Mọi người hoàn toàn có thể tận hưởng những thức ăn ngon ở tầng 11 hoặc trong các nhà hàng sang trọng, những đêm nhạc hội được dàn dựng công phu, vui chơi thỏa thích tại công viên nước, khu tắm nắng ngoài trời, khám phá khu trượt băng nghệ thuật, sân đá banh, sân golf và nhiều cửa hàng, quầy hàng mua sắm.

.

Khởi hành từ Vịnh Galveston, Houston, Texas du thuyền Mariner Of The Seas rì rầm vượt đại dương mênh mông sóng gợn. Ban ngày đứng ở ban-công du thuyền ngắm nhìn trời biển bao la, đất thì xa... ngút ngàn hải lý, sóng biển thì chẳng thấy chú chim chú cá nào, lòng đang phơi phới chợt len vô một chút buồn hiu. Con tàu vẫn rì rầm vượt sóng, đi hết hai ngày rưỡi mới tới Costa Maya.

Bán đảo Costa Maya của Mexico có rất nhiều thú vui để thu hút du khách gồm nhiều quán bar, tiệm ăn, các cửa hàng bán đồ lưu niệm. Ngoài việc tắm biển, du khách còn có thể thuê xe về vùng ngoại ô thăm viếng những tàn tích Chacchoben của đế chế da đỏ Mayan, một thành phố cổ có nhiều đền thờ, nhà ở và khu chợ cổ xưa. Phố cổ này đã tồn tại từ đầu thế kỷ thứ IV sau Công Nguyên. Ngoài ra du khách có thể đến làng đánh cá Mahahual cách Costa Maya khoảng 3km. Trước kia, làng đánh cá Mahahual nghèo sơ, sau này nhờ các du thuyền khổng lồ cập bến bãi biển của làng chài với hàng dừa xanh ngút ngát được dịp thu hút đông đảo khách nhàn du.

Rồi Mariner Of The Seas lại rời bến ra khơi lênh đênh thêm hai ngày hai đêm trên trùng dương sóng thuyền mới tới đảo Cozumel. Cozumel nằm ở phía đông bán đảo Yucatan của Mexico đươc mệnh danh là "Vương Miện Ngọc". Thành phố chính trên đảo là San Meguel de Cozumel. Cũng như các thành phố du lịch trên thế giới, Cozumel cũng không thể thiếu các quán bar, tiệm ăn với các món ăn truyền thống của người Mexico và các cửa hàng bán đồ lưu niệm bản xứ. Đặc biệt, Cozumel nơi cho phép mọi người yêu thích biển lặn hụp với bình dưỡng khí và ống hơi.

Cuối cùng khi con tàu khổng lồ Mariner Of The Seas lừng lững quay về nơi xuất phát, mọi người lục tục kéo hành lý lên bờ. Khi tôi quay đầu nhìn lại tôi mới cảm thấy con tàu giống như một nghệ sĩ lớn. Chiếc hải bàn cực kỳ tân tiến có khác gì một con người có ý thức sâu săc, biết rất rõ về đường đi nước bước của mình: đi an nhiên, về bình yên.

Có lẽ ai cũng nghiệm ra điều này, rằng con người có đi đâu gần hay xa hoặc có xa tận mãi đâu cuối cùng rồi cũng quay trở về nhà. Bởi vì có đâu đẹp bằng quê nhà. Chính vì vậy, những đứa con lưu lạc bao năm vẫn mong có một ngày sum họp để sưởi ấm đời nhau và tìm lại hình ảnh ngôi Trường Mẹ thân yêu.

Trong ý nghĩa đó, xin gởi tặng một bông hồng tươi thắm đến Ban Tổ Chức cuộc Hội Ngộ Toàn Cầu 2025!

ĐI XỨ PHÙ TANG

(tìm hiểu văn hóa)

Ngót 45 năm trời sống ở xứ Lá Phong văn minh hiện đại tưởng mình ngon, lúc đi Nhựt mới thấy mình quê xệ, cứ y như anh chàng nhà quê lên tỉnh.

Chuyến đi thăm viếng xứ sở hoa anh đào này do Jimmy TV và ca sĩ Mai Thiên Vân tổ chức ngày 27 tháng Ba năm qua gồm 43 người Việt từ khắp các tiểu bang Hoa Kỳ và tỉnh bang Canada tham dự. Đây là lần đầu tiên cặp vợ chồng quê chúng tôi từ Toronto, Canada bay một đường bay dài nửa trái đất tới Tokyo, Nhựt Bổn, lúc đáp xuống phi trường Narita cả hai mái đầu bạc đều ná thở.

Phi trường quốc tế Narita nằm ở phía Đông thủ đô Tokyo, là một trong những phi trường tấp nập nhất tại Nhựt Bổn. Chen chúc giữa mênh mông biển người đến và đi trong phi trường với các thủ tục nhập cảnh hết sức rườm rà, mất cả nửa buổi trời chúng tôi mới thoát ra tới cửa tiếp đón hành khách. Người đón chúng tôi là một anh thanh niên tên Khanh, tánh tình cởi mở, hoạt bát, rất dễ mến. Định cư tại Nhựt trên tám năm, Khanh rành đường đi nước bước, đã dẫn vợ chồng quê chúng tôi vừa ngơ ngác vừa lính quýnh đáp hai chuyến xe lửa chạy một chặng đường dài 60km tới thủ đô Đông Kinh đông nghẹt người ơi là người.

Trên đường đi tôi nhận thấy xe cộ và hình ảnh người người già trẻ lớn bé thảy đều gọn gàng, tươm tất nhanh nhẹn ngược xuôi khiến cho Tokyo trở nên thật sống động. Nước Nhựt văn minh và thanh lịch nên nhà cửa, đường phố thật sạch sẽ, nhất là xe cộ cũng không được phép... ở dơ. Nhựt Bổn là một quốc gia quân chủ, nổi tiếng có Phú Sĩ Sơn tuyết phủ trắng núi, có đền đài, thành quách, chùa chiền tồn tại từ hàng trăm năm, có các thế võ cực kỳ lợi hại Judo, Karaté, Jujutsu, Aikido, Kendo, Kyudo, Kondo, Sumo, có lịch sử kiếm thuật (Kenjutsu) của chiến binh Samurai, có Ninja sở hữu những tuyệt kỹ võ thuật, có Kimono, trà đạo, sushi, có các nàng ca kỹ Geisha xinh đẹp và quyến rũ hiến đời mình trong thế giới nghệ thuật truyền thống đất Phù Tang v.v...

Nhựt Bổn, sau bao biến cố lịch sử vẫn tồn tại nhiều nét đẹp cổ sơ, chen vào đó là nét hiện đại của những công trình cao ốc với lối kiến trúc tân kỳ, và cho dù trước hay sau, quá khứ hay hiện tại, Nhựt Bổn vẫn mang một bản sắc đẹp tuyệt vời trong mắt người dân xứ Phù Tang.

Tò mò và thích thú nhìn những hình ảnh nam thanh nữ tú và biểu tượng của mảnh đất phồn hoa đô hội này tự nhiên anh nhà quê về chiều là tôi vốn ít học lại cắc cớ nhớ tới cuộc chiến tranh Nga Nhựt xảy ra từ năm 1904 đến 1905 với tham vọng giành quyền kiểm soát Mãn Châu và Triều Tiên. Mặc dù sau cuộc chiến, Nga Xô thất trận nhưng lính Nhựt bị quân Nga bắt làm tù binh cũng mang một số phận vô cùng thê thảm.

Tiếp theo là Chiến tranh Thế giới lần thứ nhất bùng nổ tại Châu Âu (1914-1918) quân Nhựt Bổn trỗi dậy ở Viễn Đông uy hiếp Trung Hoa lại tạo ra cuộc Chiến tranh Trung-Nhật dẫn đến Chiến tranh thế giới lần thứ hai.

Nhà quê tôi còn nhớ_năm 1941, phát xít Nhựt ra lệnh cho các phi công cảm tử Thần Phong Kamikaze tấn công hạm đội Mỹ tại Trân Châu Cảng, chiến tranh Thái Bình Dương bùng nổ, Nhựt lại tiếp tục tiến hành đánh chiếm khu vực Đông Nam Á: Mã Lai, Thái Lan, Singapore, Miến Điện, Đại Hàn, Triều Tiên, Việt Nam, Trung Hoa. Đến năm 1942, Nhựt đã xâm chiếm, bành trướng tối đa ở Đông Á, Đông Nam Á và Tây Thái Bình Dương, phát xít Nhựt trở nên vô cùng tàn ác.

Khi chiến tranh kết thúc, phe trục Đức (Hitler), Ý (Mussolini), Nhật (Nhựt hoàng Hirohito) bại trận, quân đội Nhựt tự rút lui khỏi những nơi chiếm đóng và tự giải giới.

Ngày nay, đặt chân lên nền văn minh đô thị đã san bằng những tàn tích chiến tranh của hai thành phố bị đánh bom Hiroshima và Nagasaky, tôi thấy người Nhựt Bổn thanh lịch hơn, hòa nhã hơn, nhất là giới trẻ ngày càng trở nên hài lòng và yêu đời với cuộc sống hiện tại. Lịch thiệp, khả ái và lễ phép là dấu hiệu chứng tỏ giới trẻ Nhựt Bổn đang dần tiếp cận với xã hội, trở nên gắn bó hơn với đấng sinh thành, nhất là chủ nghĩa cá nhân được đề cao trong xứ mặt trời mọc.

Bước những bước thật nhanh trên mặt đường ướt sũng nước mưa, chúng tôi tới nhà hàng ăn tối và hợp đoàn cùng các anh chị đến từ tứ phương và gặp lại đôi bạn trẻ đầy nhiệt tâm Jimmy Nhựt Hà và Mai Thiên Vân.

Làng Cổ Oshino Hakkai

Nhà quê tôi vốn hoài cổ nên vừa đặt chân tới làng cổ Oshino Hakkai đã nghe lòng mình rưng rưng. Là làng cổ nên đời sống dân cư và phong cảnh ở đây thật thanh bình, cái khí trời êm ả như ngấm vào từng tế bào khiến tôi có cảm giác tê lạnh.

Oshino Hakkai tọa lạc tại tỉnh Kanagawa cách thủ đô Tokyo chừng 100km, nằm ngay dưới chân núi Phú Sĩ trông giống như một bức tranh thôn quê. Lững thững theo các bạn trong đoàn tản bộ dọc theo con đường chính vào làng, vợ chồng nhà quê tôi thích thú hòa mình trong không khí bình yên phảng phất quanh những ngôi nhà, những khu vườn nông thôn giản dị và những phong tục tập quán kiểu Nhựt Bổn truyền thống còn được lưu giữ.

Trong làng có nhiều hồ nước nhỏ trong leo lẻo, dấu tích của các miệng núi lửa trở thành "thủy cung" của những chú cá Koi. Dòm đàn cá thảnh thơi bơi lội trong nước lòng tôi lại dâng lên một mối cảm hoài mà nhớ những con suối nhỏ ở quê nhà. Nhà quê tôi ngắm nhìn làng cổ Oshino Hakkai như nhìn về làng Hòa Bình của người Mường hiền hòa thuở xa xưa hay làng Kim Châu Phát của người Bắc di cư dọc theo Quốc lộ 21 kép dẫn tới quận Lạc Thiện, Bản Thuột.

Thú vị nhất là dọc đường vào làng có những tiệm tạp hóa bày bán những món đồ lưu niệm. Các bộ đồ kimono, áo thun, đồ chơi, móc khóa, viết nguyên tử, chén đũa, dù, dép, quạt giấy, thú nhồi bông, tranh ảnh... đều được làm rất tinh xảo chính hiệu Nhựt Bổn. Cũng dọc đường vào làng có nhiều xe bán hàng rong bên vệ đường và nhiều quán ăn nhỏ với đủ hương vị từ bánh Mochi (nhưn đậu đỏ, nhưn kem, trà xanh) cho đến hạt dẻ nướng, bánh gạo nướng, trái cây sấy, rong biển khô Topvalu, khô mực Wasabi, sushi Kumamon, Yogurt Candy, các loại kem đủ màu, cà phê, nước ngọt, nước đóng chai... đều có bày bán. Nhìn chung, các món hàng ở đây tương đối rẻ, từ 100 Yen (0,76 USD) tới 200 -250 Yen trở lên đều có mặt.

Trở về thực tại, ở đây cuộc đời của làng cổ Oshino Hakkai tuy cổ kính, êm ả nhưng lại có một sức sống mãnh liệt. Làng trở thành địa điểm thu hút du khách đến thăm khu vực Phú Sĩ Sơn. Ngước nhìn những đám mây trên trời cũng không che lấp nổi bóng dáng hùng vĩ của ngọn núi Phú Sĩ.

Phú Sỉ Sơn

Núi Phú Sĩ, tiếng Nhựt là Fuji-san, được coi là biểu tượng của xứ mặt trời mọc. Phú Sĩ Sơn nằm trên đảo Honshu, cao 3,776m, là ngọn núi cao nhất Nhựt Bổn so với mực nước biển. Đây là ngọn núi lửa có từ hàng trăm ngàn năm. Thời gian đã biến núi này thành một kỳ quan thiên nhiên của nước Nhựt.

Nhà quê tôi vốn sinh ra từ cao nguyên miền Thượng, nhìn Phú Sĩ Sơn lại nảy sinh một chút lãng mạn mơ hồ như nhìn thấy lại ngọn núi Chư Yang Sing mà tôi đã xa gần nửa thế kỷ. Vào mùa Đông, mùa Xuân núi Phú Sĩ tuyết phủ trắng xóa.

Đối với người Nhựt và khách nhàn du ưa mạo hiểm, ngay cả giới khoa học, núi Phú Sĩ là đối tượng để chinh phục khi mùa hè tuyết tan. Sức mạnh của núi nhô lên như một thứ ám khí của hệ phái Ninja chọc thủng bầu trời. Phú Sĩ Sơn đã tự nó phơi bày một sức quyến rũ trở thành một di tích lịch sử của nước Nhựt.

Chính sức hấp dẫn của câu chuyện về cuộc đời của núi Phú Sĩ vào mùa hè tuyết tan, núi đã trở thành một mối lợi không nhỏ về mặt kinh tế. Tôi không nghĩ ra trên đỉnh núi lại có chỗ nghỉ chân, có nhà trú mưa trú nắng và có cả cơ sở thương mại, nhưng không nghe nói đến muông thú.

Mùa hè tuyết trên đỉnh núi bắt đầu suy yếu. Băng tan tạo thành những dòng nước chảy xuống Phú Sĩ Ngũ Hồ. Băng tan, gợn sóng của lưu lượng tuy không dữ dằn nhưng cũng đủ sức cuốn đi những mảnh vụn, cỏ cây và đất, và dĩ nhiên, Phú Sĩ Sơn vẫn nhô lên ngạo nghễ như bầu ngực săn cứng của cô gái xuân thì.

Được biết mùa hè có hàng trăm ngàn người leo núi Phú Sĩ. Người leo núi thường nghỉ dưỡng sức qua đêm tại khu vực ngỉ ngơi trên núi và khởi hành vào sáng sớm hôm sau để kịp chiêm ngưỡng mặt trời nhô lên đường chân trời.

Câu chuyện của Phú Sĩ Sơn được kể bằng ngòi viết của một anh nhà quê nên cuối cùng núi vẫn phụ thuộc vào thiên nhiên mà người Nhựt Bổn luôn lấy làm hãnh diện. Núi Phú Sĩ là một thực thể minh chứng hùng hồn cho lòng quả cảm của người Nhựt Bổn vào thời kỳ nảy sinh hệ phái Samurai và là sự kiên nhẫn vượt qua nhiều giai đoạn khó khăn của người xứ Phù Tang hiện nay.

Trại Dâu Tochigi

Hồi nhỏ ở núi, trái cây dù đắng ngọt chua cay nhà quê tôi đều ních sạch. Khi về chiều, tuổi cao sức yếu mình lại kỵ chua, trái gì chua lè, chua lét, chua thè lưỡi như cốc, khế, me, chùm ruột, kể cả bom (táo), cam, quít tôi đều cần muối tiêu hay muối ớt trợ lực. Ấy vậy mà ăn trái dâu ở Nhựt Bổn người ta lại chấm sữa đặc mới là ngộ à nghen.

Dâu có hàng trăm loại, nhưng ở đây Nhà Quê xin phân loại dâu ta và dâu tây cho gọn. (Thật ra, thời của tôi gọi Dâu là dâu chớ hổng tây ta gì ráo).

- Dâu (mulberry) là loại trái hình tròn, vỏ dẻo, ruột màu trắng đục, múi có hột, vị ngọt và chua, khi chin vỏ màu vàng. Dâu khác với trái bòn bon được trồng nhiều nơi ở nước mình, có hương vị rất hấp dẫn vị giác.

- Dâu tây (strawberry) là món ăn phổ biến khắp thế giới, có nguồn gốc ở châu Âu từ thế kỷ 18. Dâu tây khi chín có màu đỏ tươi, mềm, mọng nước, mùi thơm, vị chua ngọt, giàu vitamin A, C,D, B1, B2, B6, B9, bổ dưỡng làn da, có lợi cho tim mạch, giúp kiểm soát lượng đường trong máu, giảm hàm lượng cholesterol, hạ huyết áp, giảm stress, ngăn ngừa ung thư… Dâu tây, trái tuy nhỏ và thon dài nhưng có hương thơm vô cùng quyến rũ.

Dâu tây, không những được dùng làm sinh tố, nước trái cây, bánh, kem, mứt, thạch, yourt, sữa, trà, còn xuất hiện trong lãnh vực văn hóa, thời trang, phim ảnh...

Chính vì những đặc điểm trên, dâu tây du nhập từ nước ngoài được người Nhựt Bổn biến hóa thành món quốc hồn quốc túy của riêng họ. Với nguồn dinh dưỡng phong phú như vậy, sự thăm viếng trại dâu Tochigi của đoàn MyVan chúng tôi là sự lựa chọn tuyệt vời để bổ sung vào khẩu phần ăn uống lành mạnh hơn.

Có một điều kỳ lạ như đã nói trên là xưa nay người Việt mình ăn dâu chấm muối ớt hay muối tiêu; còn người Nhựt ăn dâu chấm sữa đặc bọc kín trong bao nylon sạch sẽ, vuông vức, khá dầy, tuy trông bắt mắt nhưng khi xé bao ra đổ vô cái hộp nhỏ téo chấm dâu ăn không khéo dễ bị nhễu nhão, sữa dính đầy tay, day dưa quần ao. Hihi.

Sự Tích Trái Dâu Nhựt Bổn (Strawberry Và Núi Phú Sĩ (Fuji)

Truyện cổ tích của Nhựt Bổn không những phong phú về số lượng mà còn phong phú về nội dung tư tưởng các loại truyện. Cũng như các truyên cổ tích thế giới, truyện cổ tích Nhựt Bổn kể về loài vật là thể loại rất gần với truyện ngụ ngôn. Mời đọc một truyện cổ tích tiêu biểu của xứ Phù Tang, nhà quê tôi mạn phép giản lược như sau:

Ngày xưa, Heo Buta và Mèo Neko là đôi bạn thanh mai trúc mã, sống hồn nhiên trên đỉnh Phú Sĩ Sơn. Mặc tuế nguyệt dần trôi, mặc thiều quang chiếu rọi, đôi bạn Buta và Neko vẫn trẻ trung như tia bình minh ngày ngày vừa nhô lên đường chân trời. Xuyên suốt bốn mùa Xuân Hạ Thu Đông tiếng hát Neko trong trẻo, Buta cao vút hòa ca cho Trời nghe, Đất nghe và cho núi Phú Sĩ nghe. Tiếng hát như một loại hạt giống nở ra cây lành trái ngọt.

Rồi một hôm, trận bão tuyết cuốn Buta và Neko xuống núi. Tuyết tràn xuống dữ dội rẽ thành hai dòng thác chia biệt. Một dòng xanh màu diệp lục cuốn mèo Neko xuống lưng chừng núi thì Neko biến thành chiếc lá xanh dâu; dòng kia đỏ màu huyết dụ cuốn heo Buta xuống lưng chừng núi thì Buta biến thành trái dâu chín đỏ. Khi tuyết tràn xuống dưới chân núi thì hai dòng hội tụ gắn chiếc lá xanh dâu vào trái dâu chín đỏ.

Nhựt Bổn cũng có câu ca dao, tục ngữ về Heo và Mèo hàm chứa những ý nghĩa thật hay, như "Mèo tụng kinh. Heo niệm phật" Ý nói có giải thích cho những người không hiểu cũng không giải quyết được vấn đề thì chẳng khác nào mèo tụng kinh, heo niệm phật, như đàn gảy tai trâu.

Tục ngữ trên khiến nhà quê tôi chợt nghĩ đến điều thứ tư trong bốn điều Phật không thể làm được. Đó là không có nhân duyên thì không thể độ. "Người không có duyên thì không bao giờ nghe được những lời ta giảng. Mưa trời tuy lớn, cây không rễ khó mà thấm nước. Phật môn tuy rộng mở, khó độ người vô duyên.

Mời đọc thêm truyền thuyết về núi Phú Sĩ.

Truyện kể rằng, ngày xưa có hai vợ chồng già sống trên núi Phú Sĩ. Một hôm người chồng lên núi bỗng thấy thân tre la ngà phát sáng. Ông chặt cây tre ra thì thấy một bé gái xinh xắn bèn đem về nuôi. Không bao lâu cô bé trở thành một thiếu nữ vô cùng xinh đẹp lại giỏi cả cầm, kỳ, thi, họa. Tin đồn đến tai nhà vua, vua đến xem, lập tức đem lòng yêu mến cô gái. Tình yêu của họ tưởng không bao giờ chia cắt được. Nhưng rồi một hôm trăng sáng, công chúa thổ lộ nàng chính là công chúa ánh trăng, vì mắc lỗi bị đọa xuống trần, nay hết hạn nàng phải trở về thượng giới. Nói rồi công chúa để lại chiếc áo Kimono và bức thư cho nhà vua cùng viên thuốc bất tử. Nhận kỷ vật của nàng, vua thốt lên đau đớn xong cho quân lính mang viên thuốc và lá thư đặt lên đỉnh núi Phú Sĩ.

Từ đó, đỉnh núi quanh năm tuyết trắng, và bao lần núi lửa phun trào vẫn trường tồn, tinh khiết như tình yêu của họ. Ngày nay đỉnh núi chính là miệng núi lửa khổng lồ rộng hơn 500m và sâu hơn 200m, là hồ nước xanh ngắt tạo được hiệu ứng về màu sắc theo thời gian mặt trời mọc và lặn. Cũng từ đó ngọn núi này có tên là Fushi hay Fuji, theo cách gọi của người Nhật có nghĩa là bất tử.

Hoàng Cung Nhựt Bổn

Đang loay hoay chụp hình cho vợ tôi, tay cầm nhành anh đào đứng ỏng a ỏng ẹo cười duyên dưới nắng chợt có ai đó vỗ vai tôi một cái bộp. Quay lại chưa kịp nhận ra ai thì nghe la: "Anh Tắn phải hôn? Tư Đò nè. Mô Phặt! Đi đâu mà lạc tới đây dzậy, ông anh?"

Nghe tên Tắn, không phải Tấn tôi nhớ ra ngay chị Tư Đò. Đặc biệt chỉ có chị thật thà, chất phác như người Hòn Đất mới hồn nhiên phát âm Tấn ra Tắn, đất ra đắt, Phật thành Phặt. Hơn hai mươi năm trước, chị Tư làm nghề đưa đò ngang trên sông Hòn Quéo, huyện Hòn Đất tỉnh Rạch Giá. Tôi nhớ hoài, có lần nhậu với ông Tây Morgan trong quán lá bên bờ sông Hòn Quéo tôi say tét xì dầu lạng quang làm sao lại té nhào đầu xuống ghe của chị đang neo dưới chân quán. Lúc tỉnh dậy mới biết nhờ chị Tư cạo gió tôi mới thoát nạn. Nay tình cờ gặp lại cố nhân sao mà khác với năm xửa năm xưa quá trời. Môi son, má phấn, tóc cum-bê, áo đầm xòe bông xanh bông trắng bong vàng rực rỡ hết biết. Có điều, rửa nước sông Hòn Quéo những hơn hai mươi năm chị Tư vẫn không hết chất quê, có khác gì nhà quê tôi đâu nà.

Thấy chị Tư đi một mình, mắt cứ dáo dác nhìn quanh ra vẻ sốt ruột tôi hỏi anh Tư đâu chị lắc đầu chép miệng than cái rột: "Thì đó!, đang đi thì "thằng chả" la mắc đái chạy đi đái bỏ tui một mình nãy giờ." Rồi chị đon đả hỏi tôi đi đoàn xe nào, còn chỉ nói chỉ theo đoàn Sa... Mu gì đó. À! Thì ra là công ty Samurai Tours nổi tiếng không kém đoàn Jimmy - Mai Thiên Vân chúng tôi. Chị Tư lại hỏi:

- Mà nè. La đi thăm Hoàng cung mà tui có thấy ổng bả nào đâu nà?

- Ổng bả nào? Tôi ngạc nhiên.

- Thì ông dzua bà dzua Nhựt Bổn chớ còn ổng bả nào?

Mèn đéc! Đầu óc giản dị, trong veo của chị Tư Đò sao mà giống hệt ý nghĩ như tôi đó đa.

Từ bãi đậu xe lội bộ vô thăm thẳm Hoàng Cung Tokyo nhà quê tôi cứ đinh ninh sẽ được... Nhật Hoàng Naruhito và hoàng hậu Masako đích thân ra tiếp đón phái đoàn MyVan chúng tôi tại Cung điện Hoàng gia; còn nếu không thì chí ít Hoàng gia cũng chịu khó bỏ chút thì giờ quí báu xuất hiện trên ban công trước đám đông mà đưa ra lời chào hỏi ngắn gọn, cảm ơn các vị khách đã đến thăm viếng và chúc sức khỏe, phước lành. Chỉ có vậy thôi mà nhà quê tôi có mỏi gối chồn chưn, mòn hai con mắt, người của Hoàng cung còn không thấy nói gì đòi thấy Nhựt Hoàng.

Nhà quê tôi cón nhớ rõ ràng ràng gần bốn năm trước, ngày 22.10.2019, lúc đăng quang Nhật hoàng 59 tuổi cam kết sẽ luôn nghĩ về người dân, gần gũi với họ, hoàn thành nhiệm vụ của mình như một biểu tượng của đất nước và sự đoàn kết của người dân v.v và vv... Hơn nữa, tên của Nhật hoàng Naruhito còn có nghĩa là "nhơn từ", "đức độ" đó đa.

Đó. Hí hửng tưởng vậy nên nhà quê tôi vô cùng hăm hở bám theo gót những người trẻ sinh động và nội tướng trẻ trung hướng về Hoàng cung. Nhưng mà càng đi đoàn người càng rớt lại rồi tản mát đi đâu mất tiêu.

Cuối cùng chuyến thăm viếng Hoàng Cung mà chẳng thấy Hoàng cung đâu hết nên lúc trèo lên xe theo đoàn đi ăn cơm trưa mà lòng nhà quê tôi buồn vời vợi như nỗi buồn của nhạc sĩ Y Vân: Buồn như ly rượu đầy. Không có ai cùng cạn. Buồn như ly rượu cạn. Không còn rượu để say...
Hihi.

Kim Các Tự

Sau chuyến khởi hành từ thủ đô Tokyo (Đông kinh) tới cố đô Kyoto (Tây kinh) dài 450km, đoàn MyVan chúng tôi có dịp viếng thăm ngôi chùa vàng mà thập niên 1960 nhà quê tôi quen gọi là Kim Các Tự, tiếng Nhựt Bổn là Kinkakuji.

Được biết, Kim Các Tự có một kiến trúc rất độc đáo. Năm 1397, chùa được xây xung quanh một hồ nước Kyoko dành cho tín đồ Phật giáo phái Lâm Tế tu hành. Nét đặc trưng nhất về sự tinh xảo và cầu kỳ của Kim Các Tự là một vị trí rất ấn tượng giữa những tán xanh của cây lá và ánh sáng tinh khiết phản chiếu của hồ nước tĩnh lặng. Bức tranh được vẽ nên từ ý tưởng về sự tồn tại của một thiên đường giữa trần gian. Sự hài hòa của ngôi chùa cùng với bóng nước lulng linh huyền ảo làm nên một Kim Các Tự nổi tiếng nhất của Kyoto.

Theo tài liệu, Kim Các Tự là sự kết hợp của 3 phong cách Shinden (quý tộc), Samurai (chiến binh) và Zen (thiền tông)

- Tầng đầu tiên được thiết kế theo phong cách Shinden đề cập đến dòng nước rửa trôi những ham muốn trần tục. Shinden-zukuri là một kiểu biệt thự quý tộc thời Heian (thái bình), là một trong những nét đặc trưng của nền văn hóa Kitayama thịnh vượng thời bấy giờ.
- Tầng thứ hai được xây dựng theo phong cách của Samurai. Có nghĩa là sự thật đến từ xa như tiếng biển cả. Samurai-zukuri là một kiểu nhà ở của Samurai từ thời Kamakura.
- Tầng thứ ba được xây dựng theo phong cách Zen – một trường phái thiền Phật Giáo ở Trung Hoa. Sàn nhà

được sơn mài, nhưng các cột và trần khác được dát vàng lá.

Khi xảy ra cuộc chiến Onin (1467-1477), Kyoto bị thiệt hại nghiêm trọng. Điều kỳ lạ là Kim Các Tự không bị hư hại nhưng 556 năm sau, năm 1950 chùa đã bị một tiểu tăng tên Hayashi Yoken đốt cháy toàn bộ cùng với 6 di sản quan trọng trong chùa. Nhà sư bị tuyên án bảy năm tù, rồi chết trong ngục. Năm năm sau, chùa được xây dựng lại.

Ngày nay, toàn bộ ngôi chùa vàng Nhựt Bổn Kinkakuji đều được bọc bằng những lá vàng nguyên chất, là một biểu tượng có giá trị về mặt tinh thần, một Shariden (Đền Xá lợi), di tích của Phật giáo.

Đọc lịch sử Kim Các Tự đầy sức lôi cuốn nhà quê tôi không ngờ lại có ngày đứng trước ngôi chùa vàng Kinkakuji danh tiếng này. Kim Các Tự nay đã trở thành biểu tượng vô song của Cái Đẹp hiện hữu.

Nhân tiện xin nói thêm, năm năm sau biến cố phóng hỏa đốt ngôi chùa vàng của nhà sư trẻ, cuốn tiểu thuyết Kim Các Tự của nhà văn Yukio Mishima ra đời. Lấy bối cảnh Thế chiến II ở Nhật Bản, Yukio Mishima đã vẽ nên một bức tranh về Cái Đẹp tươi sáng, hướng thiện đối nghịch hoàn toàn với tiểu tăng Mizoguchi, sinh ra là một kẻ thiệt thòi về thể xác, thân thể yếu ớt lại nói lắp. Chính vì mặc cảm khuyết tật của kẻ yếu thế trước Cái Đẹp, Mizoguchi khao khát ngày một lớn dần muốn huỷ hoại vẻ đẹp của ngôi chùa.

Là một trong những nhà văn quan trọng hàng đầu của Nhựt Bổn thế kỷ XX, Yukio Mishima được biết đến qua các tác phẩm giàu mỹ cảm, tinh tế và nỗi ẩn ức về cái đẹp trong văn chương ông thường được gắn liền với sự hủy diệt.

Yukio Mishima (1925 - 1970) sinh tại Tokyo, tốt nghiệp Đại học Luật Khoa Tokyo năm 1947, sau đó làm việc cho Bộ Tài chính. Sau 9 tháng, ông từ chức và bắt đầu viết văn.

Ngày 25.11.1970, khi thua trận trong thế chiến thứ II, Nhựt Bổn đã phải thay đổi Hiến pháp dưới sức ép của nước thắng trận. Yukio Mishma đại diện cho những người bất mãn trước tình trạng của đất nước, theo truyền thống Harakiri, ông mổ bụng tự sát tại doanh trại Ichigaya, Tokyo của Lực lượng Phòng vệ Nhật Bản, sau khi hoàn thành cuốn tiểu thuyết cuối cùng trong bộ sách 4 tập *Sea of Fertility.*

Các tác phẩm của Yukio Mishima đã được dịch ra nhiều thứ tiếng và được yêu thích toàn thế giới.Các tác phẩm tiêu biểu: *Khát Vọng Yêu Đương* (năm 1950), Chiều Hôm Lỡ Chuyến (1954), *Tiếng Sóng* (1954, giải thưởng Văn học Shinchosha), *Kim Các Tự* (1956, giải thưởng Văn học Yomiuri), *Sau Bữa Tiệc* (1960)...

Đông Đại Tự (Todai-ji)

Tỉnh Nara tọa lạc ở vùng Kansai, Nhựt Bổnnằm trong lòng cố đô Kyoto là nơi đông đảo du khách yêu thích bởi những gì truyền thống nhất, cổ kính nhất, trầm mặc nhất đều ngự trị tại thành phố này, nhất là những giá trị văn hóa và nghệ thuật cổ xưa của Nhật Bản trong đó có Đông Đại Tự.

Đông Đại Tự tiếng Nhựt là Todai-ji, thuộc Hoa Nghiêm tong, là ngôi chùa bằng gỗ lớn nhất thế giới, được xây dựng từ thế kỷ 8 bởi hoàng đế Shomu (743 - 751), trở thành một trong những thánh địa Phật giáo quan trọng nhất xứ sở Phù Tang. Nơi đây, pho tượng Phật Tỳ Lô Giá Na đúc bằng đồng đen, co khoảng 15 mét, nặng 550 tấn. Chùa còn thờ thần Bishamonten (Tỳ Sa Môn Thiên Vương) và Komokuten (Quảng Mục Thiên Vương) là hai vị Hộ pháp bảo vệ Đại Phật Điện này.

Ngoài Đại Phật Điện, chùa Todaiji còn bao gồm hai bảo tháp cao bảy tầng, tượng trưng cho Mặt Trời và Mặt Trăng xây bên ngoài khu đại điện. Trong khuôn viên của chùa trải dài hơn 1km theo trục Bắc-Nam và Đông-Tây đi qua Nam Đại Môn, Trung Môn đến Đại Phật diện.

Đứng trước ngôi chùa, nhà quê tôi phát ngợp bởi kích thước khổng lồ của ngôi Đại tự. Cổng tam quan có 18 cột trụ, mỗi cột cao 20m, đường kính hơn 1m. Tượng gỗ Hộ pháp Komoku-Ten và tượng gỗ Hộ pháp Nio (Thần sét hộ pháp) đứng hai bên cổng tam quan của chùa. Mỗi tượng được ghép bởi 3.115 mảnh gỗ, có chiều cao gần 8m, tuổi thọ trên 800 năm.

Đặc điểm của thành phố Nara nổi bật bởi vẻ đẹp cổ kính cũng như những giá trị văn hóa và nghệ thuật truyền thống của Nhật Bản. Tuy nhiên, điều khiến nơi đây khác biệt với những thành phố khác của Nhật Bản là hình ảnh những chú nai thả rong ngoài phố và thường tụ tập đông đúc trong công viên Nara và khu vực chùa Todaiji. Công viên Nara có bán bánh quy (shika sembei) làm bằng bột mì và bột gạo dành riêng cho nai. Khi du khách cho nai ăn, chúng biết cúi đầu cám ơn. Được biết, khoảng 5 năm trước, nhận thấy nai có sừng có thể gây thương tích cho du khách nên khi chúng tôi tới thì không con nào còn sừng, chúng đã bị cưa sạch. Sống gần gũi với con người nên nai rất thân thiện. Tại đây, chúng được coi là sứ giả của thần linh. Hươu nai đối với tôn giáo chính của Nhựt Bổn là loài thú được bảo vệ.

Ngày nay chùa Đông Đại là nơi lưu giữ nhiều di sản văn hóa quý giá; cũng là nơi bảo tồn những nghi lễ truyền thống của Phật giáo Nhựt Bổn

KỲ QUAN CỦA BIỂN

(Wonder of the Seas)

Suốt 43 năm sống lặng lẽ nơi chốn quê người, lần đầu tiên ông bà Quê mới theo nhóm bạn trẻ từ Toronto, Canada qua Florida, Hoa Kỳ đi cruise. Wonder of the Seas (Kỳ quan của Biển cả) là chiếc du thuyền lớn nhất, tân kỳ nhất thế giới được đóng tại nhà máy đóng tàu Chantiers de L' Atlantique ở Sainte Nazaire, Pháp. Đây là con tàu khổng lồ thứ năm của tập đoàn Royal Caribbean sản xuất. Chuyến ra khơi đầu tiên *của* du thuyền *Wonder of the Seas* là ngày 4/3/2022 xuất phát từ Fort Lauderdale, Florida Hoa Kỳ tới vùng Trung Mỹ Caribbean.

Wonder of the Seas có trọng tải 235,000 gigatons (1 gigaton = 1,000,000,000 tấn), 7500 mã lực, vận tốc 22 hải lý/1 giờ. Du thuyền có chiều dài 362 mét, rộng 65 mét, sâu 9 mét (từ mặt nước tới đáy tàu), gồm 18 tầng, 24 thang máy, 2867 phòng ngủ, có sức chứa gần 7000 du khách không kể hơn 2000 thủy thủ đoàn và hàng ngàn nhân viên phục dịch trên tàu.

Dưới mắt ông bà Quê, Wonder of the Seas là một thành phố nổi, tất cả những lợi ích trên đời này đều có mặt ở trên tàu. Các tiện nghi giải trí như công viên, hồ bơi, sân đá banh, bóng bàn, trượt băng và nhiều địa điểm vui chơi. Ngoài ra còn có nhà hàng, quán bar, buffet với đầy đủ cao lương mỹ vị, khu mua sắm, rạp chiếu phim, phòng triển lãm nghệ thuật tranh ảnh, Casino Royale, Bingo, Karaoke...

Dạo qua Central Park, công viên thanh tịnh trên biển với cây cối xanh tươi, thưởng thức cà phê nhà hàng và nhạc sống. Khu phố hoài cổ Broadwalk với các hoạt động leo núi, băng chuyền (carousel) và biểu diễn dưới nước bằng kỹ thuật 3D. Những ai thích cảm giác mạnh có thể tận hưởng hồ bơi tạo ra sóng cao khoảng 4 mét (Typhoon), lốc xoáy (Cyclone), đường trượt (Zip line) dài 25 mét, độ cao ngất ngưởng và hai bức tường leo núi đá.

Buổi tối ở trên tàu là một đêm tràn đầy sức sống của âm nhạc với các ban nhạc sống gồm nhạc đồng quê (country music), Blues/Jazz, Rock and Roll... Trong tiếng nhạc dập dồn lan tỏa, các du khách hăng say khiêu vũ dọc theo đường đi hoặc Line dance trong các nhà hàng Boleros, Arcade và Sports Bar.

Từ cảng Port Caraveral, Florida, du thuyền Wonder of the Seas khởi hành vượt Atlantic Ocean (Đại Tây Dương) đến các nước Bahamas, Mexico và Honduras. Tắm biển ở Cozumel (Mexico). Cococay (Bahamas) và Costa Maya (Mexico) biển êm, sóng lặng tạo cho du khách một tâm hồn sảng khoái, một thân thể như gột sạch mọi bệnh tật trần ai.

Tôi vẫn nhớ lúc đứng trên cảng Roatan, thuộc Cộng hòa Honduras, nhìn sóng vỗ trắng bờ mà lòng bồi hồi. Đang gợi nhớ biển quê nhà bỗng nhiên tôi nhớ tới người tù khổ sai Henri Charrière từng vượt ngục từ trại tù Devil's Island trên đảo Quỷ của Pháp ở Guiana tới biển đảo Honduras này. Tác phẩm Papillon là một câu chuyện có thật do chính tác giả Henry Charrière kể lại cuộc đời mình rất sinh động và đầy xúc cảm chân thật về hành trình từ khi bị bắt giam và xử án khổ sai chung thân vì tội giết người vào tháng 10 năm 1931. Vì bị án oan ông quyết định vượt ngục cả thảy chín lần đến khi thành công và được nhận như một công dân chính thức cư trú ở Venezuela (Châu Mỹ La Tinh). Cuốn sách Papillon ra đời được dịch ra 25 thứ tiếng như một cơn sóng thần làm chấn động Paris. Henry Charrière sinh 1906 tại Pháp, mất 1973 tại Tây Ban Nha.

Ngày thứ bảy (Day 7) du thuyền quay mũi trở về Mỹ chấm dứt cuộc hành trình xuyên đại dương. Day 7 là ngày đánh dấu cuộc từ giã bằng hình thức chào cờ hát quốc ca, một phút mặc niệm và lời chào của thuyền trưởng, cuối cùng là tưng bừng nhạc sống lôi cuốn du khách biểu diễn những điệu nhảy sôi động. Riêng tôi khi nghe nhạc Blue Jazz (chuyển nhịp 4/4 về 2/4) tấu lên tôi lại bùi ngùi nhớ lại cuối thế kỷ 19 điệu nhạc buồn man mác này được ngân nga bởi những người nô lệ da đen xa quê hương ngàn dặm.

Sau một tuần lễ cùng con tàu lênh đênh trên biển, cuối cùng chúng tôi hào hứng mang niềm vui về nhà.

* * *

Cũng cần nói thêm, so với nhóm bạn trẻ do Tập Tô làm đầu tàu, ông bà Quê coi như thuộc lớp cao niên. Ông Quê gốc Huế đã gần 80; bà Quê gốc Rạch Giá lai Tiều cũng xấp xỉ 73. Tuy nhiên, các bạn trẻ đồng vợ đồng chồng này đều hòa đồng và thân thiện với vợ chồng ông. Đặc biệt giữa nhóm bạn trẻ nói toàn giọng Sài Gòn lại vọng lên một giọng nói hoàn toàn khác biệt. Đó là giọng miền Trung dịu dàng của một cô hái Huế làm ông Quê khá giựt mình. Ông Quê cho tôi biết ông theo Cha Mẹ ông (ông gọi là Bọ Mạ) rời đất Thần Kinh đến nay đã gần 70 năm mà chưa lần nào ông có dịp trở lại quê xưa. Xa Huế lâu quá ông như quên mất đường về, quên cả thổ ngữ Huế cho đến khi nghe giọng "miền Trung thương nhớ" của cô Lương làm ông thật sự bồi hồi. Ông bà Quê chỉ có một mụn con trai nên xem cô Lương như con gái của ông bà.

Hoàng Hiền Lương là tên cô gái Huế duyên dáng, cô từng tâm sự cô là một trong năm cô gái sinh trưởng trong một gia đình nghệ sĩ. Ba cô là nhạc sĩ Hoàng Sông Hương giúp Mẹ cô tuần tự hạ sinh Ngũ Long Công Chúa đặt tên Nhật Lệ, Kiến Giang, Hiền Lương, Sông Hiếu, Sông Loan là tên năm dòng sông thơ mộng của Quảng Bình. Quảng Bình là một tỉnh ven biển thuộc miền Trung Việt Nam. Nơi đây có con sông Gianh chia cách Đàng Trong, Đàng Ngoài và Lũy Thầy do chúa Nguyễn xây dựng trong thời kỳ Trịnh Nguyễn phân tranh.

Nhìn vóc dáng thon thả, gương mặt khả ái, xinh đẹp của cô Lương, nhất là đôi mắt sáng long lanh làm ông Quê nhớ tới cái nhìn của nhà thơ Trụ Vũ:

Bởi vì mắt thấy biển xanh
Cho nên mắt cũng long lanh màu trời
Bởi vì mắt thấy biển khơi
Cho nên mắt cũng xa vời đại dương

Ngày trở về cũng là ngày ông bà Quê chẳng biết bao giờ mới gặp lại đôi mắt biển khơi kia. Thôi thì ta hãy chiêm ngưỡng cái đẹp màu xanh của biển, hãy tha thiết nhìn vào sức sống của biển khơi ta sẽ cảm thấy yên bình, thư thái hơn, màu biển sẽ giúp ta quên đi những âu lo, phiền muộn trong cuộc sống vốn chứa đầy tạp niệm, vị kỷ này. Chính cái nhìn của Trụ Vũ khuyến khích ta tạo nên một thế giới tươi đẹp hơn, đẩy chúng ta tới gần cuộc sống lành mạnh hơn cho mình và cho mọi người chung quanh.

NHA TRANG
MIỀN THÙY DƯƠNG CÁT TRẮNG

Tính đến nay thành phố Nha Trang, tỉnh Khánh Hòa và tôi đã cách biệt nhau hơn 50 năm, tuy gắn bó nhau không nhiều nhưng Nha Trang vẫn khẳng định dấu vết tôi vẫn còn đó, trong không gian và thời gian. Khánh Hòa, cái tên dễ thương dễ mến này tôi từng đến rồi đi, rồi lại đến lại đi- và rồi, một đi không trở lại.

Trong sách Xứ Trầm Hương, thi sĩ Quách Tấn miêu tả Nha Trang là thành phố của miền thùy dương cát trắng. Bãi biển rộng và dài, cát trắng mịn, có hình lưỡi liềm bằng bạc, cán trở ra xóm Cồn, mũi day xuống Chụt và lưỡi được sóng biển mài giũa sáng trưng.

Ngoài ra Nha Trang còn có những địa danh nổi tiếng, như Tháp Bà, Cầu Xóm Bóng, Xóm Cồn, Xóm Rọc, Nhà gỗ Yersin, Thành Diên Khánh, Cầu Đá, Chợ Đầm, Phường Củi, Thích Ca Phật Đài, Nhà thờ Đá, Trường học, Phi trường, Học Viện Hải Quân, Trường Hạ Sĩ Quan Đồng Đế, Hòn Chồng, Núi cô Tiên, đèo Rù Rì, Rọ Tượng, Lương Sơn, cọp Khánh Hòa.... tất cả đã gộp thành một tên gọi chung là Nha Trang nằm ở khu vực phía Nam miền Trung nước Việt.

Dưới đây là những nơi, từ nhỏ đến thời ở lính, tôi đã từng đi qua.

- Đồng Đế cách Nha Trang 4 km nơi có Quân trường Hạ sĩ quan Đồng Đế. Thời Pháp thuộc trường có tên École de Commando. Năm 1955 trường đổi thành Trường Biệt Động Đội Thể Dục Đinh Tiên Hoàng. Năm 1957 trường chính thức mang tên Trường Hạ Sĩ Quan Quân Lực Việt Nam Cộng Hòa.

Đặc điểm của Quân trường Đồng Đế là gần bờ biển, dưới chân núi Hòn Chờ hùng vĩ, nơi có tượng người lính đứng thao diên nghỉ. Nhìn từ xa Hòn Chờ trông giống như một người con gái nằm xỏa tóc đợi người yêu, từ đó lính có thơ rằng: "Anh đứng ngàn năm thao diễn nghỉ. Em nằm xõa tóc đợi chờ anh". Sau 1975, tượng người lính không còn nữa nhưng cô gái núi muôn đời vẫn còn đó, vẫn nằm xõa tóc đợi chờ anh.

- Đồng Đế còn có Hòn Chồng là thắng cảnh thiên nhiên nổi tiếng với hai tảng đá lớn chồng lên nhau, có hình bàn tay khổng lồ hằn sâu vào vách đá. Đứng trên Hòn Chồng nhìn ra khơi là Hòn Yến, bên phải là bờ biển Nha Trang dài 6 km.dẫn xuống cảng Cầu Đá. Hồi nhỏ tôi nghe nói, ngoài Hòn Chồng còn có Hòn Vợ nhưng tôi không biết ở đâu.

- Bãi biển Hòn Chồng với hàng cây dương rợp bóng nên người địa phương gọi là bãi Dương. Thập niên 1950, bãi Dương rất hoang sơ, sóng yên biển lặng, có rất nhiều con nhông, rắn mối, còng gió, nhất là con đồn dột nằm đen cả bãi biển đầy rong rêu nên ít có người tắm.

- Cầu Xóm Bóng được người Pháp xây dựng năm 1925 bắt qua sông Cái, trên quốc lộ 1. Cầu nằm ngay chân Tháp Bà Ponagar (Thánh Mẫu Thiên Y A Na) Tháp Ponagar được xây dựng từ thế kỷ thứ 8 cũng là thời kỳ đạo Hindu (Ấn Độ giáo) hưng thịnh nhất tại vương quốc Chàm (Champa cổ). Tháp nằm trên đồi Cù Lao nhìn xuống sông Cái, là di tích lịch sử độc đáo của người Chàm. Cuối thập niên 1950, dưới chân Tháp Bà là chợ trời và bến xe ngựa.

Ai về xóm Bóng quê nhà
Hỏi thăm điệu múa Dâng Bà còn không?

Từ cầu Hà Ra đâm thẳng tới ngã ba Trần Quí Cáp rẻ phải hướng nửa đường về Phường Củi là xóm Rọc, một vùng đất trủng còn gọi là ấp Hà Thanh. Tuổi thơ tôi thường theo con dốc lội xuống Rọc hồn nhiên đạp lên đất, cát, nắng, gió và đám rau muống mon men dạo xuống xóm Cồn.

- Chợ Đầm nằm trên đường Phan Bội Châu trong trung tâm thành phố. Năm 1908, một ngôi chợ nhỏ được hình thành ở cuối một đầm lầy rộng lớn, nơi người dân sinh sống và buôn bán nên gọi là Chợ Đầm, không phải chợ... bà Đầm (ma dame).

Nhắc tới chợ búa Nha Trang là nhắc tới các sản vật nổi tiếng như mực một nắng, vi cá mập, nhất là súp tổ

Yến, Yến sào, cháo Yến giúp các chức năng nội tạng và hệ tiêu hóa khỏe mạnh. Chim yến làm tổ ở các đảo ngoài khơi. Tổ làm bằng bùn đất, rong, rêu, cỏ, lông và lá cây kết bằng nước miếng của chúng. Thức ăn săn từ thiên nhiên nên tổ chim yến rất tinh khiết và quí hiếm, được coi là một dược phẩm thượng hạng.

Truyện Kiều Nguyễn Du cũng có nói về chim yến, nhưng thường ghép với chim vàng anh, như: "Điều đâu lấy yến làm anh. Ngây thơ chẳng biết là danh phận gì". "Nàng rằng Trời nhé có hay! Quyến anh rủ yến sự này tại ai"...

- Phi trường Nha Trang được người Pháp xây dựng năm 1930. Khi Mỹ vào Nha Trang, phi trường được mở rộng hơn, đặt tên là Camp McDemott, trở thành căn cứ không quân của Quân Lực Việt Nam Cộng Hòa và Không Quân Hoa Kỳ nổi tiếng trong thời chiến tranh. Năm 1972, lúc thuyên chuyển ra Kontum, anh bạn thiếu úy trực thăng La Công Chỉ cho tôi quá giang bay lên Pleiku, từ đó tôi đi xe đò ra Kontum đáo nhậm đơn vị.

- Viện Hải Dương Học được người Pháp thành lập năm 1921 sau đổi tên thành Hải Học Viện Nha Trang (L'Institut Océanographique de Nha Trang) gần Cầu Đá. Đây là Viện bảo tàng có vô số sinh vật biển được nuôi trong những bể kính.

- Chùa Phật trắng còn gọi là Thích Ca Phật Đài được khánh thành năm 1966 trên ngọn núi Trại Thủy bên hông chùa Long Sơn. Đứng dưới chân Phật đài cao

24m, tôi ngước mặt, ngước cả tâm hồn nhìn lên chiêm bái Phật tổ. Tôi còn nhớ lúc đó, năm 1966 tôi 20 tuổi, cái tuổi nghe gió thổi rát cả vành tai.

- Thành Diên Khánh - hồi nhỏ tôi quen gọi là Thành - cách Nha Trang 10 km về phía Tây, nằm bên phải quốc lộ 1. Thành được chúa Nguyễn xây trong thời kỳ chiến tranh với nhà Tây Sơn. Khi xây xong, thành Diên Khánh do hoàng tử Cảnh và Bá Đa Lộc chỉ huy trấn giữ. Thành cũng có thời kỳ trở thành tổng hành dinh của nghĩa quân Cần Vương trong những ngày đầu chống Pháp. Hiện nay, Thành cổ Diên Khánh, từng là một căn cứ vững chắc kiêm pháo đài phòng ngự kiên cố, vẫn còn giữ được nét kiến trúc ban đầu,

- Suối Dầu cách Nha Trang chừng 33 km trên quốc lộ 1. Năm 1972, từ Cam Ranh về Nha Trang, tôi có ghé Suối Dầu hai lần thăm mộ bác sĩ Yersin. Bác sĩ Alexandre Yersin, một bác sĩ huyền thoại từng gắn bó mật thiết với người dân Nha Trang và xem vùng đất này là quê hương của mình. Năm 1891, ông đặt chân đến Nha Trang, mua một căn nhà gỗ ở Xóm Cồn làm nơi sinh sống, nghiên cứu y học và chữa bệnh miễn phí cho người dân. Bác sĩ Yersin sinh năm 1863 tại Thụy Sĩ, mất năm 1943 tại Nha Trang. Mộ ông.được đặt tại Suối Dầu nằm trên một ngọn đồi nhỏ. Ngôi mộ xi-măng thật đơn sơ, tĩnh lặng dưới vòm cây xanh cho tôi một cảm giác yên ả lạ thường.

- Cũng cần nói thêm Quốc lộ 1, người Pháp gọi là "Con đường thuộc địa số 1 xứ An Nam" trải dài từ Bắc vô Nam qua rừng rậm, sông sâu, đèo cao, núi cả, có nhiều dã thú nhất là cọp. Dân gian có câu " *Cọp Khánh Hòa,* ma Bình Thuận" ý nói khi khai phá thì Khánh Hòa là vùng đất hoang sơ có nhiều cọp.

Nhắc đến Nha Trang, dù xa trên 50 nhưng tôi vẫn cảm thấy gần gũi như mới ngày nào. Tôi nhớ những ngõ ngách, những con đường, bờ bãi, những ngôi nhà, trường học, bệnh viện, rạp xi-nê (cinéma)...

Trước 1975, về giáo dục học đường, tôi được biết Nha Trang có trên 300 trường công tư thục, gồm trường Sơ học, Tiểu học, Trung học và Bán công, kể cả trường Tiểu học Pháp (École Francaise) và trường Tàu (Khải Minh). Nhưng nổi tiếng từ xưa vẫn là Trường Nam Tiểu học Nha Trang đâu lưng với Trường Nữ Tiểu học Nha TRang. Bậc trung học thì có Trường Trung học Võ Tánh (1952-75), Trường Nữ Trung Học Nha Trang (1961). Cũng cần nhắc thêm Nha Trang còn có các trường Kim Yến (1936), Bồ Đề (1951), Diên Khánh (1962), Vạn Ninh (1963), Vĩnh Xương (1966), Tân Phước, Thánh Tâm, Lê Quý Đôn, Đăng Khoa, La San Bá Ninh, Sư Phạm, Đại học Duyên Hải, Trường Văn Hóa Quân Đội...

Cũng trước năm 1975, những ai đã từng sinh sống ở Nha Trang không thể nào quên các rạp chớp bóng (cinéma) như Tân Tân (Abraham xưa), Modern, Tân Tiến, Tân Quang, Minh Châu , Đại Nam, Hưng Đạo, Tân Thanh (rạp hát bội Thạnh Xương)... Mỗi rạp đều có đặc điểm riêng về các thể loại phim được yêu thích. Hồi đó, mỗi phim trình chiếu đều in thêm một tờ Prô-gam (Progamme) hình màu rất đẹp, tôi thường sưu tập các tờ chương trình này như một... kỷ vật.

Kết luận

Nằm uốn mình ven biển Đông, tỉnh Khánh Hòa được mang tên từ thời Minh Mạng (1832) đã đi vào ca dao: "Khánh Hòa đẹp lắm ai ơi. Vào Nam ra Bắc ghé chơi Khánh Hòa".

Theo tôi, các cụ ta xưa ở khắp ba miền đất nước Bắc Trung Nam đều là... những nhà thơ không tên. Những bài thơ, câu hò, câu hát truyền khẩu thuở khai hoang lập ấp, nay đều trở thành ca dao tục ngữ của cả ba miền thể hiện những quan niệm, giá trị đạo đức, lề lối, cách sống tốt đẹp, hữu ích của người Việt Nam.

Bao giờ Hòn Chữ bẻ tư
Biển Nha Trang cạn nước, anh mới từ duyên em

...

Tỉnh Khánh Hòa đậm đà mưa nắng
Non chồng nghĩa nặng, nước chứa tình thâm
Ngọn gió bay phảng phất hơi trầm
Mây xây tháp bút, trăng dầm bến ngân.

...

Anh đứng ở Nha Trang trông sang xóm Bóng
Ánh trăng lờ mờ, lượn sóng lăn tăn
Gần nhau chưa kịp nói năng
Bây giờ sông cách, biển ngăn ngại ngùng.

DỌC ĐƯỜNG GIÓ BIỂN

Mùa hè 1969, anh bạn học hồi trung học trên Bản Thuột, tên Ngọc lai, xuống Sài Gòn rủ tôi về Gò Công chơi, sẵn rảnh rỗi, tôi ok cái rụp. Buổi sáng cơm nước trong chợ Tôn Thất Đạm xong hai anh em phóng xe Honda 90 phân khối phom phom qua cầu Khánh Hội dọt về hướng Nhà Bè cách Sài Gòn 11km.

Thập niên 60 đất rộng người thưa, ít xe cộ ngược xuôi, buổi sáng xe Honda lướt gió băng qua cầu Tân Thuận, xuống Tân Quy, Tân Phong, Phước Kiển chừng 15, 20 phút là tới Nhà Bè.

Ở Sài Gòn mòn đất, lần đầu tiên tôi mới đặt chân tới Nhà Bè. Huyện Nhà Bè là một vùng đất khai hoang từ năm 1698. Sông Đồng Nai phát nguồn từ cao nguyên Lâm Viên (Lang Biang) chảy qua các tỉnh Lâm Đồng, Dak Nông, Bình Phước, Bình Dương, Đồng Nai, Sài Gòn. Từ Biên Hòa sông chảy đến Nhà Bè thì chia làm hai nhánh. Do đó, Nhà Bè nằm ở ngã ba sông Sài Gòn và sông Đồng Nai nên có câu ca dao bất hủ vẫn còn truyền tụng trong dân gian:

Nhà Bè nước chảy chia hai
Ai về Gia Định, Đồng Nai thì về

Nhưng sao gọi là Nhà Bè. Thì ra Nhà Bè là nhà cất trên cái bè bằng gỗ, nổi trên mặt nước sông. Mặc dù lần đầu tiên tôi đặt chân tới Nhà Bè, song "cái duyên sông nước" có từ bao giờ:

Vừa đặt chân tới Nhà Bè
Liếc thấy trong quán em e ấp cười
Anh từ quê núi xuống chơi
Cái duyên sông nước không mời mà thương

Qua sông Nhà Bè, chúng tôi tiếp tục hướng về Cần Giuộc cách Nhà Bè khoảng 15km. Cần Giuộc thuộc đất Gia Định xưa của nhà Nguyễn. Đất nơi đây mọc rất nhiều cây chùm duột (còn gọi là tầm ruột, chùm giuộc) gốc Khmer là Kantuôt nghĩa là "cây chùm giuộc" mà thành tên Cần Giuộc.

Cần Giuộc còn là sông chảy từ Chợ Đệm, Sài Gòn đến cửa Soài Rạp, dài 38km. Năm 1859, sau khi chiếm thành Gia Định, giặc Pháp mở rộng cuộc tấn công ra các vùng lân cận. Năm 1861, giặc tấn công Cần Giuộc, những người nông dân áo vải với tầm vông, giáo mác, những nông cụ thô sơ làm vũ khí đã cùng nhau đứng lên đấu tranh, sẵn sàng hy sinh vì nghĩa lớn.

Để tỏ lòng kính trọng, biết ơn, tự hào, tưởng tiếc 22 nghĩa sĩ Cần Giuộc đã hy sinh trong trận tập kích đồn

Tây, nhà thơ yêu nước Nguyễn Đình Chiểu đã soạn ra một bài văn tế nghĩa sĩ Cần Giuộc kết hợp giữa văn chương bác học và ngôn ngữ bình dân tạo thành một tác phẩm nghệ thuật bất hủ trong kho tàng văn học nước nhà.

Nước mắt anh hùng lau chẳng ráo, thương vì hai chữ thiên dân
Cây hương nghĩa sĩ thắp nên thơm, cám bởi một câu vương thổ.
(Đồ Chiểu: Văn Tế Nghĩa Sĩ Cần Giuộc)

Cần Giuộc cũng là quê nội, nơi tôi đã sống một thời gian ngắn từ thuở ấu thời. Cho tới khi tôi trở lại sau gần hai mươi năm xa cách, làng quê xưa vẫn nghèo, vẫn nhà tranh vách đất chìm trong đầm lau sậy cao lút đầu. Người xưa nghèo nhưng tâm hồn không nghèo, luôn bình dị, mộc mạc, hồn nhiên qua mấy vần ca dao:

Mưa trong đám sậy mưa luồn
Giơ tay hứng nước rửa buồn cho em

Khuất đám đưng, dòm chừng đám sậy
Bớ cô bận áo vá quàng, đứng dậy cho anh coi!

Vô trong chợ Trường Bình, Cần Giuộc, ăn tô bún Xiêm-lo, món ngon của người Khmer, xong chúng tôi tiếp tục lên đường về Cần Đước.

Cần Đước

Từ Cần Giuộc về Cần Đước chừng 15km, nhưng vì huyện lộ gồ ghề, lồi lõm, mất khoảng nửa giờ đồng hồ mới tới Cần Đước. Tuy nhiên, để kịp về Gò Công trước khi mặt trời lặn, cũng như sợ trời mưa bất tử đường trơn trợt khó đi, chúng tôi chỉ nghỉ chân ở bờ Kinh Nước Mặn năm mười phút rồi lên xe dông luôn.

Ấy vậy mà "Thiên bất dung... thiện nhân". Chúng tôi vừa đề máy vọt đi thì trời rớt hột. Mưa đã bất tử mà anh bạn đồng hành còn bất tử hơn mưa. Thay vì đội mưa về Gò Công hắn lại đổi ý muốn hai thằng vô chợ Cần Đước mần vài chung rượu đế Gò Đen (Bến Lức) và thịt con cần đước đưa cay cho ấm lòng khách viễn du.

Đời sinh viên tôi ở tuổi hai mươi "nghe gió nóng bên vành tai" nhưng chưa từng biết mùi rượu đế hay mùi con gái nó ra làm sao. (Xin đừng cười tôi nói sự thiệt). Thấy tôi có vẻ ngần ngừ anh bạn Ngọc lai vốn vui tính bèn đi một đường triết lý vụn: "Cần Đước là quê tui mờ. Ngồi nhâm nhi vài hớp Gò Đen, nhắm nháp vài miếng cần đước trên đất quê mình, thế là sướng để đâu cho hết, ông Tấn he." Nuốt nước miếng hắn chợt xổ tiếng Tây làm tôi phải phì cười: "Mẹc-xà-lù! Mặc kệ đời vốn phù du".

Ngồi rung đùi trong quán chợ dòm trời mưa rơi, anh bạn đồng hành của tôi ra chiều khoái trá. Ngọc lai (cha Ấn Độ mẹ Việt) vốn đẹp trai, con nhà giàu, học dở, nhưng nhờ hắn ăn chơi có hạng tôi mới biết nguồn gốc "Rượu đế Gò Đen".

Gò Đen là một địa danh nổi tiếng về rượu đế. Từ thời Pháp thuộc, người Pháp cấm không cho nấu rượu nhằm độc quyền loại rượu Công-xi (Compagnie), người dân Gò Đen phải lén nấu rượu trong các lùm cỏ đế để che mắt thực dân nên có biệt danh "Rượu đế Gò Đen", một loại hảo tửu thuộc huyện Bến Lức tỉnh Long An.

Còn con cần đước (hay càng đước) là một động vật ăn tạp tương cận với giống rùa khác. Với loại người không thuộc típ ăn chơi, dỏ ẹc như tôi thì thịt cần đước cũng hệt như thịt rùa, ba ba, cua đinh hay vít mà thôi.

Đứng trên đất Cần Đước, tôi còn nhớ thời học sử địa bậc trung học nên biết chút ít về địa danh miền biển và dân tình hiền hòa này.

Cần Đước là một huyện ven biển, giáp với sông Rạch Cát và sông Vàm Cỏ. Tên gọi Cần Đước có nguồn gốc lâu đời từ tiếng Khmer là Andoek (đọc là Andơk), có nghĩa là "con rùa". Nhưng cũng có ý kiến là thuở xa xưa có nhiều giống thuộc họ rùa (con Cần Đước) sinh sống rất nhiều ở vùng này mới có địa danh Cần Đước.

Theo học giả Vương Hồng Sển: Tên Cần Đước chính thức được dùng để chỉ một đơn vị hành chánh tứ năm 1923, khi Sở đại lý Rạch Kiến đổi tên là Sở đại Lý Cần Đước và đến năm 1928, Sở đại lý Cần Đước chính thức đổi thành quận Cần Đước cho tới ngày nay.

Tìm hiểu lịch sử Cần Đước tôi thấy có nhiều cái hay, lạ đáng ghi nhớ, như:

- Cù lao Long Hựu có nhà trăm cột (gồm 120 cột) do Ông Cả (Trần Văn Hoa) xây dựng từ năm 1898. Nay nhà Ông Cả là một di tích có giá trị nghệ thuật kiến trúc lâu bền.

- Chùa Phước Lâm (Phước Lâm Tự) là một ngôi chùa cổ tọa lạc ở ấp Xóm Chùa, xã Tân Lân do ông Bùi Văn Minh xây dựng từ thế kỷ XIX.

- Cần Đước cũng được coi là một trong những cái nôi của nghề đờn ca tài tử. Cố nhạc sư Nguyễn Quang Đại (Ba Đợi) sinh năm 1855, từng hoạt động âm nhạc chuyên nghiệp trong dàn nhạc cung đình Huế, là hậu tổ của nghề ca cổ. Năm 1885, ông theo phong trào Cần Vương vào Nam truyền dạy âm nhạc ở nhiều địa phương. Ông mất ở Rạch Cát, Cần Đước.

- Cần Đước là nơi sanh ra cô Ba Trà (tên thật Trần Ngọc Trà) nổi tiếng khắp Lục Tỉnh Nam Kỳ, là một trong những "Đệ nhất mỹ nhân Sài Thành xưa".

- Rạch Kiến là một địa danh thuộc xã Long Hòa. Theo dân gian giải thích là xưa có nhiều kiến làm tổ trên những lùm cây nên gọi là Rạch Kiến, hoặc xưa có người đàn bà tên Kiến ở cạnh rạch mới gọi là Rạch Kiến.

- Đồn Rạch Cát là một căn cứ quân sự phòng thủ rất kiên cố do người Pháp xây dựng bên bờ sông Rạch Cát từ năm 1904. Ngày nay đồn vẫn còn ghi dấu lịch sử về sự thất trận của quân Pháp xẩy ra giữa cuộc chiến với dân quân Cần Đước, Long An hồi cuối thế kỷ XIX.

- Xã Mỹ Lệ, thủ phủ của gạo Nàng Thơm Chợ Đào nổi tiếng trong câu ca dao:

Gạo Cần Đước, nước Đồng Nai
Ai về xin nhớ cho ai theo cùng

- Người Cần Đước ở xã Phước Đông giỏi về nghề đóng ghe chài lớn, chở nặng, đằm, chắc, nổi tiếng khắp miền lục tỉnh. Mũi ghe thường sơn xanh, sơn đỏ quanh cặp mắt lớn, xếch ngược. Thuở xa xưa, Cần Đước thuộc Gia Định, giới thương hồ Cần Đước rất tự hào về chiếc ghe "mũi đỏ xanh lườn":

Ghe ai mũi đỏ xanh lườn
Phải ghe Gia Định xuống vườn thăm em

- Cần Đước có kInh Nước Mặn do người Pháp đào năm 1879 dài gần 1km để thông hai đầu sông Rạch Cát và sông Cần Giuộc giúp giới thương hồ vận chuyển hàng hóa, mắm muối xuôi ngược khắp sông nước miền

Nam. Nhờ vậy mà những tay chạy buồm cừ khôi của xứ Cần Đước bớt qua lại Vàm Bao Ngược gần biển rất rộng và nhiều hiểm nguy do những đợt sóng 'lưỡi búa" hết phải thở than:

Anh đi ghe gạo Gò Công
Về vàm Bao Ngược gió giông đứt buồm.

Gò Công, Vùng Địa Linh Nhân Kiệt

Cần Đước cách thị xã Gò Công chừng 20km về phía bắc.
Buổi sáng từ chợ Cần Đước, ăn sáng xong chúng tôi chạy tới Chợ Đào mua mấy lọ mắm còng Cần Giuộc, vài lít gạo Nàng Thơm mang về Gò Công làm quà biếu người thân của anh bạn Ngọc lai.

Long An, vùng đất của các loại mắm như mắm cá thia, mắm cá linh, mắm tôm chà, thì mắm còng Cần Giuộc của xã Phước Lại, huyện Cần Giuộc được mệnh danh xứ sở của loài còng, là món ăn dân dã, đạm bạc nhưng đậm đà hương vị không thể thiếu của người dân miền sông nước.

Còn gạo Nàng Thơm Chợ Đào là loại gạo nổi tiếng ở huyện Cần Đước, xã Mỹ Lệ, tỉnh Long An; tôi không biết có sự tích về tình yêu của chàng Lúa với nàng Thơm ở mảnh đất chợ Đào hay không, nhưng từ đời Minh Mạng, gạo Nàng Thơm đã trở thành gạo quý hiếm để tiến vua.

Chuẩn bị các thứ cần thiết xong chúng tôi tà tà chạy về Gò Công. Theo Quốc lộ 50, chiếc Honda 90 phân khối nổ giòn, lăn bánh qua khu dân cư Phước Đông (nổi tiếng về nghề đóng ghe chài hạng nặng), qua ngã ba kinh Nước Mặn, qua cầu cống, trạm xá, công viên, chùa chiền... Khi xuống bến phà Mỹ Lệ vượt sông Vàm Cỏ mênh mông sóng nước, nghe tiếng con phà rù rì, xục xịch qua sông tôi lại nhớ hồi học trung học đệ nhị cấp, tôi từng bơi ngược nước sông Vàm Cỏ. Anh bạn học quê ở xã Lương Hòa, Long An rủ tôi về quê anh... bơi đua. Nói cho vui chớ người ở núi như tôi làm sao bơi cho kịp người sông nước. Mà sông Vàm Cỏ đâu có hiền, nước chảy rất xiết, nhanh và mạnh, phù sa thì đỏ chành chạch. Lúc tôi lóp ngóp lên bờ đứng vuốt ngực thở dốc thì anh bạn đã hút gần xong điếu thuốc.

Rời bến phà Mỹ Lệ bước lên đất Gò Công, chúng tôi lại chạy tiếp đâu chừng chục cây số thì rẽ phải chạy tới cuối đường (hình như đường Hồ Biểu Chánh), vượt qua sông Trà rồi lại rẽ phải vô huyện lộ 7, tiếp tục chạy phờ râu, xì khói, tét ống bô mới tới Vĩnh Bình thuộc Gò Công Tây, quê bà chị của anh bạn đồng hành.

Nhắc đến Vĩnh Bình, tôi lại nhớ bài hát Người Anh Vĩnh Bình của nhạc sĩ Nguyễn Đức Quang, anh em du ca Sài Gòn chúng tôi mỗi lần sinh hoạt vẫn thường hát. Tuy nhiên, Vĩnh Bình có hai địa danh nên tôi không biết "Người Anh Vĩnh Bình" này ở Gò Công, Tiền Giang hay ở An Giang, Hậu Giang.

Buổi chiều, vợ chồng bà chị dắt tụi tôi vô chợ ăn món bánh hỏi tôm chà. Chợ chiều ở quê tuy vắng vẻ nhưng nhìn chung những món ngon của thị xã Gò Công có tuổi đời hàng trăm năm vẫn còn nổi tiếng quốc túy.

Mắm tôm chà Gò Công được làm từ những con tôm đất có nhiều gạch son còn tươi rói. Ngoài bánh hỏi, mắm tôm chà có thể ăn kèm với bánh tráng cuốn rau sống, thịt heo luộc, chấm nước mắm tỏi ớt cay xé họng, mùi vị đậm đà khó quên. Bởi vậy, Gò Công có câu: *"Dù ai xuôi ngược Sông Trà, ghé ăn bánh hỏi mắm tôm chà Gò Công"*. Hoặc:

Gò Công giáp biển, nổi tiếng mắm tôm chà
Mắm tôm chua ai ai cũng chắt lưỡi hít hà
Sài Gòn, chợ Mỹ ai mà không hay

Tỉnh Gò Công được thành lập năm 1900 dưới thời Pháp thuộc. Tên gọi Gò Công là vì thuở xa xưa gò đất có nhiều chim công (khổng tước); tên Hán Việt gọi Gò Công là Khổng Tước Nguyên. Xin đơn cử vài câu ca dao về Gò Công:

Tay bậu vừa trắng vừa tròn
Qua về nằm ngủ, mỏi mòn đợi trông
Bậu về ở xứ Gò Công
Qua về Thành Nội nhớ mong tháng ngày

Chợ nào vui bằng chợ Gò
Tôm khô, cá trứng, thịt bò, thịt heo
Thật nhiều bánh ướt, bánh xèo
Bánh khô, bánh nổ, bánh bèo, liên lu

Đèn nào cao cho bằng đèn Châu Đốc
Gió nào độc cho bằng gió Gò Công
Thổi ngọn đông phong lạc vợ xa chồng
Đêm nằm nghĩ lại nước mắt hồng tuôn rơi.

Gò Công là vùng đất thiêng giáp biển, nơi có những công thần, nhân sĩ lưu danh thiên cổ:

- Đức Quốc công Phạm Đăng Hưng (1765- 1825) danh thần của nhà Nguyễn trong lịch sử Việt Nam. Ông là người ở Giồng Sơn Quy, thị xã Gò Công, là ông ngoại vua Tự Đức. Ông có 4 người con, trong đó có cô Phạm Thị Hằng, tức Từ Dụ hoàng thái hậu người đời quen gọi là Thái hậu Từ Dũ). Ở Sài Gòn có bệnh viện Từ Dũ xây dựng từ năm 1923 đến nay vẫn còn.

- Trương Công Định sinh năm 1820 tại xã Tịnh Khê, huyện Sơn Tịnh, Quảng Ngãi, là võ quan triều Nguyễn, thủ lĩnh chống Pháp giai đoạn 1859-1864 trong lịch sử Việt Nam.

Năm 1859, khi quân Pháp xâm chiếm Gia Định, tại Gò Công, ông đứng lên dựng cờ khởi nghĩa chống quân xâm lược, lấy "Đám lá tối trời" tại Gia Thuận, Gò Công làm căn cứ và giành được nhiều thắng lợi vẻ vang, làm nức lòng quân dân và được suy tôn là "Bình Tây Đại Nguyên Soái".

Ngày 20/8/1864, bị nội ứng làm phản chỉ điểm, giặc Pháp đánh úp căn cứ "Đám lá tối trời". Trong trận này, Trương Định sau khi anh dũng chiến đấu đến hơi tàn lực kiệt, đã tuẫn tiết để khỏi rơi vào tay giặc, năm ấy ông tròn 44 tuổi. Ngày nay trong dân gian vẫn còn câu ca truyền tụng Bình Tây Đại Nguyên Soái Trương Công Định:

Gò Công anh dũng tuyệt vời
Ông Trương "Đám Lá Tối Trời" đánh Tây

- Thủ Khoa Huân tên thật Nguyễn Hữu Huân sinh năm 1830 tại huyện Chợ Gạo, thị xã Gò Công, tỉnh Tiền Giang. Năm 1852 dưới triều Tự Đức, ông đỗ Thủ Khoa kỳ thi Hương nên được gọi là Thủ Khoa Huân.

Khi Pháp chiếm ba tinh miền Đông Nam phần Biên Hòa, Gia Định, Định Tường ông từ bỏ nghề dạy học, cùng Võ Duy Dương (Thiên Hộ Dương) chiêu tập đoàn quân nghĩa dũng đứng lên chống Pháp. Năm 1875, thất trận ở Chợ Gạo, Thủ Khoa Huân bị quân Pháp bắt tử Hình tại Bến Tranh lúc ông 45 tuổi.

- Nhà văn Hồ Biểu Chánh (1884-1958) tên thật Hồ Văn Trung, tự Biểu Chánh, hiệu Thứ Tiên; quê ở làng Bình Thành, tỉnh Gò Công. Ông là một nhà văn tiên phong của miền Nam Việt Nam ở đầu thế kỷ 20 với trên 100 tác phẩm gồm nhiều thể loại: truyện ngắn, thơ, tuồng cải lương, hát bội, văn tế, tác phẩm dịch... Ông mất ngày 4 tháng 9 năm 1958 tại Phú Nhuận, Gia Định, thọ 74 tuổi.

-Nam Phương Hoàng hậu nhũ danh Jeanne Mariette Nguyễn Hữu Thị Lan sinh ngày 4/12/1914 tại Gò Công. Bà là hoàng hậu của Bảo Đại, hoàng đế cuối cùng của

triều nhà Nguyễn. Nam Phương hoàng hậu cùng Bảo Đại hoàng đế có tất cả 5 người con:
Nguyễn Phúc Bảo Long, sinh ngày 4 tháng1 năm 1936, tước phong Hoàng thái tử.
Phương Mai công chúa, sinh ngày 1/8/1937
Phương Liên công chúa, sinh 3/11/1938
Phương Dung công chúa, sinh 5/2/1942
Nguyễn Phúc Bảo Thắng, sinh 9/12/1943
Tháng 8/1945 Hoàng đế Bảo Đại thoái vị, lưu vong tại Pháp. Tháng 1/1947 Nam Phương hoàng hậu rời Việt Nam sang Pháp sống cùng các con tại Perch, một ngôi làng cổ Chabrignac. Tháng 9/1963 Nam Phương Hoàng Hậu tạ thế ngày tại ngôi làng này.

- Nhạc sĩ Lê Dinh tên thật Lê Văn Dinh sinh năm 1934 tại làng Vĩnh Hựu, Gò Công. Cuộc đời ông gắn bó với nền âm nhạc Việt Nam suốt 47 năm với nhiều ca khúc để đời. Lê Dinh mất năm 2020 tại Montreal, Canada.
- Phương Dung tên thật Nguyễn Phan Phương Dung sinh năm 1946 tại Gò Công, là nữ ca sĩ nổi tiếng với biệt danh "Nhạn trắng Gò Công" do thi sĩ Kiên Giang Hà Huy Hà tặng.

Di tích lịch sử:
- Đình Gò Tảo nằm ở xã Tân Đông, huyện Gò Công Đông, tỉnh Tiền Giang. Ngôi đình cổ kính có từ thời Minh Mạng, tuy đã xuống cấp trầm trọng nhưng được rễ cây bồ đề chằng chịt, len lỏi bao bọc lấy công trình khiến cho ngôi đình ngày qua ngày "trơ gan cùng tuế nguyệt".

- Nhà Đốc Phủ Hải: Năm 1860, bà Trần Thị Sanh (vợ anh hùng Trương Công Định) xây dựng ngôi nhà để ở, về sau truyền lại cho tới đời cháu là Huỳnh Thị Diệu và chồng là Nguyễn Văn Hải làm chức Đốc phủ sứ, nên có tên là nhà Đốc phủ Hải.

- Nhà thờ dòng họ Phạm Đăng do ông Phạm Đăng Tá (trưởng nam của Đức Quốc công Phạm Đăng Hưng) khởi công xây dựng vào năm 1888 (thời vua Thành Thái) mang đậm phong cách cung đình Huế.

- Di tích Lăng mộ và Đền thờ Trương Công Định được xây dựng theo lối kiến trúc giản dị, cổ xưa ở Gò Công nhưng nói lên sự tôn kính và ngưỡng mộ công đức của nhân dân địa phương đối với người anh hùng. Ngoài mộ và đền thờ tại thị xã Gò Công, nhân dân còn lập một đền thờ để thờ Ông tại xã Gia Thuận huyện Gò Công Đông, nơi được gọi là "Đám lá tối trời" mà Trương Công Định và nghĩa quân từng làm căn cứ chống Pháp.

Cửa Cần Giờ

Hôm sau, đổ xăng, châm nhớt, thay bu-gi (bougie), bơm bánh xe xong, chúng tôi từ giã Gò Công đi Cần Giờ. Có hai đường đi Cần Giờ - anh bạn thổ công nói - Một là từ chợ Gò Công chạy xuống cửa biển Tân Thành (nổi tiếng dưa hấu ít hột, ruột đỏ chét, ngọt thần sầu, thơm điếc mũi) đi tàu qua Đảo Khỉ hoặc Cần Thạnh coi như tới Cần Giờ. Hai là theo Quốc lộ 50 đi ngược về Cần Đước vòng vo tam quốc xong xuống phà Cần

Giuộc qua sông Soài Rạp lên bờ nhắm Rừng Sác chạy miết một lèo là tới Cần Giờ.

Cà kê dê ngỗng một thôi một hồi hắn mới cười hề hề: "Nói dzui dzậy chớ kẹt lắm mới đi ngang Rừng Sác. Xui gặp "mấy ổng" là phiền đó đa. Thôi, mình quyết định đi đường tắt nghen, đại ca".

Nghe hắn nói đường tắt tôi tưởng gần, té ra hắn cong đít chạy trời ơi đất hỡi hết đường ngang nẻo dọc, tới dốc lên dốc xuống, qua cầu, qua sông chạy tiếp hết nửa ngày trời mới tới Cần Giờ. Nhưng cũng nhờ vậy tôi mới được một phen ngao du sơn thủy qua xã Tân Đông (có di tích đình Gò Táo), qua ấp Bà Lành, chợ Kiểng Phước, ấp Lăng xong tới ngư cảng Vàm Láng xuống phà qua sông Tiền Giang hướng ra biển là tới cửa Cần Giờ. (Xin mở ngoặc, đóng ngoặc để thưa một điều, rằng sở dĩ tôi nhớ rõ từng chi tiết như vậy là nhờ đi tới đâu tôi ghi vào sổ tay tới đó.)

Cần Giờ là một huyện ven biển, nằm ở phía Đông Nam thành phố Sài Gòn, cách Gò Công chừng 60km vòng vo theo Quốc lộ 50. Thập niên 60, ngoài các ngư dân mưu sinh bằng nghề chài lưới, hầu như ít người ở cũng như ít có khách nhàn nhã ghé qua.

Cần Giờ tuy là một huyện nhỏ, ít dân cư nhưng là nơi xảy ra nhiều sự kiện lịch sử bi hùng của nước Việt:

- Nguyễn Ánh bị quân Tây Sơn đánh bại (1777).
- Tàu chiến Pháp đầu tiên đánh thành Gia Định (1859).

- Một trong những địa bàn hoạt động chống Pháp của Bình Tây Đại Nguyên Soái Trương Công Định (1859-1864).
- Lực lượng Bình Xuyên trong thời kỳ chống Pháp (1945-1964).

Trước khi tới Cần Giờ, tôi có nghe nói biển Cần Giờ có ngọn hải đăng do người Pháp xây dựng nhằm giúp tàu bè tránh các bãi cạn để đi vào sông Sài Gòn. Khi chúng tôi tới tuy không thấy ngọn hải đăng nhưng tôi có đọc truyện ngắn Đèn Cần Giờ của nhà văn Bình Nguyên Lộc nói về ngọn đèn biển này. Ca dao có câu:

Đèn Cần Giờ đêm đêm sáng tỏ
Ghe lớn ghe nhỏ nhìn thấy rõ mà vào
Biết ai lòng dạ thanh cao
Để cho phận gái má đào gởi thân?

Biển Cần Giờ có độ dài khoảng 15km mang một vẻ đẹp hoang sơ, bình di. Mỗi năm, bãi biển được bồi đắp một số lớn lượng phù sa từ sông Soài Rạp và sông Đồng Nai nên nước biển và bãi biển Cần Giờ luôn có màu đen. Đứng trước bãi cát đen này tôi khoan khoái ưỡn ngực hít thở mùi biển và để gió đánh tan bụi bặm đường xa, nhất là để biển gột rửa những hệ lụy trong đời.

Phóng tầm mắt nhìn ra khơi xa, những lượn sóng lớn dần, ì oạp tràn vào bờ. Tôi quen biết biển, lặn hụp với biển một thời gian dài, rồi xa biển cũng một thời gian dài. Khi gặp lại, hóa ra vùng biển thẳm vẫn tồn tại và sóng vẫn rạt rào đập trong tôi.

Đứng trước cửa Cần Giờ tôi mơ màng nhớ lại trận đánh Cần Giờ năm xưa. Cần Giờ trước kia thuộc Gia Định nên tàu chiến Pháp muốn tiến đánh thành Gia Định phải qua cửa biển Cần Giờ. Mà Cần Giờ đâu có phải là chốn không người. Dân quân Cần Giờ cũng như anh hùng Lục Tỉnh thời ấy đều một lòng đứng lên với dao, bầu, gậy, bẫy chống lại giặc thù. Nói đến trận đánh Cần Giờ ngày 15 tháng 2 năm 1859 đến nay dân gian vẫn còn truyền tụng:

Giặc Tây đánh tới Cần Giờ.
Anh hùng Lục Tỉnh trương cờ thâu công.

Giặc Tây đánh tới Cần Giờ
Bậu đừng thương nhớ đợi chờ uổng công.

Lòng yêu nước và tình nghĩa Cần Giờ đã để lại trong ca dao cái đẹp của hình ảnh văn học đầy cảm xúc bền lâu, bất biến.

Nói cho cùng, tôi chẳng có duyên nợ gì với Cần Giờ. Thập niên 60, ngoài dân cư nghèo nàn, thưa thớt, Cần Giờ chỉ có biển và rừng cây đước, cây bần cắm sâu vào lòng đất mặn. Rủ anh bạn đồng hành ghé Cần Giờ chỉ để tôi... ôn lại lịch sử, nhớ lại những câu ca dao và cố tìm lại - một cách vô ích- những vết tích của trận đánh Cần Giờ giữa anh hùng Lục Tỉnh và quân Pháp đã xảy ra gần 200 năm trước.

Đoạn kết

Nghĩ cũng thắc cười. Ở đời có nhiều cái mới đó đã mất đó, gần đó đã xa đó. Như mới trưa hôm nào tôi ở Cần Giuộc, xế chiều lại có mặt ở Cần Đước, hôm sau lại giã từ Cần Đước đâm đầu về Gò Công, cuối cùng lại đứng trước cửa biển Cần Giờ. Cái tật của tôi đi tới đâu cũng rù rì rủ rỉ để lại đó "một chút gì để nhớ".

Cần Giuộc, quê nội tôi chẳng hạn. Ngoài phố nghèo nàn không nói làm gì, ở tuốt trong ngọn hễ có rạch là có cây cầu khỉ. Người ở núi như tôi xa Cần Giuộc lâu ngày mỗi lần có dịp về chơi, tôi theo nội vô ngọn thăm bà con, chòm xóm, thăm trời đất an nhiên, cây cỏ huê tình, lúc lần mò qua cầu khỉ, mười lần tôi trợt chưn té xuống rạch hết bảy.

Lần qua cầu khỉ lắc lư
Hồn quen rừng rú sặc sừ quá tay
Bởi xa Cần Giuộc lâu ngày
Đất lề quê thói cũng gầy guộc theo

Cần Giuộc đã vậy, Cần Đước cũng không thua gì. Khách đường xa ngồi cả buổi trong quán chợ vậy mà chẳng thấy "mùi hương Cần Đước " nào làm duyên làm dáng ngoe nguẩy đi qua.

Chèo qua Vàm Cỏ một chèo
Về ngang Cần Đước thì trèo lên cây
Nhà em ở chốn nào đây
Bờ lau gió phất bông lay trắng nhờ.

Người Gò Công không nói làm gì, khách đàng xa có dịp ghé vô chợ Dinh sẽ cảm nhận được nhiều điều. Chợ Dinh, ngôi chợ của làng Đồng Sơn những năm 1960 - 69 nghèo thấy mồ tổ. Xì xụp ăn tô cháo cá dứa chợ Dinh (Gò Công) ngon không thua gì bánh giá chợ Giồng (Vĩnh Bình), nhưng chợ chiều ở đây tôi nghe... hoa lá rụng buồn buồn (Sơn Nam).

Đạp xe vô chợ Gò Công
Chợ chiều vắng tợ lòng không người ngồi
Nghe con nhạn trắng kêu rồi
Gò yên chở cái bồi hồi trở ra.

Cần Giờ với lịch sử hình thành từ thế kỷ XVIII, hơn 300 năm, đã để lại trong tôi mấy lời cảm khái tưởng tiếc những bậc tiền nhân xả thân vì nghĩa lớn.

Ra đứng trước cửa Cần Giờ
Một trang lịch sử mịt mờ máu xương
Rì rào sóng vỗ cát dương
Biển già gột rửa vết thương anh hùng.

Giã từ Cần Giờ về Nhà Bè chúng tôi theo hướng tây bắc đi trên con đường độc đạo dài 21km qua cầu, qua sông, qua Rừng Sác, qua nhà dân lưa thưa, qua các đồn bốt lính Cộng Hòa... Chúng tôi cứ đi, đi mãi, như thể đi từ buổi sơ khai lăn bánh trên con đường lót phèn, ngập phù sa tràn từ dòng sông Lòng Tàu, Soài Rạp, Nhà Bè, băng băng trên đoạn đường đẫm màu xanh bất tận của cây rừng.

Đi trong nắng, gió và bụi, nhìn về xa xa phía trước mặt chúng tôi là Sài Gòn - Hòn Ngọc Viễn Đông.

VỀ MIỀN TÂY

Mùa hè năm nay thật đáng nhớ, với tôi. Còn gì vui hơn khi cậu ấm của chúng tôi và vợ con cậu, lần đầu tiên dắt vợ chồng già này qua B.C đổi gió. Gió ở Toronto là gió lục địa khác với gió biển mát rượi ở B.C.

B.C là British Columbia, một trong mười tỉnh bang của Canada, nằm ở phía Tây giáp với biển Thái Bình Dương. Từ Toronto đi B.C bằng đường xe mất khoảng một tuần, đường hàng không thì mất chừng bốn năm giờ bay. Chúng tôi đi hóng gió hai tuần, một tuần ở Victoria và một tuần ở Vancouver.

So với phi trường quốc tế Vancouver nhộn nhịp với hàng trăm chuyến bay mỗi tuần thì phi trường quốc tế Victoria nhỏ như cái lỗ mũi, chỉ có 13 cổng (Gate 1-13), lèo tèo một hai chiếc máy bay, đi vài chục bước chưa kịp mỏi cẳng đã ra khỏi cửa phi trường. Chúng tôi mướn sẵn xe chạy về nhà trọ ở khu phố nhỏ North Saanich, cách phi trường vỏn vẹn 1km

Tưởng đi nghỉ hè sẽ ngủ ngon, ai dè chứng nào tật nấy. Một giờ sáng không ngủ được tôi lò mò ra trước sân nhà hít thở không khí mát mẻ, trong lành, rảo bước bằng đôi chân khập khểnh (vì té tuần trước). Dù vậy, tưởng mình còn ngon tôi vung tay múa chân dợt lại vài đường quyền song chưa chi đã té phịch xuống đất. Thời gian thật khủng khiếp. Hồi trẻ lúc luyện võ công tôi chuyên dùng ngón Tảo Địa Cước đá gốc cây bắp hay đá tạt ngang thân cây chuối; khi song đấu tôi thường dùng Hùng Kê Quyền phi thân đá thốc vào ngực đối thủ. Nay vừa giơ giò lên đá không khí chưa chi đã thấy mình lảo đảo nhăn mặt kèm theo một tiếng rên dài. Lúc lồm cồm phủi đít đứng dậy tôi mới để ý đến ngọn đèn độc nhãn bên kia đường hắt xuống một thứ ánh sáng tù mù lành lạnh ghê ghê. Giờ này ngoài đường không một bóng người ngoài tôi và.. ma.

Nhà cửa ở North Saanich thường nhỏ nhắn, cất rải rác, ngoài màu trắng pha lam hoặc xám pha chút nâu non trông rất trang nhã, thanh lịch, tuyệt nhiên không có màu sắc loè loẹt. Muốn có màu mè xanh xanh đỏ đỏ thì ghé Phố Tàu nằm trong trung tâm thành phố Victoria cách North Saanich 40km. Du khách, nhất là người Á Đông đi tới đâu cũnh thích ghé qua Phố Tàu mua sắm hoặc ăn uống, vui chơi. China Town trên thế giới hầu như đều cùng một mẫu mực. Cũng cái cổng trời ngạo nghễ vươn lên với hai con kỳ lân bằng đá trấn giữ hai bên cổng thành, cũng rồng thiêng uốn mình phun lửa, cũng nhà hàng mang hương vị nồng nàn quen thuộc bay khắp thị tứ.

Phố Tàu Victoria được thành lập từ thế kỷ thứ 19 bởi người Trung Hoa nhập cư đào vàng từ California. Đây là khu phố lâu đời nhất tại Canada và Bắc Mỹ, chỉ sau San Francisco của Hoa Kỳ. Ngày nay, khu phố Tàu này là nơi giao lưu văn hóa, các địa điểm giải trí cho du khách thập phương và người dân trong vùng. Trong số các địa điểm nổi tiếng tại khu phố Tàu có ngõ hẹp Fan Tan, nơi tập trung nhiều cửa hàng kinh doanh. Phố ở đây, ngoài các cửa tiệm Tây, Tàu, Ý, Nhật, Đại Hàn, Mễ

Tây Cơ... nhộn nhịp thực khách thì các tiệm buôn, nhà hàng Việt Nam đều vắng mặt.

Được biết Victoria, thủ phủ của British Columbia, được thành lập từ năm 1843, lâu đời nhất của Canada. Victoria nằm trên bờ biển phía đông nam Đảo Vancouver là thành phố giàu lịch sử với vẻ đẹp hoang sơ lẫn tiến bộ và hiện đại, văn hoá bao gồm nhiều lễ hội, nghệ thuật và âm nhạc phong phú.

Victoria với danh hiệu "Thành phố Hoa Hồng" có nhiều danh lam thắng cảnh và nhiều khu vườn, như The Gardens At Government House, Beacon Hill Park, Abkhazi Garden, Finnerty Gardens, Victoria Butterfly Gardens ... Nhưng nổi tiếng nhất Canada, với hàng triệu du khách thăm viếng mỗi năm vẫn là vườn hoa Butchart rộng 55 mẫu với hơn 100 tuổi đời. The Butchart Gardens là một trong những vườn hoa đẹp nhất, với nhiều loại thảo mộc và hàng ngàn kỳ hoa dị thảo tạo nên phong cảnh đầy sức quyến rũ. Butchart, ngoài những khu vực khác nhau như vườn hoa Italia, vườn hoa Nhật Bản; còn có nhiều khu vườn hoa mang phong cách cổ điển tràn ngập hương thơm.

Thị trấn Tofino

Ba hôm sau từ North Saanich chúng tôi vượt một quãng đường dài 433km băng rừng vượt núi, băng suối vượt đèo ngoằn ngoèo dốc lên dốc xuống mất nửa ngày đường mới tới thị trấn Tofino.

Tofino từng là bản địa của người da đỏ Tla-o-qui-aht, nằm ở bờ biển phía tây của Vancouver Island chỉ có khoảng 2500 dân cư, nhà cửa bình thường, đường phố không có đèn xanh đèn đỏ, đi... 3 phút đã về chốn cũ. Phố nhỏ đến độ các doanh nghiệp nổi tiếng Walmart, Mc Donald's, Costco, Home Depot, Tim Hortons, Starbucks hoàn toàn vắng mặt, nhường chỗ cho cửa tiệm độc nhất Tofino Public Market với đầy đủ các loại thực phẩm cũng như các mặt hàng gia dụng luôn đắt khách, đặc biệt Coffeehouse, cafe Rhino thơm ngon nức mũi.

Tofino được mệnh danh là viên đá quý của British Columbia, bao bọc bởi núi cao rừng rậm và biển cả. Không chỉ nhộn nhịp vào mùa hè mà mùa đông của Tofino cũng đông đảo du khách đổ về những điểm du lịch nổi tiếng như Pacific Rim National Park, Hot Springs Cove, Chesterman Beach, Cox Bay Beach, đặc biệt là Long Beach bãi biển dài ngút mắt với gió cát, sương mù và sóng tạo nên những nét sống động cho những người trẻ thích lướt sóng.

Ngoài ra còn có Rainforest Trail toạ lạc trong công viên quốc gia Pacific Rim cách Tofino chừng 30km, lôi cuốn rất đông du khách không phân biệt tuổi tác hay giơi tính. Rainforest (Rừng Nhiệt Đới) được tạo thành phần lớn từ những cây cổ thụ đường kính cỡ ba bốn người ôm, cao trên 45 mét che kín cả bầu trời, là nơi sinh sống của các loài thực vật như dây leo, lan, cây bìm bịp...cũng như côn trùng và động vật gồm ruồi, muỗi, bướm, rắn, rùa, nai, chó sói...

Nhìn chung, Rainforest Tofino có một vẻ đẹp ngoạn mục của thiên nhiên và nhân tạo, là nơi lý tưởng để đi bộ với dặm đường mòn, trong đó có một cây cầu gỗ dài (boardwalk) luồn trong rừng cây xanh vòng vo nghiêng theo triền dốc dẫn xuống thung lũng bạt ngàn.

Tóm lại, Tofino tuy nhỏ nhắn nhưng vẫn không thiếu thứ chi trên đời. Từ báo chí (Tofino Time), đài phát thanh Tofino, khách sạn, nhà hàng, công viên, thư viện, rạp hát, bảo tàng viện, phòng triển lãm tranh ảnh nghệ thuật của các nghệ nhân da đỏ... cho tới lễ hội mùa hè, đặc biệt nhất là lắm tour hấp dẫn: Ahous Adventure Tour (lội bộ), Sea Kayaking Tour (chèo thuyền), Air Tour (trực thăng, thuỷ phi cơ) thăm viếng vùng đất hoang sơ của thổ dân thời xa xưa, mạo hiểm hang động, thác nước, biển đảo, xem cá voi, gấu v.v...

Nhưng với tôi, thích thú nhất là một buổi chiều đứng trên bến cảng Tofino lần đầu tiên tôi nhìn thấy xa xa một con chim đại bàng biển (bald eagle) xoè rộng cánh lượn lờ trên mặt biển trông thật đẹp mắt. Hình ảnh sống động này gợi tôi nhớ lại một thời, kể cả thời ở lính, tôi từng đi khắp đó đây nên tôi yêu quê hương đất nước mình và ngẩn ngơ trước vẻ đẹp của những loài hữu tình.

Chuyến phà đêm

Từ giã thị trấn Tofino hiền hòa chúng tôi chạy ngược về đường cũ 142km hướng tới bến phà Nanaimo Victoria để qua Vancouver. Từ Nanaimo (Departure

Bay) qua Vancouver (Horseshoe Bay) mất khoảng 2 giờ. Nhìn con phà BC Ferries hiện đại của xứ tuyết đậu dưới bến tôi chợt bật cười. Không cổ lỗ sĩ như phà hột vịt Caric ở Thủ Thiêm thời Pháp thuộc hoặc những con phà Rạch Miễu, Mỹ Thuận, Bình Minh, Cần Thơ, Vàm Cống vang bóng một thời xuôi ngược trên dòng sông Cửu Long, phà BC Ferries khổng lồ có sức chứa hàng trăm loại xe vận tải hạng nặng và xe du lịch đậu dưới tầng hầm. Vì sức khoẻ và sự an toàn hành khách phải lên từng trên trước khi phà rời bến.

Ngồi trên phà BC lắng nghe tiếng máy phà rì rầm xuyên biển đêm tôi bồi hồi nhớ lại chuyến vượt biên sống chết năm nào. Nhớ đứt ruột con thuyền vượt biên giống như chiếc lá mong manh giữa trùng dương sóng dữ mà kinh hoàng. Từng cuộn sóng khổng lồ của bão tố như quỷ dữ quyết nhấn chìm "chiếc lá" của chúng tôi xuống tận cùng đáy sâu nỗi chết. Cũng từng cuộn sóng gào thét ghê gớm kia nâng "chiếc lá" lên chót vót sự sống đang bào mòn. Khi chiếc ghe "không đủ sức vượt đại dương" lủi đại vào bến cá Thái Lan chúng tôi mới biết mình vừa thoát khỏi lưỡi hái tử thần.

Gần năm mươi năm qua rồi mà câu chuyện thuyền nhân vẫn chưa tới hồi kết thúc. Theo thống kê của Cao Ủy Tị Nạn Liên Hiệp Quốc, trong số trên một triệu thuyền nhân miền Nam và miền Bắc, có khoảng ba trăm ngàn người tử nạn vì bão tố, đói khát và hải tặc trên biển Đông, vĩnh viễn không bao giờ tới miền đất hứa.

Chúng tôi (hay chúng ta) là những người may mắn sống sót tìm đến được bến bờ tự do, nhưng không vì vậy mà ta quên anh em, bạn bè và nhiều gia đình kém may mắn đã chết trong cuộc hành trình đầy bi thảm. Hãy nhớ đến họ, tưởng niệm và thành tâm cầu nguyện cho họ.

Có một bài hát thật buồn kể về bi kịch lịch sử của thuyền nhân, tôi mạn phép ghi lại dưới đây:

"Con tàu chở nước xa rời bến
Lá rơi khóc buồn cạnh bờ sông
Con tàu chở đất xa rời nước
Vẫn thấy người đi vớt biển Đông

Con tàu lìa bến ra trùng khơi
Tiếng ai khóc buồn vội lìa đôi
Con tàu vượt sóng xa bờ tối
Nước mắt người đi ứa ngậm ngùi

Đời buồn như tiếng quê trong miệng đã nhoài
Ngậm đã nhiều năm tháng không nhạt mùi
Vết máu ai kêu gào oan hồn ơi trời
Vành môi nào khô trên sóng trôi ngậm ngùi

Đời buồn như tiếng quê trên ngực kêu hoài
Từng tiếng hờn nghe nát tan ruột người
Nước mắt rơi rơi thành những giọt võ vàng
Rồi cũng hiền như câu hát quê dịu dàng
Ra khơi xa con tàu vượt trên sóng gào

Tàu lao trong màn đêm sóng cao
Mưa tuôn từng cơn sóng xô ba đào
Tàu ai giạt tới chốn nào.

Lênh đênh trên con tàu vượt biên sớm mờ
Người bơi qua biển Đông nhấp nhô
Trăng trên trời cao xoá tan mây mờ
Tàu ai vừa tới bến bờ..."

Gần một giờ sáng phà mới cập bến Horseshoe Bay, Vancouver. Trên đường về nhà trọ thấy ánh trăng 16 treo lửng lơ trên mặt biển đẹp đến giựt mình. Lại lẩn thẩn với ca dao tục ngữ quê mình:

Trăng kia ai gọt nên tròn
Nước kia ai gánh giẫm mòn bờ sông?
Anh thương em biết nói mần răng
Lấy gió làm quạt, lấy trăng làm đèn
Trắng như giấy, giấy còn có cặn
Ngộ như sen, sen lại đóng phèn
Đừng thấy bóng trăng mà phụ bóng đèn
Bóng trăng trong một thuở, bóng đèn lờ ngàn năm

Vancouver

Khi phà cập bến Horseshoe, Vancouver xe lần lượt lên bờ xịt khói chạy tứ hướng. Đã 1 giờ sáng thành phố vạm vỡ vẫn chưa đi ngủ cùng ánh trăng khuya soi đường cho chúng tôi lái về nhà trọ.

Vancouver được thành lập năm 1886, ở phía tây nam tỉnh bang British Columbia, được bao quanh bởi những dòng sông, bờ biển và những dãy núi hùng vĩ. Vẻ đẹp thiên nhiên hoang sơ này từng là nơi sinh sống của các thổ dân Châu Mỹ Squamish, Musqueam và Tsleil-Waututh, gọi chung là First Nations.

Được biết, từ thế kỷ XVII, Vancouver chỉ là một xưởng cưa nhỏ, song nhờ sự kết hợp phong phú giữa đất và người đến từ nhiều nơi dần dà đã biến thành phố hoang sơ này thành trung tâm thương mại mang tầm quốc tế của Canada, gồm các ngành kỹ nghệ hiện đại, cũng như ngành sản xuất truyền hình và điện ảnh tân kỳ. Ngoài số lượng lớn cư dân Philippines, Nhật Bản, Đại Hàn, Iran, Việt Nam...thì người gốc Ấn và người Hoa chiếm khoảng một phần ba dân số.

Đến Vancouver mới thấy hầu hết nhà cửa, ngoài khu vực thương mại, đều ẩn mình trong cây. Hàng rào trước mặt nhà thay vì dựng bằng gỗ hay bằng sắt cho thoáng thì nhà nào cũng trồng cây cao từ 2 tới 3, 4 thước như có ý tránh con mắt hiếu kỳ của người qua đường. Kín cổng cao tường vậy nhưng mức sống của cư dân Vancouver so với Toronto và Montreal lại đông dân nhất, sầm uất nhất, nhộn nhịp nhất mà xô bồ, chộn rộn cũng bậc nhất.

Lang thang trên những con đường thành phố thế nào ta cũng sẽ lạc vào khu phố cổ Gastown lịch sử, là địa điểm tuyệt vời để thưởng thưc đồ ăn thức uống, tiện chân ghé thăm khu mua sắm Robson Street nằm trong trung tâm thương mại nổi tiếng của Vancouver. Gần đó là khu Chinatown và Yaletown lịch sử được mệnh danh là khu Phố Tàu lớn thứ 2 của Bắc Mỹ với nhiều nhà hàng, quán bar, quán café, cửa hàng và các câu lạc bộ về đêm.

Ngoài ra, Vancouver có khoảng 200 công viên mà lớn nhất và lâu đời nhất là công viên Stanley nổi tiếng với các hoạt động thể thao như đi bộ, chạy joging, đi xe đạp, trượt băng, câu cá... Nhưng khi bước vào công viên Capilano ta có cảm tưởng như đi lạc vào khu rừng ngàn năm với cây cao bóng cả, với những vách đá kỳ vĩ, những thác nước ngất ngưởng và vực sâu ngút mắt. Cũng trong công viên hoang dã này, ta được dịp chiêm ngưỡng các tác phẩm nghệ thuật và cột khắc gỗ Totem của các nghệ nhân da đỏ. Đặc biệt là cầu treo Capilano (Capilano Suspension Bridge) dài 140 mét, ở độ cao 70 mét, thành cầu bằng lưới thép, sàn cầu lót ván bả hương bắt ngang sông Capilano. Đi trên cầu treo lắc lư làm tôi nhớ lần đi Dây Tử Thần hình chữ V trong quân trường Bộ Binh Thủ Đức năm nào:

Dây Tử Thần ác ôn hơn
Nghe lạnh cẳng ớn thấu xương sống mình
Sợi dây nhún nhảy bấp bênh
Dưới sâu Thần Tử ngó lên cười cười.

Tính đến nay người Việt ở Vancouver có trên dưới 40,000 người nhưng tôi chỉ quen có 3 người bạn: nhà thơ, bác sĩ Nguyễn Đức Tùng, nhà thơ, nhà giáo Đỗ Quyên và nhà văn quân đội Lê Khắc Anh Hào (mất 2018).

Sau hai tuần lễ ngao du quanh thành phố biển British Columbia chúng tôi thơ thới bay về thủ phủ Toronto. Toronto, cái quê hương thứ hai sao mà gặp mặt tôi lúc nào"nó" cũng giống hệt... như người, vẫn giữ hoài nụ cười bình dị, hiền hoà dang tay đón chúng tôi trở về.

OLA, LOS CABOS

Ola là tiếng chào hỏi thân mật bằng tiếng Tây Ban Nha được dùng ở Mễ, nhất là trong các nhà hàng, khách sạn, khu nghỉ mát hoặc ở phi trường quốc tế Los Cabos.

Los Cabos nằm ở cực nam của bán đảo Baja California, là miền đất cuối cùng của Mễ Tây Cơ, giống như đất mũi Cà Mau của Việt Nam. Phía tây Los Cabos là biển Thái Bình Dương hùng vĩ. Phía đông là Vịnh California. Đứng trên bãi biển Cortez của biển Thái Bình Dương nhìn qua... bên kia bờ xa thăm thẳm, xa diệu vợi, xa mút tầm mắt, xa đến nỗi cho dù tôi có phép "cân đẩu vân" của Lão Tôn cũng không bao giờ bay tới, đó là quê nhà bỏ lại của tôi: Việt Nam.

Los Cabos nổi tiếng với nhiều bãi biển tuyệt đẹp mang biểu tượng Blue Flag là bãi biển xanh được thế giới công nhận, như Palmilla, Santa Maria, El Médano, Playa Dorada, Sunset Beach... Mặc dù Cana San Lucas Beach, bãi biển chính, lôi cuốn của thị trấn Cabo San Lucas nhưng với tôi, biển Playa El Chileno là thích thú hơn cả, sóng êm, biển lặng, nước trong vắt, chúng tôi bơi lội cùng đàn cá biển lớn, nhỏ, đủ màu sắc thân thiện bu chung quanh trông rất vui mắt.

Los Cabos là tên gọi chung của hai thị trấn Cabo San Lucas và San Jose del Cabo. Riêng trung tâm Cabo San Lucas có bến du thuyền (The Marina) nổi tiếng đứng thứ 2 trên thế giới sau Monaco. Bến chứa hàng ngàn du thuyền đắt giá, có lối đi bộ ven biển (boardwalk) người người nhộn nhịp ngược xuôi trong tiếng cười nói hòa với tiếng nhạc địa phương rặt Mễ phát ra từ trong các nhà hàng, quán bar đông khách.

Cabo San Lucas còn có Cổng Vòm (The Arch), một kỳ quan núi đá thiên nhiên độc đáo xâm thực bởi thời gian, thủy triều và gió biển. Nhìn từ xa Cổng Vòm trông giống như con khủng long Tyrannosaurus Rex đã hóa thạch. Lâu rồi, có lần tôi đọc ở đâu đó, có người theo chủ nghĩa duy vật biện chứng gọi Cổng Vòm này là Cổng Dục Vọng. Thiệt là một ý nghĩ ngộ nghĩnh mà... siêu việt.

Ngoài ra, tại vùng biển Cabo San Lucas thường xuất hiện cá voi nhưng đáng tiếc chúng tôi không được chứng kiến tận mắt.

Khác với Canada... của tôi, nghĩa là hoàn toàn trái ngược với bốn mùa xuân hạ thu đông của Xứ Tuyết, khí hậu Địa Trung Hải của Los Cabos ôn hòa, nắng ấm quanh năm, bầu trời quang đãng, dù là mùa đông cũng không bao giờ thấy tuyết. Mà nói tới tuyết thì chao ôi, cái tinh thể tuyết vô hậu của Canada dù nhỏ xí 0.1mm cũng từng làm chúng tôi sợ hãi vì lạnh cóng cả thân xác, teo tóp cả linh hồn. Hihi.

Ở Mỹ có Los Angeles, thành phố của thiên thần (và địa ngục) thì ở Mễ có Los Cabos là thành phố của xương rồng, của núi đồi và biển cả. Nơi nào có đất là nơi đó có xương rồng mọc từ trăm năm. Nhưng cây cọ không phải là quê hương của Mễ Tây Cơ. Nhà nước Mễ đã mua từ Mỹ với giá 10,000 USD một cây cọ vận chuyển về nước trồng làm kiểng cho đẹp thành phố. Từ đó, cũng như xương rồng, nơi nào có đất là có hàng triệu cây cọ xòe nhánh xanh tươi.

Ở Los Cabos có hai khu vực phân chia một cách rõ rệt bằng một con đường đất gồ ghề bụi bậm gợi lên sự tương phản khác biệt rất lớn không chỉ ở tiền bạc mà còn ở phong cách đấu tranh cho cuộc sống giữa giới giàu và nghèo.

Đặc biệt nhất ở Los Cabos là cộng đồng Quivira, một khu vực rộng khoảng 800 mẫu, là một khu vực riêng biệt dành cho những dân cư khá giả và cho những du khách thụ hưởng nơi nghỉ mát đẳng cấp thế giới. Quivira nổi tiếng với nhiều sân golf, nhà hàng và câu lạc bộ bãi biển cũng như các resort sang trọng bao gồm nhiều tiện nghi cao cấp thuộc Pueblo Bonito như Pueblo Bonito Pacifica, Sunset Beach, Turtle Beach và các khu biệt thự Montecristo, Mavila, Alva, Copala, St. Regis Los Cabos, Coral nhìn ra biển Thái Bình Dương.

Cách kiến trúc nhà cửa, biệt thự ở Quivira, mỗi nơi đều độc đáo theo cách riêng nhưng toàn bộ kiến trúc hầu hết đều dùng tông màu trắng (có chỗ pha chút màu nâu non hoặc vàng lợt) được cất theo hình khối lập phương (cube) tạo nên một vẻ đẹp vuông vức mạnh mẽ và độc đáo; mái nhà cũng lợp ngói âm dương nhưng lài lài, thoai thoải ở góc 18 độ so với mặt đất.

Đến Los Cabos vào giữa tháng cuối năm 2025, chúng tôi theo vợ chồng đôi bạn trẻ sui gia Phạm Cương Lan về khu condo Mavila thuộc quần thể Quivira. Dãy condo bốn tầng lầu ở đây trông rất sang trọng, sạch sẽ và thoải mái. Đứng ở sau nhà nhìn ra xứ sở trùng điệp rừng cây xương rồng và biển cả thực sự là nơi trú ngụ cho tâm hồn bình an.

Công nhận Quivira Los Cabos, nơi giao thoa giữa sa mạc và biển cả lại dựng nên một vị trí đắc địa cung cấp lối sống cộng đồng dân cư sang trọng mang tấm vóc quốc tế. Đi thong thả, không gấp, tôi thong dong đạp lên sự giàu có, nức đố đổ vách của lãnh địa Quivira Los Cabos mà cảm thấy ngợp. Thật ra tôi cũng... giàu có thua ai đâu nhưng mà giàu chút chữ chút nghĩa để ghi xuống đôi dòng cho vui nhà vui cửa đầu năm đó thôi. Năm mới mà.

Tóm lại, Mexico với những di tích cổ đại như Kim Tự Tháp Chichen Itza, tàn tích Tulum, biển đảo Cancun, Isla Mujeres, thác nước hóa thạch Oaxaca, Costa Maya, Cozulel..., Los Cabos là một trong những điểm du lịch nổi tiếng nhất ở Mexico, miền đất đáng yêu với những bãi biển tuyệt đẹp, những khu resort thanh bình cao cấp trên thế giới.

ON ƠI ON! SÀ LANH BON TÊ? (*)

Hồi nhỏ có lần vào dịp lễ Ok Om Bok nội dắt tôi đi Sóc Trăng coi lễ hội truyền thống đua ghe Ngo của người Khmer trên sông Nhu Gia ở xã Thạnh Phú. Lớn lên, anh bạn Thạch Sum quê Cù Lao Dung (Sóc Trăng) đưa tôi tới Chùa Dơi coi đàn dơi khổng lồ đeo tòn ten trên cây sao, cây dầu xong xuống kinh Chà Và lội về bến cá Bãi Xàu uống rượu nếp Bãi Xàu say tít cung thang. Tôi còn nhớ buổi nhậu trong một quán lá đơn sơ, lần đầu tiên tôi nghe câu nói lạ tai: "*On ơi on! Sà lanh bon tê?*", *"Sóc Sờ Bai, bòn, tâu na bòn, tâu na bòn ơi"*

Ngót nửa thế kỷ sau ở quê người tôi lẩn thẩn ngồi nhớ Sóc Trăng.

Sóc Trăng tên cũ là Ba Xuyên, là một tỉnh ven biển, nằm trong vùng hạ lưu phía Nam sông Hậu. Sóc Trăng do từ Srok Kh'leang phiên âm tiếng Việt là Sốc-Kha-Lang, gọi tắt là Sóc Trăng. Sóc Trăng được mệnh danh là xứ kho bạc, xứ sở chùa vàng, quê hương của bánh Pía.

Ở Sóc Trăng trong vòng bốn năm ngày, tôi theo anh bạn Thạch Sum vốn ưa thích hoạt động ngoài trời, lượn qua những khu chợ cũ, qua các công trình hành chánh kiến trúc kiểu Pháp, qua nhà máy xay lúa dọc theo kinh xáng Xà No, qua khu bungalow ven sông, qua cầu Phú Lộc, qua nhà thờ Sóc Trăng (xây dựng 1888, giảng đạo bằng tiếng Khmer)... Đi qua những địa danh lịch sử này tôi đều không thích cho bằng buổi thăm viếng một số chùa Miên.

Nói tới Sóc Trăng là nói tới những người bạn bản xứ Khmer giản dị, hiền lành, sinh sống đông nhất tại các tỉnh đồng bằng sông Cửu Long. Họ xem chùa chiền là nơi thiêng liêng, thờ phượng, nơi tập trung những tinh hoa về văn hóa, nghệ thuật của dân tộc.

Chùa Khmer có kiến trúc độc đáo dựa trên tinh thần văn hóa Phật giáo Tiểu thừa, như chùa Prêk On Pu (Tầm Vu) xây dựng từ năm 1664, chùa Botum Vongsa Som Rong từ năm 1785, chùa Kh'leang có tuổi thọ 500 năm, chùa Bốn Mặt, ngôi cổ tự 500 năm, chùa Wath Sro Loun (chùa Chén Kiểu) xây dựng từ 1815, chùa Kos Tung xây dựng hơn một thế kỳ trước... Nhưng với tôi, ngôi chùa ở Sóc Trăng thu hút nhiều khách thập phương nhất vẫn là chùa Mahatup tức Chùa Dơi.

Chùa Dơi còn gọi là chùa Mã Tộc, là ngôi chùa duy nhất thờ Phật Thích Ca của cộng đồng dân tộc Khmer sinh sống trên địa bàn tỉnh. Chùa được khởi công xây dựng vào từ năm 1569, cách nay 454 năm. Gọi là Chùa Dơi vì khuôn viên chùa là nơi sinh sống của hàng ngàn con dơi. Ban ngày dơi treo lủng lẳng trên cành cây sao, cây dầu. Buổi chiều chúng bay đi xa để kiếm ăn mờ sáng hôm sau mới quay về. Dơi trong chùa thuộc loại dơi ngựa to lớn, trọng lượng từ 1kg tới 1.5kg, cánh sải rộng khoảng 1.5m, lông màu vàng đen. Các sư sãi trong chùa cho rằng hiện tượng dơi về chùa là phúc lành nhà Phật nên cần bảo vệ chúng. Đáng tiếc nghe nói ngày nay Chùa Dơi không còn bóng dáng một con dơi nào.

Chùa Việt Nam vốn cổ kính, trầm mặc, khác với chùa của người Khmer kiến trúc nổi bật mang màu sắc sặc sỡ. Những hoa văn, họa tiết trang trí ở đây đều mang đặc trưng kiến trúc Khmer với nhiều tháp nhỏ trên mái chùa, phía đầu hồi chạm trổ hình rắn Naga uốn lượn. Bên ngoài chánh điện có các bức phù điêu sặc sỡ được trang trí trên các bức tường, các cột kèo khắc nổi những hình tượng tiên nữ Kâyno xinh đẹp, đầu thần Bayon bốn mặt, chim thần Krud, khỉ Hanuman, chằn tinh Yeak hung dữ... Chùa của người Khmer thường vang vọng những âm thanh từ bộ nhạc ngũ âm truyền thống.

Ngoài ra, người Khmer còn có các lễ hội cổ truyền, như Chôl Chnăm Thmây (lễ mừng năm mới), Sene Dolta (lễ cúng ông bà), lễ Ok Om Bok (lễ cúng trăng), lễ Lôi Protip (lễ thả đèn nước), lễ Kathina (lễ dâng y), hát múa Rô Băm (hát rẩm), múa rom vong (múa lâm thôn), múa apsara ... Đặc biệt là kho tàng nhạc khí dân tộc mang đặc trưng văn hóa của người Khmer, trong đó nghệ thuật có từ lâu đời là Chầm riêng chà pây (chầm riêng nghĩa là hát, chà pây tức là cây đàn chà pây), một loại hình nghệ thuật độc xướng với đàn chà pây đệm theo.

Xa Sóc Trăng ngót 54 năm ròng tôi vẫn còn nhớ cái tên Khánh Hưng gợi nhớ một đô thị Sóc Trăng phồn hoa xưa ở vùng đất nông thôn còn khá quê mùa. Đặc biệt đặc sản Sóc Trăng thời xa xưa đó luôn là mức lôi cuốn khách thập phương đến với mảnh đất miền Nam hiền hòa này, như bưởi năm roi, vú sữa tím, cá bống sao, bún nước lèo, bún vịt nấu tiêu, bún gỏi dà, hủ tiếu cà ri, cháo cá lốc rau đắng, bò nướng ngói, bánh xèo, bánh phồng tôm, bánh tráng sữa, bánh pía, bánh ống...

Miền Nam là vựa trái cây lớn nhất nước nên các loại rượu đều được cất từ cây ăn trái có hương vị độc đáo miền quê sông nước, như rượu dừa, rượu mận, rượu bưởi, rượu gạo, nổi tiếng nhất vẫn là rượu nếp Bãi Xàu.

Cuối thập niên 1960, dọc theo bến cá Bãi Xàu nằm cặp chợ Mỹ Xuyên có một quán lá của chị Bảy Sophea bán rượu nếp ngon nhất bến. Thạch Sum là khách quen mặt không nói làm gì, riêng tôi vừa bước vào quán đã cảm thấy vui lây với sự tiếp đón nồng nhiệt, mến khách của chị chủ quán. Hào hứng nhất là mỗi lần chị Bảy Sophea bưng rượu tới bàn cho khách, nụ cười tươi tắn luôn nở trên môi đi đôi với câu nói vừa lạ vừa vui tai lại thân tình của chị ai nghe cũng thích:*'On ơi on! Sà lanh bon tê?'*. Hỏi ra tôi mới biết đây là câu tỏ tình vừa bạo gan lại vừa hồn nhiên của đôi trai gái Khmer: *'Anh ơi anh! Có yêu em không?'* hoặc ngược lại.

Khi chị Sophea tiễn chúng tôi lảo đảo ra về, chị lại vui vẻ nói như hát: (*) *"Sóc Sờ Bai, bòn, tâu na bòn, tâu na bòn ơi"* có nghĩa là mời gọi mọi người đến nơi đây. Ngôn ngữ Khmer thật tuyệt vời.

Thạch Sum đã mất năm ngoái đúng vào dịp lễ dâng y Kathina rằm tháng 9 âm lịch ở Cù Lao Dung. Nhớ bạn tôi lại thả hồn vào những kỷ niệm một thời cùng bạn lang thang trên đất Sóc Trăng.

Ai về thẳng tới Năm Căn
Ghé ăn bánh hỏi Sóc Trăng, Bãi Xàu/
Đất Sóc Trăng quê mùa nước mặn
Tôi ra Vàm Tấn chở nước về xài
Về nhà sau trước không ai
Hỏi ra em đã theo trai mất rồi/
Ngó lên trời mưa sa lác đác
Ngó xuống đất hạt cát nằm nghiêng
Rượu Ba Xuyên rót đãi người hiền
Trước là đãi bạn, sau giải phiền cho anh.

CON ĐƯỜNG LÁ ME

Đường Nguyễn Du, Sài Gòn dài khoảng 2 cây số. Dưới thời Pháp thuộc đường này có hai tên, đường từ Nguyễn Bỉnh Khiêm tới đường Tự Do mang tên Lucien Mossard, đoạn đường còn lại là đường Taberb. Về sau chính quyền VNCH nhập hai đường thành một đổi tên thành đường Nguyễn Du.

Tôi xa Sài Gòn trên 43 năm đến nay chưa trở về quê nhà lần nào nên sau ngày mất nước nhiều tên đường Sài Gòn đã bị đổi tên trong đó đường Nguyễn Du không biết có bị đổi không. Trước 1975, đường Nguyễn Du có những cây me rợp bóng trồng dọc hai bên đường rụng đầy lá me nên ít người biết nó còn có tên là "con đường lá me". Chiều chiều những cặp tình nhân thường đi dạo dọc hai bên lề đường trông thật tình tứ, lãng mạn.

Có lần tôi đang ngồi tư lự bên ly cà phê đen đá ở góc đường Tự Do thì một đôi tình nhân trẻ trung chở nhau bằng chiếc xe đạp mini ghé vô. Trông họ ăn mặc lịch sự có vẻ như con nhà khá giả có ăn học. Vì bàn không còn chỗ trống thấy tôi ngồi một mình nên họ xin phép được ngồi chung. Lúc từ giã cô thiếu nữ tên Bích khẽ cúi đầu chào, còn Trọng, người bạn trai của cô bắt tay tôi thật chặt.

Ở đời có những cuộc tri ngộ thật lạ lùng. Ba mươi năm sau trong một quán cà phê ở Mỹ, một người đàn ông khá chững chạc tới gần từ tốn hỏi tôi có phải là "anh Tấn" không. Tôi chưa hết ngạc nhiên thì anh nói anh tên Trọng và nhắc lại lần uống cà phê năm xưa trên đường Nguyễn Du cùng cô bạn gái của Trọng. Đầu óc tôi vốn lãng đãng nên thật phục những người có trí nhớ dai. Thấy anh đi một mình tôi không tiện hỏi nhưng tự nhiên anh kể ra câu chuyện buồn đời anh. Thì ra cô Bích, người bạn đời của Trọng bệnh mất đã lâu rồi. Na ná theo lời kể của Trọng về nhà tôi vừa viết vừa lách thành một bài thơ vui vui buồn buồn mang cùng tên Con Đường Lá Me. Như ri:

Anh đạp xe chầm chậm
Em nhẹ hẫng sau lưng
Vòng ôm tuy hờ hững
Mà tim yêu bừng bừng

Anh đạp xe cà tửng
Cán lên đời lá me
Nghe em cười rúc rích
Sao mà yêu quá nghe

Ngày chở em cà nhõng
Có khi đến tối òm
Hồn đời anh dù mỏi
Vòng xe lăn phom phom

Nắng hạ gì nồng nã
Sài Gòn đổ mồ hôi
Tội nghiệp làn gió thoảng
Phe phẩy chút bồi hồi

Thương Sài Gòn có gió
Thổi mồ hôi anh lăn
Thương vòng tay em nhỏ
Giống hệt sợi xích thằng

Sài Gòn đi rất vội
Trong thơ ông Nguyên Sa
Lá me rơi cũng vội
Riêng mình thì tà tà

Nhởn nhơ giữa thị tứ
Cười nói cứ như cương
Cái anh chàng cà giựt
Thấy ghét mà dễ thương

Vậy mà đời đâu dễ
Đãi đằng tình ai lâu
Nó giằng em ra khỏi
Lòng anh miên man sầu

Từ ngày em đi mất
Đời bỗng thiệt eo sèo
Tình đời anh quặt quẹo
Hồn đời anh co queo

Nhiều đêm trên gác trọ
Nằm nghe mưa lê thê
Ngoài đường ai bước vội
Tưởng em xưa lại về

Có lần anh lẩn thẩn

Trở lại đường lá ru
Hai hàng me xanh thắm
Ơi em thì biệt mù

Chiếc xe đạp giờ đã
Ai đạp về phương nao
Hay là nằm rệu rã
Sắt thép cũng nháo nhào

Một hôm nghe rất lạ
Không tin ở tai mình
Báo hung tin em mất
Trời đất vẫn lặng thinh

Đời lạnh lùng trôi mãi
Trôi em về trời xa
Anh một mình ở lại
Lụp xụp với tuổi già.

ƠI HỠI CỐ NHÂN?!

Thuở ấy, đời nhà quê tôi có ba lần đại bại dưới tay con gái. Cuộc thảm hại tuy đã cũ mèm song đôi mắt ấy vẫn cứ long lanh. Chuyện như ri:

1.

Cái hồi mới chớm biết yêu con gái hun tui trước. Một cái hun để đời tới chết cũng hổng cách gì tui quên cho đặng. Rõ ràng là hồi đó tui y hệt như anh chàng nhà quê mới lên tỉnh. Mùng một Tết con nhỏ len lén tâm tư hẹn tui ra bụi chuối sau hè chơi. Lần đầu đứng cạnh con gái tui cứ lớ ngớ, chưn tay thì lọng cọng định dựa cây chuối cho đỡ run thì bất thần con nhỏ xáng tới chìa mõ hun cho mầy một cái choác thiệt lẹ rồi cắp đít te rẹt chạy một nước. Cái dáng nó chạy đẹp như thiên thần biết bay. Mà nó chỉ hun phớt qua môi chớ có lâu gì đâu nà, vậy mà tui cũng run như cầy sấy, tim thì đập thiếu điều muốn lọt ra ngoài lồng ngực xẹp lép.

Bị con gái hun lần đầu dìa nhà tui cứ như người đi trên mây. Con gái con lứa gì mà táo tợn quá ể nhưng cũng đủ làm tui sướng rên ba bốn ngày. Khi tỉnh hồn tỉnh vía nhứt định lần tới tui hun nó trước trả thù. Ấy vậy mà ông trời ổng có thương gì tụi tui đâu, ổng bất nhơn quá mạng. Sau cú hun ná thở đó hổng thấy nó đâu nữa. Chừng nửa tháng sau tui mới hay cả nhà ba má nó dọn về Tuy Hòa hổng kịp nói với tui nửa lời từ biệt.

Con nhỏ Tàu lai đẹp thầy chạy nghen. Đi học nó tên Xíu Nữ, về nhà nó là Xì Chảy. Nước da nó trắng như trứng gà bóc, mái tóc cum-bê ôm gọn gương mặt bầu bĩnh dễ thương, trên đó ông trời ổng gắn cho nó cái sóng mũi dọc dừa với hai lỗ mũi hấp hên, môi trái tim đỏ chét, lông mầy rậm ăn rơ với cặp lông mi rợp che con mắt thu ba trường giang con sóng lượn. Tóm lại nó đẹp hết hồn đó đa. Dáng dấp nó thon gọn, nhỏ thó nên nó đi như gió. Nó đi hoài đi hũy tới 70 năm sau nó vẫn biệt tăm biệt tích. Nuốt trọn trạo cái hun đầu đời đó mãi về già tui mới rặn được mấy câu thơ **Hun Đứng** đầy mộng mị như ri:

Mùng 1 Tết trịnh trọng mình khiêng thêm một tuổi
Bạc trên đầu theo gió phất phơ bay
Cái tuổi ngon lành như mấy sợi trời mây
Mình nuốt hết niềm vui vào trong bụng

Mùng 1 Tết lụm khụm cõng hồn đời nao núng
Nghe trái tình vẫn trào bọt thân tâm
Ngắm mấy em đào em mận du xuân
Mình phành ngực mình xung thiên bất tử
Theo hưng phấn cỡi hồn phi về quá khứ
Nếm cái môi non còn cất thuở ban sơ

Con bé ăn nước mắm đi hẹn với anh khờ
Đôi môi con nít ôn mệ ơi nó mặn

Con nít chừ chắc cũng đang già lắm
Theo chồng con trôi giạt biết phương nào
Kiểu hun đứng suốt đời hai đứa khát khao
Cái môi mình dính vào cái đôi môi mọng

Mùng 1 Tết nắng xòe tia lửa rộng
Mình điểm tâm bằng mớ kỷ niệm xưa
Gấp thời gian từng nếp hỏi già chưa
Chắc còn trẻ nên mình còn ốt dột.

2.

Rồi từ đó theo thời gian tui cất "miếng môi xưa" vào trong cặp-táp giã từ bậc tiểu học tui lên trung học. Trường hơi xa nên tui đi học bằng xe ngựa. Nói cho oai vậy chớ thiệt tình tui hay len lén đu sau càng xe ngựa đến trường được khúc đường nào hay khúc đó. Hihi.

Đậu tú toàn phần xong dìa Sài Gòn học đại học, chất quê chưa kịp gột rửa nên tui cũng hổng để ý gì tới con gái con lứa. Đi họcdìa vừa học vừa đờn chơi. Chơi cho vui ai dè tiếng đờn tích tịch tình tang của tui hổng biết hấp dẫn ra sao mà con nhỏ xóm Cầu Kho mết tui hồi nào hổng hay. Nhà nó sát vách nhà bà cô tui nên hàng ngày đi học dìa tui hay gặp nó bán nước mía trước nhà. Thấy nó mà tui có để ý gì đâu trời. Vậy mà con nhỏ Cầu Kho chèo kéo riết rồi tui lọt vào mắt nó hồi nào hổng hay. Âu cũng là duyên số trong vẻo trong veo

Con gái Sài thành mà bình dân giản dị hết biết, lúc nào cũng dện đồ bộ bông vàng, bông đỏ, bông xanh, bù lại nó có đôi môi vô cùng gợi cảm. Khi thấy tui dần dà dạn dĩ nó hay dụ tui hun vào... cái giọng ngọt như mía lùi của nó.

Nhưng rồi cũng như mối tình đầu, mối thứ hai này cũng bị... tuột dzên. Từ anh sinh viên tui trở thành anh lính sa trường. Thay vì bồng em thì tui bồng súng. Đi trong lửa đạn lúc nào tui cũng nhớ tới em. Ấy vậy mà khi về phép tui mới biết con nhỏ theo chồng dìa Ấn Độ từ khuya.

Sầu tình tui lại rặn ra bài thơ thứ nhì, bài **Hun Ngồi** hổng giống ai. Như ri:

Cái bữa trời mưa làm em xưa ướt nhẹp
Tóc chảy thành dòng xuống đôi má xuân non
Cái má nhiều phen anh hun lên khét nghẹt
Vẫn cứ đỏ au như trái lựu hồng giòn

Trời mưa ác quá làm em xưa thút thít
Dụi vào ngực anh nhõng nhẽo tiếng giận hờn
Nước mắt trời mưa hay trời mưa nước mắt
Chảy xuống bờ môi anh uống miết cành hông

Cái môi ngon bớ trời ơi là ngọt
Nước miếng em trào vô cuốn họng anh khô

Trời nắng mưa nào cũng nổi cơn hưng phấn
Xung thiên anh cắn dập dụi cả đôi bờ

Đôi bờ môi ấy giờ trôi xa lăng lắc
Bên lỡ trôi đi mà chẳng thấy bên bồi
Nên anh đứng đây già như cây lá mục
Lòng chẳng sao quên trớt cái nụ hun ngồi.

3.

Tốt nghiệp trường Bộ Binh Thủ Đức tui cầm sự vụ lệnh về trình diện đơn vị vùng I tận ngoài miền Trung quê ngoại tui. Những lần hành quân về tui hay nhậu lai rai với mấy thằng đệ tử bên bờ sông Hương. Có lần say khướt tụi nó khiêng tui xuống đò sáng ra mới biết lần đầu trong đời mình... mất tân. Hehe. Ai đời phong trần ở tuổi đôi mươi mà hổng biết gì về đờn bà con gái ráo trọi. Cũng như hai bài thơ dở hơi Hun Đứng, Hun Ngồi , về già tôi lại rặn thêm bài **Hun Nằm** như ri:

Lần đầu em biết hun nằm
Chị ơi em chị nuốt nhầm trần ai
Vịn đò uốn éo thân mai
Hắn cười ngặt nghẽo khiến em phai linh hồn

Nhớ xưa lén cọ miếng hun
Em và con mén đều run quá trời
Chị nờ, con mén sứt môi
Mà răng nước miếng nó ngọt ơi ngọt à

Mạ thương em vốn thiệt thà
Nhiều khi đời mắng rứa là thiệt thân
Ngồi hun mà cũng thất thần
Huống chi hun đứng cái lần hẹn xưa

Cái lần hẹn nớ trời mưa
Khiến cho hai đứa sọc dưa bắt dị òm
Tuổi hồng gót đỏ như son
Hắn đi vào giấc mộng con em nằm

Tháng ngày kết lại thành năm
Em khiêng đời giạt xa xăm bến người
Một hôm ngồi nhẩm tuổi trời
Mới hay mình cũng đầy vơi phận tằm

Nhớ xưa em biết hun nằm
Đến chừ lòng vẫn tiếc thầm chiếc thân
Ngoài kia rưng rức sang xuân
Chị ơi em chị đã gần bảy mươi.

CHỢ SÁCH ĐẶNG THỊ NHU

Không xa bùng binh Quách Thị Trang trước chợ Bến Thành bao nhiêu, chợ sách ĐặngThị Nhu nằm khiêm nhường trên một con đường nhỏ, dài chừng 150 mét, hai đầu là đường Ký Con và Calmette.

Chợ sách Đặng Thị Nhu tuy nhỏ nhưng là chợ sách nổi tiếng từ sau năm 1975, hai bên là nhà dân án ngữ bởi những sạp sách chứa đầy các lọai sách báo thượng vàng hạ cám.
Giữa năm 1978 tôi bán sách trong chợ sách này, dân mê sách, nhà văn, nghệ sĩ, nhà nghiên cứu, phê bình văn học đều ghé qua nên tôi có dịp gặp gỡ, quen biết, tiếp xúc nhiều văn nghệ sĩ nổi tiếng ở Sài Gòn. Sạp sách của tôi kế bên sạp Nguyễn Hồng Long (tức Nguyễn Hồng Rồng) và nhà văn Nguyễn Ước. Nguyễn Hồng Long và Nguyễn Ước ở cùng thành phố Toronto, Canada với tôi, về sau ông Long trở về VN sống, ông Ước vẫn ở Canada đến nay. Nói bán sách cho oai chớ thật ra tôi chỉ ké một góc sạp sách của anh em nhà Phan Văn Thành và Phan Xuân cầm cự sống qua ngày. Phan Xuân hiện ở Sài Gòn, là cựu sĩ quan VNCH cùng đơn vị với tôi từ năm 1970.

Ngày nào bán được sách thì tôi có chút tiền lẻ lót bụng; ngày nào ế tôi hay ngồi trầm ngâm sau sạp sách nghía ông đi qua bà đi lại đỡ buồn. Có lần tôi nghĩ không biết nguyên do nào chợ sách Đặng Thị Nhu lại mọc lên ở đây, dân khu phố dọc trên đường này (trước

1975 là đường Bùi Quang Chiêu) có được huê lợi chi không tôi không biết. Nhưng học lịch sử ta đều biết Đặng Thị Nhu là bà Ba Cẩn, vợ thứ ba đồng thời là cộng sự đắc lực của Hoàng Hoa Thám tức Đề Thám, lãnh tụ cuộc khởi nghĩa kháng Pháp suốt 30 năm ở Yên Thế, Bắc Giang từ cuối thế kỷ 19 đến đầu thế kỷ 20 cho đến ngày lụi tàn.

Hoàng Hoa Thám và bà Ba Cẩn Đặng Thị Nhu chỉ có hai người con: một gái Hoàng Thị Thế (1900-1988) và một trai Hoàng Hoa Phồn (1908-1945). Cuối năm 1909, bà Ba Cẩn bị Pháp bắt gần chợ Gồ mang về giam ở nhà tù Hỏa Lò, Hà Nội rồi đày sang quần đảo Guyane, Nam Mỹ. Dọc đường bà nhảy xuống biển tự trầm cuối năm 1910.

Cuối năm 1979 tôi vượt biên đến Thái Lan rồi định cư tại Canada từ 1980 đến nay. Gần 50 năm qua tôi chưa trở về quê nhà lần nào. Nhưng tôi được biết từ ngày mất nước đến nay miền Nam Việt Nam đã thay đổi đến tận cùng gốc rễ thì chợ sách Đặng Thị Nhu (của tôi) cũng đâu còn.

Chắc chắn bộ mặt Hòn Ngọc Viễn Đông đã trở nên "lộng lẫy, nở nang, ngựa xe như nước" hơn xưa gấp bội nhưng sao nghĩ đến chợ sách Đặng Thị Nhu tôi lại lan man nghĩ đến cảnh cũ người xưa qua bài thơ "Thăng Long Thành Hoài Cổ" của bà Huyện Thanh Quan, là người có đức hạnh, học vấn xuất chúng.

Cái đẹp dù nhỏ, hạn hẹp, dù cũ kỹ của chợ sách Đặng Thị Nhu thuở ấy không thể sánh nổi "di tích văn học lịch sử của kinh thành Thăng Long" song cũng để lại cho người Sài Gòn một chút gì đó gọi là hoài cổ:

"Lối xưa xe ngựa hồn thu thảo
Nền cũ lâu đài bóng tịch dương"
(Thăng Long Thành Hoài Cổ - Bà Huyện Thanh Quan).

PHÚ GIA BANMÊTHUỘT

Theo sách Sử Địa, từ trước thế kỷ XIX, Darlac với tỉnh lị Banmêthuột thuộc lãnh thổ Việt Nam nhưng chưa được triều đình nhà Nguyễn thực tâm để ý nên chưa có nền hành chánh tại đây. Trong cuộc khai thác thuộc địa lần thứ hai (1919-1929) của thực dân Pháp đô hộ Việt Nam, đến năm 1923 tỉnh Darlac mới được thành lập.

Đối với người Kinh, Banmêthuột là chốn ma thiêng nước độc nên từ năm 1954 trở về trước số người Kinh sinh sống, lập nghiệp tổng cộng khoảng 10.000 người. Nhưng từ năm 1954 trở đi, cùng với sự tiếp nhận quyền cai trị, chính quyền Việt Nam mới chú ý đến việc mở mang tỉnh lị Banmêthuột. Từ đó, ngoài các đồn điền cà phê, cây cao su, cây đay được thiết lập quanh các vùng rừng núi Darlac, kỹ nghệ kinh doanh buôn bán của người dân trong tỉnh cũng phát triển về mọi mặt, gồm các cửa hàng, tiệm buôn, tiệm may, nhà máy thủy điện, nhà máy làm nước đá, nhà máy xay lúa, lò gạch nung gạch ngói, đồ gỗ, xưởng cưa, xưởng chế bột làm hương, xưởng chế biến cà phê và cao su ở các đồn điền...

Darlac nằm ở phía Nam dãy núi Trường Sơn, với hai mùa mưa nắng không khí như một thứ huyền thoại. Thập niên 1950, so với thủ đô Sài Gòn mệnh danh Hòn Ngọc Viễn Đông với đông đảo quần chúng thì thị trấn Banmêthuột giống như một bản làng heo hút, cư dân thưa thớt. Người dân ở đây, Kinh Thượng đề huề, sống giản dị, hiền lành, chất phác. Công việc buôn bán, kinh doanh hay vườn tược, nương rẫy nhọc nhằn, kể cả việc săn bắn, đều thuận lợi. Tuy nhiên, ở đâu cũng vậy, người nghèo, dĩ nhiên, nhiều hơn người giàu có.

Có những buổi chiều thư thả, tản bộ quanh thị tứ, ta có thể trầm trồ khi đi ngang qua các cửa tiệm huy hoàng như tiệm Trúc Lâm và Minh Sơn (bán quà kỷ niệm và các loại nước hoa), tiệm tạp hóa gia dụng Ngô Phúc Vinh, tiệm kem Chi Cao, Tân Ca, nhà hàng Phú Lâm, Mỹ Hương, nhà hàng Mỹ Cảnh, Đô Thành, Hotel Kinh Đô, tiệm Honda Trương Hòa Lợi, tiệm bán đồ sắt Lê Đức Viên, Đức Thịnh, tiệm may Thừa Thiên, tiệm vàng Thái Long, tiệm sách Tia Sáng, nhà thuốc tây Hoàn Toàn, tiệm uốn tóc Tân Thời Mỹ, nhà than củi Ngô Mai, nhà thầu Năm Đen, ... Rẫy bái thì có đồn điền cà phê của ông bà Thái Quang Huyền (người Sịa, xưa làm bánh tiến vua), rẫy cà phê và trái cây rộng 10 mẫu của ông bà Dương Đức Mại, đồn điền cà phê của ông Trương Văn Tám, vườn trái cây của ông bà Hồ Lữ, vườn sầu riêng cậu Giám...

Riêng những bậc đại phú ở Banmêthuột nổi tiếng từ thập niên 1930 -1970 có:

- Ông Jean Maury, ngoài đồn điền cà phê khoảng 500 mẫu ở Buôn Tur, cơ ngơi còn có hàng trăm mẫu đất trồng cà phê, lập trại chăn nuôi gia súc, gầy dựng nhà hàng và khách sạn đồ sộ bằng gỗ ở cây số 1. Các cơ sở này đều mang cùng tên Maury. Trên vùng đất ông Maury khai phá, dưới thung lũng phía Đông Nam có một con suối, người Thượng làm công cho ông lấy tên ông đặt tên cho con suối, tức là suối Maury (hồi nhỏ tụi tôi quen gọi là suối Muri).

Năm 1945, thời thế thay đổi gây bất lợi, thiếu an ninh nên ông Jean Maury trở về cố quốc. Trước khi ông Jean Maury về Pháp, tất cả các sản nghiệp đều giao lại cho ông bà Võ Ngọc Huấn tiếp nhận và cai quản cho tới cuối tháng Tư 1975. Tháng 9/1965 ông Jean Maury mất tại nguyên quán Talant, nước Pháp. Ông Jean Maury là chồng của bà Hồ Thị Thơm, chị ruột của má tôi. Ông bà Jean Maury có bốn người con hiện ở tại Pháp.
- Ông Del Fante (hồi nhỏ tụi tôi quen gọi là ông Đinh Phăn) là chủ nhân đồn điền cà phê CHPI (Companie des Hauts Plateaux Indochinois, tức Công Ty Cao Nguyên Đông Dương) ở cây số 5 trên quốc lộ 14, gần làng người Mán. Ngoài đồn điền CHPI, dọc theo ba quốc lộ và tám tỉnh lộ của Banmêthuột còn có các đồn điền cà phê cây xanh bạt ngàn của các ông Marikene, Nicholas, Auger, Coronen...

- Cơ ngơi của ông bà Tôn Thất Hối nằm trên đầu dốc suối Đốc Học, ngó xéo qua Bangalow của vua Bảo Đại. Ông Tôn Thất Hối thuộc giòng Hoàng phái. Nghe nói đêm 10 tháng 3/1975 Cộng quân tấn công Banmêthuột, cụ Tôn Thất Hối bị trúng đạn tử vong trước cửa nhà của cụ. Tháng 2/2015, cụ bà Tôn Thất Hối mất ở Mỹ, hưởng đại thọ 109 tuổi.

Xin nói lại một chút, rằng họ Tôn Thất được vua Minh Mạng đặt cho con cháu của các Chúa Nguyễn , vốn là họ Nguyễn Phúc (từ Nguyễn Hoàng đến Nguyễn Phúc Thuần) Ngày nay họ Tôn Thất (khác với họ Tôn) qua nhiều đời đã dần trở thành một họ độc lập.

- Khách sạn Hoàng Gia và rạp hát Hưng Đạo của ông bà Kim đều nằm trên đường Tôn Thất Thuyết. Sau ngày mất nước, gia đình ông bà Kim di tản sang Mỹ sống tại thành phố Harrisburg, Pennsylvania. Ba mươi năm trước, ông bà Hoàng Gia lái xe van (loại 2 bình xăng, 8 chỗ ngồi) qua Toronto thăm má tôi. Có lần ông gọi phone cho má tôi báo vợ ông đã mất tại quê nhà. Từ đó đến nay, dù cố gắng chúng tôi cũng không liên lạc với ông được nữa, không còn biết tin tức gì về gia đình ông.

- Bà Phan Thị Ngoạn, có tiệm gạo trên đường Tôn Thất Thuyết cung cấp gạo cho toàn tỉnh BMT và cây xăng ở gần cột đèn ba ngọn. Bà Ngoạn mất đã lâu.
-Nhà thầu Kim Sơn của bà cụ Thất (ngoại tôi) thầu rau cải légumes) cho lính Pháp và lính Cộng Hòa. Nhà thầu nằm cạnh tiệm sách của ông bà Y Tí trên đường Nguyễn Thái Học.

- Nhà thầu khoán Lý Trần Lý có biệt thự ở đường Phan Chu Trinh nằm bên hông Nhà thờ Chánh toà, trong vườn trồng một giàn hoa dạ lý hương đêm về thơm ngát cả một khoảng đường.

Ông cũng sở hữu Khách sạn, nhà hàng và phòng trà Darlac II nằm trên đường Quang Trung.

- Ông Tư Chơi từng sở hữu một đồn điền cà phê, nhà in Quảng Giao trên đường Y-Jut, cây xăng Shell ở cột đèn ba ngọn, tiệm vàng và khách sạn Quảng Giao trên đường Lý Thường Kiệt.

- Ông Lo Do (Lô Đô), chủ nhân rạp ciné Lo Do tọa lạc trên đường Quang Trung sát bên chợ cá.

- Ông Kim Môn, chủ nhân tiệm Kim Môn Rồng Vàng ở góc ngã tư Nguyễn Thái Học- Ama Trang Long.

Quãng đời tôi tuy không là gì nhưng sau ngày mất nước, ở tù Cộng sản tôi lại có chút kỷ niệm vui buồn với các chủ nhân ông: Rồng Vàng, Lo Do, Thăng Long và ông Quân Quận trưởng.
Tôi còn nhớ hồi nhỏ, mỗi lần bọn trẻ kéo nhau đi đá banh tụi tôi đều đi ngang qua tiệm Kim Môn Rồng Vàng; thỉnh thoảng tôi có thấy hai cô tiểu thư mặc áo đầm trắng thấp thoáng sau tủ kiếng trưng bày kim hoàn. Riêng ông Lo Do thỉnh thoảng vẫn cho ba má tôi vé ciné, anh em tôi tha hồ đi... coi cọp. Hồi đó, ngoài vé giấy, vé còn được làm bằng những miếng nhựa hình tròn dẹt, nhỏ, màu vàng cam.

Rồi thời gian trôi đi, tôi nhập ngũ tòng chinh ít khi về thăm quê quán. Ngày 10/3/1975 Cộng quân tấn công Banmêthuột, không may tôi bị giặc bắt trên đường di tản về Nha Trang tống ngược vào trại tù Banmêthuột. Trại tù này do người Pháp xây dựng năm 1930 để nhốt các chính trị phạm, được một Tiểu đoàn Sơn cước bảo vệ. Thời Đệ nhất Cộng Hòa trại đổi tên thành Quân lao

Banmêthuột, về sau thành Trại Cải Huấn nhằm cải huấn và giáo dục giới thanh thiếu niên lầm đường lạc lối.

Ở tù "cải tạo" tôi hân hạnh quen biết những doanh nhân nổi tiếng của thị trấn Banmêthuột bị bắt đi tù vì tội Cộng sản gọi là "Tư Sản Mại Bản". Trong trại tôi ở chung với ông Kim Môn Rồng Vàng và ông Lo Do, chủ nhân rạp ciné Lo Do và Di, con trai ông LoDo. Lúc vô trại, Di bị bệnh tim phải mang tim giả trước ngực. Ở tù riết tôi lại quen thân hai ông nhưng tôi luôn kính trọng vì họ vốn là bạn của ba má tôi.

Về sau thoát ra nước ngoài tôi được biết ông Lo Do và Di mất đã lâu. Ở hải ngoại nhờ thân quen với hai cô tiểu thư Trương Minh Châu và Trương Minh Trung (không biết có phải tôi đã từng gặp hai cô hồi nhỏ không) con của ông bà Kim Môn nên tôi được biết ông Kim Môn tên thật Trương Đình Dần quê làng Kim Long (cùng quê Thừa Thiên Huế với má tôi) Về sau ông rời Huế vào Đà Lạt làm nghề Kim hoàn và lập gia đình. Sau khi cưới xong thì hai ông bà lên BMT lập nghiệp mở tiệm Kim Môn Rồng Vàng năm 1950. Bà Kim Môn qua đời năm 1974, trước biến cố 75. Ông Kim Môn qua tới Mỹ năm 1981và mất năm 1998, gia đình lần lượt đi vượt biên. Ông bà Kim Môn có tất cả 16 người con, 10 trai, 6 gái. Mười lăm người con đều ở Mỹ, một người hiện ở Sài Gòn.

Ngày nay, khách đến (hay lên) Banmêthuột hoặc ngay cả những người từng gắn bó một thời với miền đất huyền thoại của Sử thi Đam San, Khinh Dú, liệu có còn ai nhớ những bậc đại phú này không. Kể về những doanh nhân nổi tiếng giống như kể một câu chuyện cổ chứa đựng đầy ắp sự giàu có, niềm hạnh phúc lẫn nổi đau khổ của một kiếp người.

Những người sống trong câu chuyện này bây giờ có người còn đó, riêng những người không còn nữa, linh hồn trong suốt của họ vẫn thấp thoáng bay trên các từng mây trắng ở quê nhà.

NHỮNG THIÊN THẦN NHỎ

Tôi vốn sinh ra ở rừng ở núi nên yêu thích động vật hoang dã cũng như thú nuôi trong nhà, từ con voi rừng to tướng như cái nhà, bầy sói ma hú trăng, lũ gấu ngựa dữ dằn, đàn lợn lòi hung hăng, cọp gầm hú vía, con nai trai, con nai gái hiền queo cho tới chim chóc, chó mèo v.v.... Riêng bài viết này tôi chỉ đề cập tới vài sinh vật nhỏ rí, dễ thương mà tôi coi như... những thiên thần nhỏ, dù có con í ẹ hết biết. Xin kể:

- ***Con bù tọt***

Hồi nhỏ, tôi ghét mưa. Mưa làm tâm hồn trong suốt của tôi bị ướt nhẹp. Bù lại mùa mưa mang lại cho tôi nhiều lợi nhuận ăn uống phình bụng hơn là mùa nắng. Chuyện như ri:

Mùa mưa là mùa sinh sôi nảy nở nhiều sinh vật, từ loài kiến, mối, bù mắt, ểnh ương, ếch, nhái cho tới con bù tọt. Nói về bù tọt thì thường sau mỗi cơn mưa tạnh hột, trời chạng vạng tối là nghe tiếng bù tọt kêu rộn rã quanh bờ mương, vũng nước, ao, đìa. Đó là lúc tôi lạch bạch xách đèn theo ông anh đi bắt bù tọt. Lần đầu tiên được ổng rủ đi bắt bù tọt tôi hí hửng đi liền dù chẳng biết bù tọt là cái con chi. Hỏi mới biết bù tọt lớn hơn nhái nhưng nhỏ hơn ếch, dễ nhận dạng nhất là trên lưng nó có hai cái sọc xanh xanh pha vàng vàng. Bù tọt dễ bắt hơn lũ ếch nhái hay chàng hiu bóp cổ. Lũ này gặp đèn là tụi nó vừa nhảy vừa tè ra nước đái để dễ bề thoát thân; còn bù tọt gặp đèn là nó nằm im ru bà rù chờ người ta chộp bắt bỏ giỏ là xong cái rẹt.

Bù tọt bắt về lột da, làm sạch ruột đem xào lăn, xào sả ớt, xào nước dừa, xào lá lốt, om chuối đậu hay nấu cháo, món nào cũng ngon hết xảy, ăn riết bắt ghiền. Tôi còn nhớ hoài, lũ trẻ tụi tôi, trắng đen, mập ốm đều có nhưng thằng nào cũng ngang phè như nhau, trừ một thằng Bắc kỳ 54 vừa nhập bọn thì to con lớn xác như... người rừng Tặc-răng (Tarzan). Tuy lanh lợi, vui tính nhưng thằng Tặc-răng này coi vậy lại hiền như... con bù tọt. "Ngoài Bắc của tớ thiếu gì bù tọt", nó nói vậy thì hay vậy. Nhưng đi bắt bù tọt lúc nào nó cũng bắt nhiều hơn anh em tôi cả giỏ. Chính vì vậy mà nó có hỗn danh "thằng bù tọt".

Con bù tọt còn cho tôi một kỷ niệm nhớ đời. Theo biến thiên dâu bể dần qua, bạn bè, anh em chúng tôi lớn lên lần lượt đi vào đời, hiếm thằng nào gặp lại thằng nào. Chiến cuộc ngày một dầu sôi lửa bỏng nên hầu hết chúng tôi đều xếp bút nghiên theo việc kiếm cung. Anh tôi và một số thằng bạn học cùng xóm ngày xưa lần lượt ra chiến trường đánh giặc không bao lâu thì mười chết hết bảy. Không như súng đạn lì lợm, sống dai nhách, những cái chết này lại trẻ vô cùng.

Riêng tôi học hành cho cố xác rốt cuộc cũng tới phiên tôi đi vào lính. Ngạc nhiên mà thích thú là vừa lọt tọt đút đầu vô quân trường Bộ Binh Thủ Đức tôi gặp lại "thằng bù tọt". Tuổi đôi mươi "nghe gió nóng bên vành tai" mà sao thằng bù tọt trông già dặn ra mặt. Ngày ra trường tôi đeo lon chuẩn úy Biệt Động Quân đáo nhậm đơn vị vùng II chiến thuật, thì thằng bù tọt "Nhảy Dù" ra vùng I miền Trung mưa lầy thúi đất. Cũng tại thằng bù tọt không nhỏ con như con bù tọt, ngược lại thân hình nó chành bành như tấm bia hứng đạn nên vừa mới ra trường trận đầu tiên nó đã sớm ăn một tràng đại liên trong trận đánh ở cầu An Lão, Thừa Thiên, Huế.

Ngày nay sống giữa lòng đô thị nhà cao vòi vọi, trải dài tận chân mây tìm đâu ra vũng nước, bờ ao để tận hưởng bản giao hưởng cuối cùng của lũ bù tọt hồn nhiên trước khi bị tóm cổ bỏ vô chảo xào lăn. Hồi nhỏ sao mà hung quá chừng. Sát sanh một cách ngây thơ vô tội vạ. Hết bắn chim sẻ về rô-ti, đi bắt dế cơm về rang muối tới xào lăn con bù tọt. Mèn đéc ơi! Cái đôi con mắt hí rị của tôi lim dim, lỗ mũi phập phồng, miệng chu chu thổi muỗng cháo bù tọt nóng hôi hổi, nôn nao chờ nuốt sùm sụp vô bụng thiệt đã cái đời.

Giờ còn đâu con bù tọt. Thôi thì đành tự đãi cho mình và cho những anh linh dũng cảm năm xưa một chén bù tọt... tưởng tượng vậy.

- ***Con học trò***

Hồi nhỏ, những ai từng sống trên núi rừng cao nguyên đất đỏ có lẽ nhận biết con học trò. Con học trò nho nhỏ, tương cận với con ong, cái kiến. Loài này có nhiều hình dạng và màu sắc khác nhau:

- Loại đầu đen có râu, mắt lồi đỏ như huyết, sáu chưn, thân mình màu cam đậm, hoa văn đen.
- Loại thứ hai cũng có sáu chưn, hai râu, đầu đen, mắt to đen, nửa phần cánh trên màu đen, nửa phần dưới hoa văn đỏ rực.
- Loại thứ ba đầu mình và sáu chưn toàn màu đỏ không pha bất cứ màu nào khác. - Loại thứ tư đầu mình và sáu chưn toàn màu đen không pha bất cứ màu nào khác v.v...

Trong tiếng Anh, con học trò có nhiều tên khác nhau, như Red True Bug, Cotton Stainer Bug, Fire Bug... ; còn người Việt mình không biết sao gọi nó là "con học trò" dù nó chẳng mảy may nào giống học trò tụi tôi một téo tẹo.

Nhìn chung, con học trò trông rất ngộ nghĩnh, dễ thương. Vào mùa mưa loài này thường xuất hiện từng bầy lúc nha lúc nhúc, lăng xăng kiếm mồi trong các bọng cây khô, rễ cây ẩm hay cành lá mục. Coi vui mắt vậy chớ nít nhỏ tụi tôi chẳng đứa nào dám thò tay bắt về chơi. Không biết nó có cắn hay không, nhưng đứa nào cũng sợ. Sợ là bổn tánh tự nhiên của sự sống đó mà.

- ***Con rùa vàng***

Hồi nhỏ, con nít tụi tôi hay tìm bắt rùa vàng về chơi. Rùa vàng giống hệt như con rùa, nhưng chỉ to bằng móng tay trỏ. Cũng có cái đầu ngo ngoe, cái đuôi cà thụt cà ló, có bốn chưn mọc quanh cái mu khum khum. Đặc biệt rùa vàng có cặp cánh trong suốt. Lúc bay toàn thân nó vàng óng như viên kim cương biết bay. Rùa vàng còn có khả năng thay đổi hình dạng và màu sắc từ vàng cam sang xanh biếc hoặc tím đỏ có chấm đen. Con nít tụi tôi thấy ngộ xúm nhau bắt về để coi chơi cho vui mắt chớ có đứa nào biết nghĩ cho nó ăn cái giống gì. Bắt về đựng trong hộp quẹt hôm trước hôm sau len lén mở ra coi mới hay con rùa vàng... đói bụng, ngợp thở chết queo. Tuổi thơ ngây ngô đâu có biết tội nghiệp kiếp rùa vàng.

- ***Con dế chó***

Hồi nhỏ, ngoài các trò chơi như rồng rắn lên mây, bịt mắt bắt dê, chơi u mọi, ô quan, đánh thẻ, thảy lỗ, tạt lon, tạt hình, búng thun, chọi đáo, bắn bi, đánh trõng, đá cầu... , đá dế là môn trẻ con tụi tôi đứa nào cũng chết mê chết mệt. Đi học về là mau mau quăng cặp táp vô phòng, vồ lấy hộp dế chạy đi chơi đá dế với đám con nít quỉ hàng xóm.

Tuy nhiên, kể chuyện đá dế thì từ con nít tới người lớn ai cũng biết nên ở đây tôi lựa một loài dế kể nghe chơi.

Cũng như dế cơm, không biết tại sao con dế chó có tên là... dế chó. Nó có giống téo tèo teo nào hình dáng của con... gâu gâu nhà tôi đâu nà!? Ngay cả con mắt, cái mũi, cái tai, cái lưỡi, cái móng chân hay sợi lông đuôi cũng không mảy may "tương cận" nữa là!

Ngoài dế chó đầu đen, mình đen còn có dế chó mình đen, đầu đỏ. Trẻ con tụi tôi thấy nó í ẹ còn không thèm dòm, ở đó mà bắt chơi. Nó nhỏ xíu hà. Đâu chừng 3mm là cùng. Sau này nghe nói dế chó dùng để nuôi chim chóc hay làm mồi câu. Tội nghiệp cái kiếp... dế chó.

- ***Con đom đóm***

Hồi nhỏ, đứa con nít nào cũng ưa thích phim hoạt họa. Nói là thích chớ hồi đó con nhà quê núi như tôi làm gì có cơ hội mà xem. Lớn lên, nhất là sau này lưu lạc nơi xứ người tôi mới có dịp thưởng thức các loại nghệ thuật hoạt hình qua màn ảnh đại vĩ tuyến Xi-nê-ma Sờ-lố p-cốp (Cinema Scope) trong các rạp chớp bóng. Khi xem phim hoạt họa Peter Pan của hãng phim Walt Disney thấy cô bé đom đóm mang tên Tinker Bell bay tới đâu ánh sáng óng ả rải bụi vàng tới đó. Con Tinker Bell trông đỏm dáng ngộ nghĩnh đáo để mà dễ thương chi lạ. Nó làm tôi nhớ mấy con đom đóm ở quê tôi quá chừng.

Thập niên 1950, trước nhà ba má tôi có một cái sân khá rộng dùng làm trạm xe đò ngược xuôi Sài Gòn - Bản Thuột. Xịch vô trong một chút là sân phơi lúa, phơi trái sấu, phơi cá khô, tôm khô hoặc nai khô. Trước sân, gần đường cái có một cây đa cụt đầu, chỉ chừa lại thân cây cao khoảng một mét, trên đó có cái miễu nhỏ thờ cô hồn các đảng. Chiều chiều nội tôi hay ra đó thắp nhang cúng vái. Nội tôi nói cây đa bốn người lớn ôm không xuể đã trên trăm tuổi, xưa kia ngọn vươn tới trời, cành lá um tùm, che kín mặt đất âm u ma quái. Đêm đêm có nhiều hồn ma lính Lê Dương, Tây đen rạch mặt mang giày đinh, đội nón ca-lô (calot), bồng súng đi "ba-trui" (patrouille) đếm "ắc ơ" (un, deux) ngoài đường tới khuya mới bay lên cây ẩn mình. Nhiều hôm trở trời, mưa to gió lớn, sét đánh gãy cành, đứt dây điện, gây tai nạn chết người nên nhà nước Phú-lang-sa cho người cắt cụt ngọn. Ngày hè các loại côn trùng có cánh như ong, bướm, quít, cánh cam, bọ rày, ve sầu, chuột sành, nhất là rùa vàng có cánh thường làm tổ trên đó. Đom đóm hay bất cứ con vật nhỏ bé nào ngụ trên cây chết thì thả lên miếu thờ cho hồn chúng nó bay lên thiên đàng. Con nít vốn ngây thơ và Bổn thiện vậy mà.

Ban ngày lũ côn trùng sinh hoạt lui tới thật nhộn nhịp, nhưng ban đêm là thế giới của loài đom đóm.

Ban Mê Thuột hồi đó thảo mộc thiếu gì, nhưng

không hiểu tại sao lũ đom đóm lại chọn cây ma này làm nơi sinh hoạt về đêm. Từ xa nhìn trông giống như một thế giới ảo, một bức tranh làm bằng thứ ánh sáng óng vàng. Chúng nhởn nhơ, chập chờn, linh động đuổi bắt nhau, vẽ thành vòng sáng lập loè quanh gốc cây, đẹp một cách ảo diệu.

Hồi nhỏ, ông trời sanh tánh tôi hơi kỳ kỳ, thấy cái gì lạ là tò mò tọc mạch. Lần đầu tiên trong đời thấy con đom đóm vừa bay vừa chớp sáng tôi lấy làm hiếu kỳ ghê lắm. Nghĩ ông trời "nặn" ra con đom đóm cũng ngộ thiệt. Tự nó phát sáng mà không nhờ vào trăng sao hay bất cứ ánh sáng nào từ bên ngoài. Quơ thử một phát được mấy con. Xòe tay ra chúng chờn vờn bay đi; thấy một con còn nấn ná, tôi bèn lấy que... đè ngửa nó ra. Dòm.

Hềhề! Té ra bộ phận phát sáng nằm ở dưới bụng của nó, phần cuối đít. Đom đóm cùng phát sáng nhưng con đực biết bay, con cái thì không biết bay. Bù lại, sau cơn động cỡn con đực bị con cái ăn tươi nuốt sống không thương tiếc. Giống hệt như giống ngựa trời (praying mantis) mà có lần chính mắt tôi quan sát thấy. Sau cơn say tình ái, nàng ngựa trời quơ chân phập một phát rụng đầu anh bạn tình rồi nhe càng rút thịt ung dung đchén ngon lành. Đom đóm cái cũng "ác ôn" như vậy.

Tuy nhiên, đom đóm là loài côn trùng bé nhỏ mà con nít đứa nào cũng thích bắt chơi. Nghe người lớn hù đụng tới lũ đom đóm phỏng tay ráng chịu nên con nít nhà quê hay dùng ống đu đủ bắt đom đóm bỏ vô ống nhựa hay keo thủy tinh chớp sáng coi chơi. Đom đóm chỉ sống đươc 2 tuần là chết queo.

Bây giờ tôi ở rất xa bầy đom đóm tới nửa vòng trái đất, trong khi hồn những con đom đóm dễ thương năm xưa lại cách xa tôi tới... một thiên đường. Nhưng mà dù ở bất kỳ nơi đâu mỗi lần nhớ tới đom đóm là tôi bồi hồi. Ở Việt Nam hiện nay dù môi trường ô nhiễm đáng báo động nhưng tôi vẫn tin rằng đom đóm vẫn còn đó, vẫn chập chờn tỏa ánh sáng ảo diệu trên rừng núi quê tôi và trong đầm lau sậy miền Tây quê nội tôi. Đom đóm tiếng Anh dịch là Firefly (Lighting Bug), tiếng Pháp là Luciole, tiếng Nhật: Satoyama, tiếng Tàu: Yinhhuôchong, Mãi Lai: Kilep v.v...:

Riêng thiên tài hoạt họa Walt Disney gọi nó là Tinker Bell, một cái tên có âm sắc rộn rã, vui tai và đẹp óng ả. Cái đẹp thật tươi sáng, hiền hòa và mộc mạc như dân dã nước tôi thường gọi: Đom đóm.

- ***Con chim én***

Hồi nhỏ tôi thích... nhìn chim én bay lượn. Cứ mỗi độ xuân về chim én lại xuất hiện bay rợp trời trên cao nguyên quê tôi. Chim én là biểu tượng của mùa xuân, và là hình ảnh rất quen thuộc với người Việt mình. Hồi nhỏ tôi tưởng chim én là chim yến, nhưng lớn lên tìm hiểu mới biết không phải. Chim én là chim én, cũng không phải là chim nhạn như nhiều người ngộ nhận, còn chim yến gọi là yến biển. Hai loài chim này mới nhìn thấy giống nhau, có cùng sở thích bay lượn và săn mồi trên không, còn thì khác nhau ở nhiều điểm.

Chim én có lông màu đen hoặc xanh đen, mỏ lớn hơn mỏ chim yến. Chim én có thể đậu trên dây điện nhờ đôi chân cứng cáp, trong khi chim yến không đậu được vì chân rất yếu. Bù lại, chim yến bay cao hơn, nhanh hơn chim én và bay lượn suốt ngày. Khi bay, đôi cánh chim yến xòe ra rất rộng, còn cánh của chim én có hình cánh cụp, đuôi chim yến cũng chẻ hai nhưng không nhọn và dài như chim én. Chim én thường xây tổ trong hang hay trong khe hở các mái nhà, còn chim yến thường xây tổ ngoài đảo. Nhìn chung, loài chim này bay nhanh nhất thế giới so với các loài chim khác.

Có hai loại yến là yến đảo và yến nuôi. Yến đảo làm tổ trên những vách đá cao, dựng đứng hoặc trong những hang động cheo leo, hiểm trở. Tổ chim yến có hình dạng như cái chén, to, dầy và cứng để bảo vệ trứng và chim non. Tổ làm bằng bùn đất, rong, rêu, cỏ, lông và lá cây kết bằng nước miếng của chúng. Thức ăn săn từ thiên nhiên nên tổ chim yến rất tinh khiết và quí hiếm, được coi là một dược phẩm thượng hạng. Đời vua chúa ngày xưa bên Trung Hoa, tổ yến dùng để tiến vua. Ngày nay, ngoài thị trường tổ yến có giá rất cao,nhưng ai cũng có thể mua được, vì thiệt giả lẫn lộn.

Yến nuôi là yến được nuôi trong nhà. Chuồng yến na ná như chuồng bồ câu nhưng lớn như nhà ở cất trên gác thượng. Chuồng được trang bị hệ thống sưởi ấm, tạo mùi hoang dã, tiếng chim mồi cũng giả. Chim yến ngoài thiên nhiên nghe tiếng kêu của đồng loại sẽ tụ lại, nếu thích nghi sẽ ở luôn. Sáng sáng chúng bay đi tìm thức ăn từ thiên nhiên, chiều bay về tổ.

Hiện nay ở Rạch Giá, khu lấn biển trên đường Lâm Quang Ky, nhiều nhà dân cất chuồng nuôi yến thu được nhiều lợi nhuận. Nhưng vì là yến nuôi nên giá cả rẻ hơn yến đảo. Trong thi ca Việt Nam, chim én được nhắc tới nhiều hơn chim yến.Thí dụ:

- *Một con én không làm nên mùa xuân* (Ngạn ngữ))
- *Nhạn về biển Bắc nhạn ơi. Bao thuở nhạn hồi để én đợi trông* (Ca dao)
- *Én bay thấp, mưa ngập bờ ao. Én bay cao, mưa rào lại tạnh* (Tục ngữ)
- *Những là én Bắc nhạn Nam. Cánh hoa mặt nước biết làm sao đây* (Bích Câu Kỳ Ngộ)
- *Ngày xuân con én đưa thoi* (Truyện Kiều)
- *Nhạn về én lại bay đi. Đêm thì vượn hót, ngày thì ve ngâm* (Tản Đà)
- *Mỗi kỳ nghỉ em lại bay đi mất. Én mùa xuân, ơi con én của anh* (Lê Phong Trần)

- Ngày cũng vừa xanh dáng tịch liêu. Đường xa sầu tiếp với cây chiều. Bầy chim én cũ qua thành phố. Về gọi thời gian vỗ cánh theo. (Nhã Ca).

Én cũng là đề tài trong các bài hát mừng xuân của các nhạc sĩ như *Chinh Phụ Ca* (Phạm Duy), *Mùa Xuân Đầu Tiên* (Văn Cao), *Xuân Và Tuổi Trẻ (*La Hối – Thế Lữ), *Nếu Xuân Này Vắng Anh* (Bảo Thu), *Xuân Này Con Không Về* (Trịnh Lâm Ngân), *Mùa Xuân Xôn Xao* (Hàn Châu), *Tạm Biệt Chim Én* (Trần Tiến), *Những Cánh Én Mùa Xuân* (Nguyễn Hiền), *Mùa Chim Én Bay* (Anh Thơ), *Xuân Ơi Xuân* (Nguyễn Ngọc Thiện), *Khi Chim Én Về* (Võ Công Anh) v.v...

Tóm lại, chim én là loài chim quen thuộc đã bay vào tâm thức của người Việt từ bao đời. Nó có mặt trong mọi lãnh vực văn học nghệ thuật: thơ, văn, nhạc, họa.

Ngoài chim én, Truyện Kiều Nguyễn Du cũng có nói về chim yến, nhưng thường ghép với chim vàng anh, như: *"Điều đâu lấy yến làm anh. Ngây thơ chẳng biết là danh phận gì". "Nàng rằng: Trời nhé có hay! Quyến anh rủ yến sự này tại ai"...*

Nói tới chim yến tôi bồi hồi nhớ lại hồi nhỏ tôi và năm ba thằng bạn hay tắm biển Nha Trang. Tuổi trẻ hăng máu nghịch ngợm thích chọn bãi nào có những lượn sóng dữ dằn đập ầm ầm vào bờ, sủi bọt trắng xóa là lao mình xuống. Vẫy vùng trước cái bao la hùng vĩ của sóng biển từ sáng tới trưa xong lên bờ rượt bắt mấy chú còng, mệt thì nằm dài trên cát, nghe hàng dương vi vu, ngắm mây trời lộng gió, ngó về Cầu Đá, ngó ra Hòn Tre, nhất là nheo mắt ngó ra Hòn Yến tít ngoài khơi xa.

Hồi nhỏ tôi thích đọc truyện đường rừng, truyện phiêu lưu, mạo hiểm, ưa nhìn những gì mờ ảo xa xôi. Sau này lớn lên, có dịp trở lại Nha Trang, đứng trước biển tôi đều nhìn lung ra ngoài khơi coi Hòn Yến... còn đó hay không. Có lần tôi xuống xóm Cồn, gần Cầu Đá thăm thằng bạn tắm biển ngày xưa được vợ chồng nó đãi rượu đậu nành đưa cay bằng ghẹ luộc, ốc nướng và chén cháo yến thơm điếc mũi. Lúc ngà say nó oang oang kể về nghề săn bắt tổ yến nghe mà mê. Trong đám bạn tắm biển hồi đó, nó là thằng chì nhất, chẳng sợ biển cao sóng cả là gì. Chính nó là... "thằng thầy" dạy tôi dũng cảm lao mình vào những đợt sóng lớn, sùng sục sôi trào đổ ập vào bờ. Nó cũng dạy tôi chèo thuyền thúng mà "người ở núi" như tôi chèo gì thì chèo nó vẫn lắc lư, xoay tròn một chỗ. Thuyền thúng đan bằng tre, hình tròn, chở được một hai người, chỉ có ở các làng chài Việt Nam dùng để ngư dân nuôi hải sản di chuyển. Lớn lên tụi tôi đều vào lính, riêng nó - con một - trở thành tay săn bắt tổ yến chuyên nghiệp. Vào mùa khô, nó theo ba nó dong ghe ra Hòn Yến, cách bờ biển Nha Trang khoảng 12 hải lý (25km) săn bắt tổ yến. Năm 1985, ở hài ngoại tôi nghe tin nó bị té chết trong hang yến vào tháng 3, đầu mùa thu hoạch tổ yến.

Nghĩ tới nó mà xót xa. Nhưng dù sao, trong đám bạn tắm biển Nha Trang hồi nhỏ, nó là thằng sau cùng chết ở ngoài đảo so với bốn thằng bạn kia lần lượt hy sinh trên rừng trên núi âm u. Bây giờ còn lại mình tôi ngồi nhớ lại những chuyện ngày xưa mà thương cho tuổi trẻ Việt Nam trong thời khói lửa, đao binh. Mỗi lần nhớ tới những thằng bạn chết trẻ tôi lại bùi ngùi. Có trời mới biết hồn tụi nó bây giờ ở đâu, đã giạt về phương nào hay còn vất vưởng đâu đó trên quê hương khốn khổ kia.

Thôi thì tôi cũng cầu mong cho tụi nó bay cao hơn chim yến trên trời đầy mây trắng hòng sớm tiêu diêu miền cực lạc nào đó xa xăm.

- **Con *bù nhọt***

Hồi nhỏ, anh em tụi tôi hay bắt kiến bù nhọt làm mồi bắt dế. Để bắt kiến bù nhọt, ta ngắt một cọng cỏ lau thọc xuống hang mà ngoáy. Thấy động, kiến túa ra bám vào cọng cỏ, chỉ việc rút lên dùng ngón tay cái và ngón trỏ vuốt thật nhanh để kiến rớt gọn vào lon sữa bò là xong.

Gặp hang dế, chỉ việc nhúng cọng cỏ lau vào lon đựng kiến cho kiến bu xong thọc nguyên cọng cỏ xuống hang dế. Dế dưới hang bị kiến cắn đau cố trồi lên miệng hang để thoát thân, thế là ta cứ chụp bắt.

Mùa mưa là mùa sanh sản dế và kiến bù nhọt. Kiến bù nhọt có màu tim tím, hung hung, to bằng kiến đen hay kiến vàng. Kiến bò nhọt ở hang nối liền nhau, sống từng đàn, đặc biệt nọc rất độc. Mùa mưa đất ẩm ướt kiến bù nhọt bò tứ tung đi tìm mồi. Bất cứ sinh vật nào kể cả người vô tình xâm nhập vào giang sơn của chúng là bị chúng đồng loạt tấn công một cách hung hãn. Tôi đã từng bị kiến bù nhọt chích, nhảy dựng, rên la, đau nhức thấu trời. Chưn cẳng lập tức làm độc xưng vù thành một vòng tròn đỏ tấy, xức dầu gì cũng vô ích, phải xuýt xoa chịu đựng ba bốn ngày mới hết nhức.

Mùa mưa là mùa anh em tôi bị no đòn nhiều nhất. Lén đi bắt dế về không sao, nhưng bị kiến cắn hay bị gì về méc má là cứ y như rằng anh em tôi bị má la; còn ba thì bắt nằm xuống lấy roi mây vừa dạy dỗ vừa đánh một trận đau quắn đít.

Bây giờ về già, ngồi ôn lại chuyện xưa mà thương cho anh tôi và lũ kiến cùng mấy chú dế. Tôi không biết ngày nay "họ" có còn nhớ tôi không. Riêng tôi thầm nghĩ, gặp lại nhau ở trên trời chắc họ cũng biết cảm thông nhau, sẵn sàng... bắt tay nhau mà tha thứ cho cái thế thái nhân tình của nhau.

- ***Con giang sen***

Từ thập niên 40, 50 tới cuối thập niên 60, ba tôi là một thợ săn khét tiếng trên Bản Thuột. Ông bắn hạ cơ man nào là thú rừng từ hiền đến dữ. Nhưng nghề săn không phải lúc nào cũng bắn được thú. Những lần đi không về không, trớt quớt như vậy, ba tôi đành đánh bẫy cả chục con cu đất chở về cho má tôi nhổ lông làm thịt ru-ti ăn xín xái đỡ ghiền.

Có một lần tôi nhớ hoài, lần ấy cũng không bắn được con thú nào, nhưng ông trời thương tình cho ba tôi... "trúng giải an ủi", là bắt được một con chim rừng hiếm quí. Ba tôi gọi nó là con Dân Sen, nhưng sau này học môn sinh vật vật tôi mới biết nó chính thức tên là Giang Sen.

Con giang sen còn gọi là cò lạo, tương cận với hạc, có nguy cơ tuyệt chủng nên rất quí hiếm. Tên tiếng tiếng Anh là Painted Stork, tên khoa học là Mycteria leucocephala (tên chi mà kỳ cục, khó nhớ lại khó đọc thấy mụ nội). Đầu lớn, mỏ hơi cong và dầy. Nặng khoảng 3, 4 ký, cao gần một thước tây. Lông chim màu trắng pha hồng ở chót cặp cánh, phần đuôi đen có màu xanh lục. Sống từng bầy ở vùng đầm lầy ngập mặn, ao hồ, bờ sông hoặc đồng ruộng.

Con giang sen vừa chở về thả sau hè nhà chưa chi đã có ông các chú cùng xóm chuyên bán cao hổ cốt tới ngả giá. Dĩ nhiên ba tôi không bán. Trời sụp tối, sợ chim bay mất, ba tôi cẩn thận lấy sợi dây dù cột chưn nó vô gốc cây gòn xong cả nhà yên chí vô nhà ngủ. Ấy vậy mà sáng hôm sau con giang sen yêu quí biến mất không kèn không trống. Nghi thủ phạm nửa đêm lén vào đánh cắp con chim nhưng không có bằng chứng nên cả nhà đều tiếc hùi hụi. Riêng con nít tôi ngẩn ngơ đứng nhìn đống phân chim và sợi dây dù bị cắt mà khóc ri ri.

- ***Con chồn hôi (skunk)***

Hồi tôi còn nhỏ, thị trấn Bản Thuột rừng nhiều hơn nhà. Ngay từ phi trường L 19 chạy lên tới đồn điền CHPI (Compagnie des Hauts Plateaux Indochinois), hai bên đường toàn rừng và rẫy cà phê. Ban ngày ban mặt thấy hươu, nai, chồn, cáo chạy ngờ ngờ, nghe công rừng kêu oang oác con nít tôi hí hửng ra mặt.

Sau này, thập niên 80, sống ở nước ngoài, tôi vẫn có duyên với rừng và rú. Nghĩa là từ nhà ở ngoại ô chạy tới sở làm rừng thưa nhiều hơn nhà. Thỉnh thoảng đang lái xe thình lình gặp con nai hay con cáo băng qua đường tuy giựt mình nhưng lòng mừng rúm, ấy vậy mà gặp chú sóc hay chú chồn hôi *(skunk)* bị xe cán bẹp dí tôi lại buồn.

Càng về sau nếp sống đô thị hóa đẩy lui rừng rú và thú hoang xa dần loài người, tui thấy ai cũng vui còn mình thì buồn man mác vì hiếm khi có dịp gặp lại chúng nữa. Ấy vậy mà một hôm, trời còn mờ hơi sương đang tàng tàng lái xe tới sở làm, vừa chạy ngang qua nghĩa địa bất thần tui ngửi phải một mùi hôi. Thoạt đầu tôi tưởng mùi người chết bèn nín thở nhưng nghĩ lại mới biết đó là mùi của con *skunk*. Nghĩa địa người ta văn minh thấy mồ tổ mần chi có oan hồn uổng tử nào xổng mùi ra đây.

Thấy trời còn mờ hơi sương, đường vắng vẻ, gió hiu hiu tôi bèn tấp vô lề đường, dừng xe, ngước cổ, phồng ngực hít một hơi thiệt sâu để tận hưởng cái mùi hoang dã của thú rừng mà lâu lắm tôi không còn ngửi thấy. Hít đã một hồi tôi mới dòm quanh quất coi mùi từ đâu bay tới thì thấy rõ ràng dưới ánh đèn xe một con *skunk* bị xe cán dẹp lép. Tuy dẹp lép đến tội nghiệp, nhưng bộ lông của con *skunk* phất phơ trong gió sớm coi thiệt là... nên thơ, thiệt đã con mắt.

Loài chồn hôi này lông màu xám đen, có hai lằn sọc trắng từ trên đầu chạy dọc theo sóng lưng hoặc hai bên hông xuống chóp đuôi. Khi gặp nguy nó xịt ra mùi hôi thầy chạy để dễ bề thoát thân. Dễ thương hết biết.

Nhìn chung tuổi thơ tôi là như vậy đó: ngây ngô, hiền khô, thật thà, vui tính. Nó trong lành, xanh mát.

BÃI CỌC BẠCH ĐẰNG

Trang Sử Việt giản lược

Sông Bạch Đằng nằm giữa thị xã Quảng Yên và thành phố Uông Bí tỉnh Quảng Ninh. Con sông có chiều dài 32km với hệ thống sông ngòi dày đặc, địa hình núi non hiểm trở rất thuận lợi cho việc bố trí phòng thủ Quốc gia.

Sông Bạch Đằng nổi tiếng với 3 chiến công hào hùng trong lịch sử Việt Nam của Ngô Quyền (trận Bạch Đằng năm 938), Lê Đại Hành (trận Bạch Đằng mùa xuân 938) và Trần Hưng Đạo (trận Bạch Đằng năm 1288) đã áp dụng thành công chiến thuật cắm cọc nhọn dưới lòng sông Bạch Đằng..

Di tích lịch sử bãi cọc Bạch Đằng ngày nay gồm:

Cọc Yên Giang

Bãi cọc này được phát hiện vào năm 1953, nằm ở cửa sông Chanh (một nhánh của sông Bạch Đằng), có hình chữ nhật dài khoảng 120 m, chiều rộng khoảng 20 m. Cọc gỗ lim, còn nguyên vỏ, dài 2,6–2,8 m, đường kính 20–30 cm. Cọc được đẽo nhọn để cắm xuống lòng sông dài 0.5–1 m, khoảng cách trung bình giữa các cọc là 1 m.

Cọc đồng Vạn Muối

Bãi cọc này nằm ở cửa sông Rút, thuộc phường Nam Hòa, thị xã Quảng Yên. Cọc gỗ cắm đứng và xiên trong khu vực đồng Vạn Muối thuộc nhiều loại gỗ. Đường kính mỗi cọc từ 7–10 cm, cắm rất dày, cách nhau từ 10–30 cm.

Cọc đồng Má Ngựa

Đây là bãi cọc thứ ba nằm ở cửa sông Kênh, thị xã Quảng Yên, cách cọc đồng Vạn Muối khoảng 1 km. Bãi cọc có chiều dài 70 m, ngang 30m, đường kính mỗi cọc từ 6–22 cm dày đặc như một lớp tường thành.

Cọc Cao Quỳ

Cọc Cao Quỳ có lịch sử 1.000 năm được người dân phát hiện tại cánh đồng Cao Quỳ, xã Liên Khê (huyện Thủy Nguyên, Hải Phòng. Cọc làm bằng gỗ sến nhựa và lim, có niên đại từ thời nhà Trần. Bãi cọc này nhằm ngăn chặn chiến thuyền quân Nguyên đi vào khu vực sông Giá và khu vực chỉ huy của Hưng Đạo vương Trần Quốc Tuấn, buộc quân Nguyên đi theo sông Đá Bạc vào sông Bạch Đằng và rơi vào trận địa cọc ngầm, bị nhấn chìm. Sự kiện này chấm dứt cuộc xâm lăng của đế quốc Nguyên Mông với quốc gia Đại Việt.

CÔNG CHÚA

Trong văn học, mùa Thu với tiết Lập thu từ ngày 8 tháng 8 dương lịch là mùa lá rơi, gió heo may, buồn man mác. Mùa thu thường gợi lên cảm xúc sâu lắng gợi lên nỗi niềm hoài cổ ôn lại chút lịch sử về 6 vị công chúa bất hạnh trong lịch sử nước nhà.

Huyền Trân Công chúa (1287- 1340), là công chúa đời nhà Trần, con gái của Trần Nhân Tông. Năm 1306, Huyền Trân công chúa được gả cho Quốc vương Chiêm Thành là Chế Mân để đổi lấy hai châu Ô, Lý (từ đèo Hải Vân, Thừa Thiên Huế đến phía bắc Quảng Trị ngày nay).

Năm Đinh Mùi (1307) Quốc vương Chế Mân chết, Trần Anh Tông liền cử Hành khiển Trần Khắc Chung sang viếng tang và đón công chúa về. Sau khi về tới Thăng Long, theo di mệnh của Thái Thượng Hoàng, công chúa xuất gia tại núi Trâu Sơn (nay thuộc Bắc Ninh). Cuối năm Tân Hợi (1311) công chúa cùng thị nữ dời đến làng Hồ Sơn (nay thuộc Nam Định) lập am dưới chân núi Hồ để tu hành. Bà mất ngày mùng 9 tháng Giêng năm Canh Thìn (1340). Dân chúng quanh vùng thương tiếc và tôn bà là Thần Mẫu và lập đền thờ cạnh chùa Hồ Sơn. Các triều đại sau đều sắc phong công chúa Huyền Trân là thần hộ quốc. Nhà Nguyễn ban chiếu ghi nhận công lao của công chúa Huyền Trân "trong việc giữ nước giúp dân, có nhiều linh ứng", nâng bậc tăng là "Trai Tĩnh Trung Đẳng Thần".

Ngọc Hân Công chúa (1770 – 1799) là một nhân vật lịch sử nổi tiếng trong lịch sử Việt Nam sống ở thế kỉ 18. Bà là con gái vua Lê Hiển Tông, công chúa nhà Hậu Lê, sau trở thành vợ thứ của Quang Trung hoàng đế Nguyễn Huệ.

Năm Quang Trung thứ 5 (1792), Nguyễn Huệ đột ngột băng hà. Công chúa Ngọc Hân đã viết bài *Tế vua Quang Trung* và *Ai Tư Vãn* để bày tỏ nỗi đau khổ cùng cực cũng như nỗi tiếc thương vô hạn cho người chồng anh hùng vắn số. Bà gượng sống đến ngày mồng 8 tháng 11 năm Kỷ Mùi (ngày 4 tháng 12 năm 1799) thì mất, lúc đó mới 29 tuổi.

Cuộc đời bà thường được thêu dệt nên thành giai thoại cuộc tình đẹp đẽ giữa bà với Nguyễn Huệ, vì bà là công chúa một triều đại lớn suy thoái, lại kết hôn với người đứng đầu Tây Sơn, khi ấy đang đe dọa nền chính trị của nhà Hậu Lê. Dân gian còn lưu truyền tên gọi bà là Bà Chúa Tiên khi bà ở Phú Xuân vì dinh phủ lập ở chùa Kim Tiên.

Tam Khanh (Trọng Khanh, Thúc Khanh và Quý Khanh) là ba công chúa con của vua Minh Mạng. Cả ba đều giỏi thơ ca và được xem là "tam Khanh triều Nguyễn".Tam Khanh thuở nhỏ được sống với anh mình là Tùng Thiện Vương Nguyễn Phúc Miên Thẩm, vốn là nhà thơ nổi tiếng lúc đó, nên cả ba công chúa đã sớm bộc lộ và trau dồi khả năng thơ phú của mình.

Ba vị công chúa trong Tam Khanh:

-Chị cả - Nguyệt Đình (Nguyễn Phúc Vĩnh Trinh, 1824–1892): Tự Trọng Khanh, hiệu Nguyệt Đình. Bà là người sáng lập Mặc Vân thi xã, nổi tiếng với tập thơ *Nguyệt Đình thi thảo*.

- Chị hai - Mai Am (Nguyễn Phúc Trinh Thận, 1826–1904): Tự Quý Khanh, hiệu Mai Am (còn gọi là Diệu Liên).

- Em út - Huệ Phố (Nguyễn Phúc Tĩnh Hòa, 1830–1882): Tự Quý Khanh (trùng tên tự với Mai Am), hiệu Huệ Phố. Bà là em út, nổi tiếng với các tập thơ như *Huệ Phố thi tập*.

Dù tài cao nhưng cuộc đời cả ba đều gặp nhiều bi kịch, trắc trở, chịu nỗi đau mất con, mất chồng hoặc sống cô độc, phản ánh rõ nét kiếp "hồng nhan bạc mệnh".

Ngọc Hạnh(?) công chúa, theo truyền thuyết dân gian, là một trong 18 công chúa theo cha là vua Gia Long chạy loạn trước khí thế Tây Sơn, khi tới vùng đất Cà Mau bệnh chết chôn ở Cạnh Đền.

Công Chúa

Dựa lưng Ô, Lý hai Châu
Mà thương Công chúa dạ sầu ai hay
Thôi đừng xóc mảnh quê gầy
Kẻo ngòi bút lẹt quẹt trầy Huyền Trân

Phòng tiêu lạnh lẽo tiếng cầm
Lời Ai Tư Vãn khóc thầm Tây Sơn
Nguồn tình chưa kịp đội ơn
Tử sinh thoắt đã ngậm hờn Ngọc Hân

Thuở còn ở chốn dương trần
Tam Khanh Công chúa tài gần tiếng thơ
Nay sâu trong lớp bụi mờ
Huế còn giữ được ba tờ tâm Khanh

Theo Vua chạy giặc băng ngàn
Chân sen dẫm cuộc đời tàn oái oăm
Ngọc Hạnh lạc nẻo xa xăm
Gởi thân Công chúa trăm năm cạnh Đền.

HỒ QUÝ LY

(tìm hiểu lịch sử)

Nhà Hồ (Hồ triều) của Hồ Quý Ly là một triều đại quân chủ trong lịch sử Việt Nam. Sau khi giành được quyền lực từ tay nhà Trần Hồ Quý Ly lên ngôi năm 1400 đổi Quốc hiệu Đại Việt thành Đại Ngu đến năm 1407 thì chấm dứt, tổng cộng là 7 năm với 2 đời vua: Hồ Quý Ly (1400) và Hồ Hán Thương (1401-1407).

Hồ Quý Ly được xem là một nhà cải cách lớn về mặt quân sự, hành chánh, thuế khóa, tiền tệ, giáo dục, nông nghiệp, đặc biệt đã dựng nên thành Nhà Hồ.

Thành Nhà Hồ là kinh đô nước Đại Ngu thuộc địa phận tỉnh Thanh Hóa. Đây là tòa thành kiên cố với kiến trúc bằng đá có giá trị độc đáo nhất, duy nhất còn lại ở Đông Nam Á và là một trong rất ít những thành lũy bằng đá còn lại trên thế giới. Thành được xây dựng chỉ khoảng 3 tháng, từ tháng Giêng đến tháng 3 năm 1397 nằm trong chiến lươc phòng thủ, chuẩn bị cho cuộc kháng chiến chống quân Minh. Thành nhà Hồ được xây dựng và tồn tại trong những biến động cuối thế kỷ XIV đầu thế kỷ XV, gắn liền với sự nghiệp của nhà cải cách lớn Hồ Quý Ly trong lịch sử dân tộc. Điều đáng lưu ý là nhà Hồ chỉ tồn tại trong vòng 7 năm.

Nhìn lại lịch sử nhà Hồ với đường lối cai trị hà khắc của quyền thần Hồ Quý Ly, mặc dù chọn Thanh Hóa làm kinh đô nhưng cho đến nay khắp tỉnh Thanh Hóa lại không hề có một am miếu nào thờ Hồ Quý Ly.

Trong cuộc chiến tranh giữa quân Minh và nhà Hồ, tháng 4 năm 1406 quân Minh đánh vào cửa biển Kỳ La, tỉnh Hà Tĩnh đến ngày 11 chúng bắt được Hồ Nguyên Trừng ở cửa biển Kỳ La và Hồ Quý Ly ở bãi Chỉ Chỉ, Vĩnh Ninh. Ngày 12, Hồ Hán Thương và thái tử Nhuế bị bắt ở núi Cao Vọng, Hà Tĩnh. Tất cả bọn họ bị giải về Kim Lăng nước Tàu. Nhà Hồ hoàn toàn sụp đổ.

Có thuyết nói Hồ Quý Ly bị nhà Minh sát hại khi sang Yên Kinh (Bắc Kinh); có thuyết lại nói ông bị đày làm lính ở Quảng Tây và mất sau đó vài năm. Theo Minh Thực Lục, cha con Hồ Quý Ly được tha tội. Con trai ông là Hồ Nguyên Trừng còn làm chức quan lớn cho triều Minh.

TRUÔNG NHÀ HỒ, PHÁ TAM GIANG

(tìm hiểu lịch sử)

Hồi nhỏ tôi thường nghe Mẹ tôi, (người làng Hương Cần, tỉnh Thừa Thiên, Huế), thường ru em bằng câu ca dao tôi còn nhớ hoài: "Thương em anh cũng muốn vô. Sợ truông nhà Hồ, sợ phá Tam Giang". Lớn lên câu ca dao này đã âm thầm theo tôi đi vào đời.

Ngày xưa, muốn đi vào châu Ô, châu Rí của Chiêm Thành thì chỉ có đường bộ phải qua truông Nhà Hồ và đường thủy phải qua phá Tam Giang.

Mặc dù cách xa phá Tam Giang (Thừa Thiên, Huế), từ xa xưa truông nhà Hồ (Quảng Trị) đã gắn liền với câu ca dao đến giờ vẫn còn truyền tụng. Phá Tam Giang hiện vẫn tồn tại thuộc địa phận huyện Quảng Điền và Phong Điền, tỉnh Thừa Thiên Huế, nhưng truông nhà Hồ ở đâu, thuộc địa danh nào, sao gọi là truông Nhà Hồ?

Tìm hiểu thì truông là vùng đất hoang, có nhiều cây cối, lau sậy um tùm, giữa vùng đất bạt ngàn, có con đường mòn hai bên và phía trên đầu đều có cây lá bao phủ. Ngày nay, người địa phương quen gọi là rú Tứ Chính hay rú cát vì Truông nằm cạnh Quốc lộ 1 chạy qua thôn Tứ Chính, tỉnh Quảng Trị.

Tương truyền, ngày trước rừng cây rậm rạp, là sào huyệt của bọn thảo khấu, chuyên cướp của giết người đi đường. Được lệnh của chúa Nguyễn Phúc Chu tức

Nguyễn Hiển Tông, quan Nội tán Diên Thọ hầu Nguyễn Khoa Đăng (1690 - 1725) tới đặt phép bắt cướp, lệnh cấm nghiêm minh. Từ đó truông nhà Hồ trở nên yên bình.

Còn phá Tam Giang gọi là xứ Bàu Ngược, nước sâu sông rộng, thường có gió to sóng dữ tàu bè qua lại thường bị đắm. Quan Nội tán Nguyễn Khoa Đăng cho quân dân đào, mở rộng cửa sông để rút bớt sức nước, từ đó những cơn sóng dữ đã không còn gây nguy hiểm chết người.

Để tưởng nhớ công ơn của ông, dân gian lưu truyền câu ca dao đến tận bây giờ:

Thương em anh cũng muốn vô
Sợ truông nhà Hồ, sợ phá Tam Giang
Phá Tam Giang ngày rày đã cạn
Truông nhà Hồ nội tán cấm nghiêm.

CHÂN DUNG NGƯỜI LÍNH CẦM BÚT

Kể từ khl ông tướng Dương Văn Minh ra lệnh cho người lính Quân Lực Việt Nam Cộng Hòa buông súng vào ngày 30-4-1975 đến nay (2021) chiến tranh VN đã kết thúc 46 năm. Nhìn lại những sự kiện lịch sử của một thời loạn lạc, nhiều văn nghệ sĩ đã tạo dựng một nền Văn Học Miền Nam rực rỡ bằng lý trí, tâm hồn, tài năng, chính là bút lực của mình.

Nói tới thành tựu của nền văn học miền Nam Việt Nam, không thể không nói tới nhà văn, nhà thơ quân đội, những người lính Quân Lực Việt Nam Cộng Hòa vừa cầm súng vừa cầm bút. Người lính nghệ sĩ là chứng nhân của lịch sử miền Nam oai hùng, là những người có khuynh hướng cảm hứng trước cái đẹp của cuộc sống xã hội trong một đất nước loạn lạc. Dù ngày nay, sau 46 năm lưu đày ngay trên đất mẹ hay lưu lạc nơi đâu, người lính cũ Việt Nam Cộng Hòa vẫn bền gan đấu tranh trên mặt trận văn hóa, chính trị cũng như miệt mài, tận tụy với ngòi bút sáng tạo, duy trì và phát huy Văn Học Miền Nam. Đây là một điểm son sáng ngời nói lên lòng yêu nước và niềm tự hào của người lính cũ cầm bút từng đóng góp cho chính nghĩa quốc gia cũng như cho lãnh vực văn học nghệ thuật.

Nhân dịp kỷ niệm 51 năm mất nước, chúng tôi trân trọng những người lính nghệ sĩ của Quân Lực Việt Nam Cộng Hòa không ngừng thể hiện quan niệm về sự sung mãn trong binh nghiệp trước kia cũng như trong bút nghiệp sau này.

Mặc dù không thể liệt kê đầy đủ danh xưng của tất cả những nhà văn, nhà thơ quân đội, song danh sách tạm thời dưới đây xin được coi như một sự tri ân những người lính cũ cầm bút không ngừng góp phần làm đẹp phong cách nghệ thuật cũng như tô điểm trang sử miền Nam nước Việt bằng những hình ảnh oai hùng của người lính Việt Nam Cộng Hòa, dù họ vẫn còn đó hay đã mất đi.

Danh xưng dưới đây sắp theo thứ tự vần alphabet:

NHÀ VĂN:

An Khê (1923-1994), Bằng Phong Đặng Văn Âu (Không Quân), Cao Vị Khanh, Cao Xuân Huy (1947-2010, Thủy Quân Lục Chiến), Chu Tất Tiến, Cung Tích Biền (Võ Bị Thủ Đức 1963). Diệu Tần (Sĩ quan tu nghiệp tại Fort Belvoir, Virginia Hoa Kỳ năm 1969).

Doãn Dân (1938-1972), Duy Lam (1932-2021, khóa 3 Thủ Đức), Dương Hùng Cường (1934-1987), Dương Kiền (1939-2015, khóa 2/68 Thủ Đức), Dương Nghiễm Mậu (1936-2016), Dương Phục, Đào Văn Bình, Đào Vũ

Anh Hùng, Đặng Chí Bình (khóa 11 Thủ Đức. Đặc Biệt Tình Báo), Đặng Trần Huân (1929-2003), Đặng Châu Long (khóa 2/70 Thủ Đức, khóa 1&2/70 căn bản Sĩ quan Pháo Binh Dục Mỹ), Đinh Tiến Luyện (Bộ Tổng Tham Mưu QLVNCH), Đinh Phụng Tiến, Định Nguyên (Thủy Quân Lục Chiến), Đỗ Ngọc Uyển, Đỗ Trọng Huề (nhà biên khảo, khóa 1 Nam Định, Thủ Đức sau này), Đỗ XuânTê. Hà Kỳ Lam (Lực Lượng Đặc Biệt).

Hà Thúc Sinh (Sĩ quan Hải Quân), Hà Mai Việt, Hải Bằng, Hạo Nhiên Nguyễn Tấn Ích (SQ Chiến Tranh Chính Trị Tiểu khu Quảng Ngãi), Hoàng Ngọc Biên, Hoài Ziang Duy (khóa 9/68 Thủ Đức), Hoàng Ngọc Liên, Hoàng Khởi Phong (khóa 15 Liên Trường Võ Khoa Thủ Đức 1963), Hoàng Hải Thủy (1933-2020). Bộ Tổng Tham Mưu Quân đội VNCH, Hồ Trường An (1938-2020, khóa 26 Thủ Đức), Hồ Đinh, Huy Phương (khóa 16 Thủ Đức. Phòng Tâm Lý Chiến), Huỳnh Văn Phú (khóa 9 Võ Bị Đà Lạt. Binh chủng Thủy Quân Lục Chiến.

Kiệt Tấn, Kinh Dương Vương (Sư Đoàn 23 Bộ Binh BMT), Lâm Chương (khóa 24 Thủ Đức, Binh chủng Biệt Động Quân), Lâm Tường Dũ (khóa 22 Thủ Đức), Lê Tất Điều, Long Ân, Lê Khắc Anh Hào (1942-2018, khóa 23 Thủ Đức), Lê Hữu (khóa 4/70 Thủ Đức, Tiểu khu BMT), Lê Văn Lân (1931-2012, phục vụ Quân Y 1960), Lê Tấn Lộc (Sư Đoàn 5 Bộ Binh), Lê Văn Phúc, Lữ Quỳnh (khóa

19 Thủ Đức), Lý Tống (1946-2019), phi công phản lực A37).

Mang Viên Long (1944-2020, khóa 3/71 SVSQ Đồng Đế), Ngọc Cường (khóa 8/68. Cục Tâm Lý Chiến QLVNCH), Ngô Du Trung, Ngô Nhật Tân (khóa 4/71 Thủ Đức, Liên Đoàn 81 Biệt Cách Dù), Ngô Thế Vinh. Nguyên Nghĩa (Pháo Binh), Nguyên Vũ, Nguyễn Hữu Của (Lữ Đoàn 173 Nhảy Dù Hoa Kỳ, Quân Đoàn II vùng II Chiến Thuật), Nguyễn Mạnh An Dân, Nguyễn Trung Dũng (khóa 14 Thủ Đức), Nguyễn Trung Hối, Nguyễn Tấn Hưng (khóa 17 Sĩ quan Hải quân Nha Trang), Nguyễn Phúc Sông Hương (Sư Đoàn 18 Bộ Binh), Nguyễn Chí Kham, Nguyễn Thụy Long (1938-2009). Binh chủng Không Quân), Nguyễn Công Minh (Sĩ quan Hải Quân thuộc Soái Hạm Trần Bình Trọng HQ 5), Nguyễn Đức Minh (Không quân), Nguyễn Ngọc Ngạn, Nguyễn Hữu Nhật (1942-2014), Nguyễn Minh Nữu (Sĩ quan Địa Phương Quân Định Tường), Nguyễn Xuân Quang (quân y khóa 16 hiện dịch), Nguyễn Đông Thạch (Chiến hạm Hoàng Sa HQ 16), Nguyễn Đạt Thịnh (khóa 6 Võ Bị Quốc Gia Đà Lạt. Phóng viên chiến trường), Nguyễn Chí Thiệp, Nguyễn Hữu Thời (khóa 3/73 Thủ Đức), Nguyễn Bửu Thoại (khóa 25 Thủ Đức), Nguyễn Ý Thuần, Nguyễn Đình Toàn, Nguyễn Kim Tuấn (1932-2021), Nguyễn Thanh Ty (khóa 25/67 Thủ Đức), Nguyễn Lệ Uyên (khóa 6/70 Thủ Đức), Ngô Sỹ Hân (khóa 21 Thủ Đức), Ngô Thế Vinh (Y sĩ Liên Đoàn 81 Biệt Cách Dù), Ngự Thuyết, Ngy Thanh (TĐ 10 Chiến Tranh Chính Trị).

Phạm Bá Hoa, Phạm Phong Dinh (khóa Sĩ quan Quân Y, trường QY Sài Gòn 1972), Phạm Gia Đại, Phạm Tín An Ninh (khóa 18 Thủ Đức, Sư Đoàn 23 Bộ Binh), Phạm Huấn (1938-2005), Võ Bị Đà Lạt năm 1956, Phạm Văn Nhàn (khóa 19/66 Thủ Đức), Phạm Ngũ Yên, Phan Bá Thụy Dương, Phan Đình Minh, Phan Nhật Nam (khóa 18 Võ Bị Quốc Gia Việt Nam, binh chủng Nhảy Dù), Phan Lạc Phúc (1928-2016, khóa 2 Thủ Đức), Phan Lac Tiếp (Sĩ quan Hải quân Nha Trang), Phan Nhự Thức (1943-1966), khóa 23 Thủ Đức, Phan Ni Tấn (khóa 1/71 Thủ Đức), Phan Tấn Uẩn (khóa 26 Thủ Đức), Phùng Nguyễn (1950-2015), Song Vũ.

Tạ Chí Đại Trường (1938-2016), Tạ Tỵ (1922-2004, khóa 3 Thủ Đức năm 1953), Thảo Trường (1936-2010), khóa 6 Thủ Đức, Thế Phong (Binh chủng Không Quân), Thế Vũ (1948-2004), Thế Uyên (1935-2013, khóa 14 Thủ Đức), Toàn Phong Nguyễn Xuân Vinh (khóa 1 Thủ Đức năm 1951), Tô Kiều Ngân (1912-2020). Trang Châu (Bác sĩ, binh chủng Nhảy Dù), Trần Châu Hồ, Trần Doãn Nho, Trần Thiện Hiệp, Trần Yên Hòa (khóa 2 SVSQ/ Đại Học Chiến Tranh Chính Trị Đà Lạt), Trần Hoài Thư (khóa 24 Thủ Đức, Thám Kích Sư Đoàn 22 Bộ Binh), Trần Tam Tiệp (1928-2009, khóa 2 Thủ Đức), Trần Thy Vân (khóa

22 Thủ Đức. Tiểu Đoàn 21 Biệt Động Quân), Trần Thúc Vũ, Trương Dưỡng, Trương Vũ (khóa 3/68 Thủ Đức. Phục vụ Tiểu Đoàn 7 Quân Cảnh, Phú Quốc), Trường Sơn Lê Xuân Nhị (Phi đoàn 114), Tùng Nguyên Lưu Thiên Lý (khóa 4/70 Thủ Đức), Tưởng Năng Tiến.

Văn Nguyên Dưỡng (khóa 5 Vì Dân, Thủ Đức), Văn Quang (khóa 4 Thủ Đức, Cục Tâm Lý Chiến), Vĩnh Chánh, Viên Linh, Võ Hoàng (1952-1887), Binh chủng Hải quân),), Vũ Đức Sao Biển (1947-2020), Vũ Uyên Giang (ngành Quân Báo Phòng 2 Bộ Tư Lệnh Quân Đoàn III), Vũ Văn Lộc, Vũ Đình Trường (khóa 4/73, Thủ Đức. Tiểu Đoàn 99 Biệt Động Quân), Vương Mộng Long (khóa 20 Võ Bị Quốc Gia Việt Nam, Tiểu Đoàn 82 Biệt Động Quân), Vũ Huy Quang (1942-2017), Vương Trùng Dương, Vương Thanh (khóa 18 Thủ Đức), Uyên Thao, Y Uyên (1940-1969. Khóa 27 Thủ Đức).

NHÀ THƠ:

Anh Vân (khóa 25 Thủ Đức), Cao Tiêu (1929-2012), Cục Trưởng Cục Tâm Lý Chiến, Cao Mỵ Nhân (Nữ Quân Nhân Quân Lực VNCH), Cao Thoại Châu (khóa 24 Thủ Đức), Cao Nguyên Việt (khóa 22 Thủ Đức, Bộ Tư Lệnh Quân Đoàn II), Chinh Nguyên Nguyễn Trung Chính (Không quân VNCH), Chinh Yên, Chu Ngạn Thư (khóa

7/72 Đồng Đế), Chu Trầm Nguyên Minh (1943-2014, khóa 25 Thủ Đức), Chu Vương Miện (SĐ 23 Bộ Binh BMT), Chương Hà (khóa 22 Đặc Biệt Võ Bị Đà Lạt), Cung Trầm Tưởng (Võ Bị Không Quân Pháp, Quân Chủng Không Quân VNCH), Cung Vũ.

Diên Nghị (khóa 6 Thủ Đức), Du Tử Lê (khóa 13 Thủ Đức. Phóng viên chiến trường), Duy Năng (khóa 14 Võ Bị Đà Lạt), Dương Đức Bửu (khóa 24 Thủ Đức), Dương Kiền (1939-201), khóa 2/68 Thủ Đức, Dương Viết Điền, Định Giang (Sĩ quan Hải Quân VNCH), Định Nguyên (Thủy Quân Lục Chiến), Đoàn Văn Khánh (Sư Đoàn 23 Bộ Binh BMT), Đông Anh (khóa Cương Quyết Phụ trường Võ Bị Liên Quân Đà Lạt năm 1954), Đỗ Bình (Nha Chiến Tranh Chính Trị), Đỗ Kh., Đỗ Quý Toàn, Đức Phổ (khóa 21 Sĩ Quan Hải Quân Đặc Biệt), Đynh Hoàng Sa, Giang Hữu Tuyên (1949-2004, Người Nhái Hải Quân)

Hà Huyền Chi (khóa 14 Võ Bị Đà Lạt), Hà Liên Tử, Hà Nguyên Du, Hạ Quốc Huy, Hạ Đình Thao (khóa 1/70 Thủ Đức, Địa Phương Quân Tiểu khu Quảng Tín), Hiếu Vũ (Liên Đoàn 22 Biệt Động Quân), Hoa Văn (khóa 4 Võ Bị Liên Quân Đà Lạt), Hoàng Long (khóa 6/68 Thủ Đức, Chi Khu Đức Phổ, Quảng Ngãi), Hoàng Lộc (khóa 27 Thủ Đức), Hoàng Phong Linh (Võ Đại Tôn), Hoàng Song Liêm (Không Quân), Hoàng Khai Nhan (ngành Không Lưu), Hoàng Quy, Hoàng Vũ Đông Sơn (Sĩ quanThông

Tin Báo Chí và Giao Tế Dân Sự Sư Đoàn 25 Bô Binh/QLVNCH), Hoàng Bảo Việt (khóa 26 Thủ Đức), Hồ Chí Bửu (khóa 2/68 SVSQ Đồng Đế), Hồ Minh Dũng (khóa 23 Thủ Đức), Hùng Bi (khóa 4/69 Thủ Đức. Binh chủng Nhảy Dù), Huy Văn, Huỳnh Công Ánh (khóa 3/68 Thủ Đức, Sư Đoàn 22 Bộ Binh QLVNCH), Huỳnh Tâm Hoài (khóa 25 Thủ Đức). Kha Tiệm Ly, Khánh Trường, Khắc Minh, Kim Tuấn, Kiêm Thêm, Kiều Phong Châu Hiền Quang (Huấn luyện viên Không Quân Nha Trang), Khoa Hữu (1938-2012).

Lâm Hảo Dũng (khóa 27 Thủ Đức), Lan Cao (khóa 21 Thủ Đức), Lê Văn Ba (khóa 13 Thủ Đức, Sư Đoàn 9 Bộ Binh), Lê Cẩm Thanh (khóa 7 Thủ Đức), Lê Hữu Minh Toán, Lê Mai Lĩnh, Lê Nhật Thăng, Lê Nguyễn, Lê Vĩnh Thọ (khóa 26 Thủ Đức), Linh Phương, Long Ân, Luân Hoán (khóa 24 Thủ Đức), Lưu Nguyễn (khóa 2/72 Thủ Đức), Lưu Trần Nguyễn (khóa 15 Thủ Đức), Lý Thừa Nghiệp (Binh chủng Quân Cảnh).

Mai Trung Tĩnh (khóa 16 ThủĐức), Mường Giang (Sư Đoàn 18 Bộ Binh), Mường Mán (Sư Đoàn 1 Bộ Binh), Nam Giao (Sĩ quan Pháo Binh Sư Đoàn 5 QLVNCH), Nhất Tuấn (khóa 12 Võ Bị Đà Lạt năm 1955), Nhật Hồng Nguyễn Thanh Vân (khóa 8 Liên Trường Võ Khoa Thủ Đức), Nhược Thu, Nghĩa Nguyễn (khóa 4/71 Thủ Đức, Hải quân Giang thuyền), Nguyễn Nam An, Nguyễn Lương Ba (khóa 26 Thủ Đức, Trung Tâm Hành Quân Sư

Đoàn 21 Bộ Binh, Cần Thơ), Nguyễn Minh Đức (Nhảy Dù), Nguyễn Đông Giang (khóa 19 Võ Bị Đà Lạt), Nguyễn Hải Hà, Nguyễn Phúc Sông Hương, Nguyễn Phú Long (khóa 24 Thủ Đức. Binh chủng Thùy Quân Lục Chiến), Nguyễn Hữu Lý (Võ Bị Quốc Gia Đà Lạt 1955), Nguyễn Hữu Nhật (1942-2014, khóa 27 Thủ Đức), Nguyễn Văn Ngọc (khóa 26 Võ Bị Quốc Gia Việt Nam), Nguyễn Dương Quang (khóa 27 Thủ Đức, Đại Đội Trưởng Địa Phương Quân Bình Thuận), Nguyễn Tam Phù Sa (Chiến Tranh Chính Trị Tiểu Đoàn Địa Phương Quân), Nguyễn Vũ Sinh, Nguyễn Bắc Sơn, Nguyễn Ngọc Thiện, Nguyễn Xuân Thiệp (nhập ngũ 1963, Đài Phát Thanh Quân Đội), Nguyễn Hữu Thụy, Nguyễn Miên Thượng, Nguyễn Mạnh Trinh, Nguyễn Đăng Trình, Nguyễn Tư (khóa 4/70 Thủ Đức), Nguyễn Hoàng Bảo Việt (khóa 26 Thủ Đức), Nguyễn Thành Xuân.

Phạm Hồng Ân ((Sĩ quan Hải Quân khóa 12 tại Newport, Rhode Island, Hoa Kỳ), Phạm Văn Bình, Phạm Nhã Dự (khóa 27 Thủ Đức), Phan Lạc Giang Đông, Phan Minh Hồng, Phan Văn Khải, Phạm Ngọc Lư (1946-2015. Khóa 5/68 Thủ Đức), Phạm Đức Nhì, Phan Duy Nhân (khóa 22 Thủ Đức), Phan Xuân Sinh, Phổ Đức (phóng viên báo chí quân đội 1969), Phùng Kim Chú, Phương Tấn (khối Chiến Tranh Chính Trị/ Sư Đoàn 1 Không Quân 1968), Phương Triều (khóa 23 Thủ Đức), Quan Dương (khóa 6/69, Biệt phái Cảnh Sát).

Song Nhị (khóa 4/69 Thủ Đức), Sương Biên Thùy (khóa 1/68 Thủ Đức), Tạ Ký (khóa 14 Thủ Đức), Tạ Tỵ (khóa 3 Thủ Đức năm 1953), Tần Hoài Dạ Vũ (khóa Dự bị Sĩ Quan trường Quang Trung), Thái Tú Hạp (khóa 12 Thủ Đức), Thanh Tâm Tuyền (Trừ Bị Thủ Đức năm 1962), Thành Tôn (khóa 25 Thủ Đức), Thế Lộc (Sư Đoàn 3 Bộ Binh), Thế Viên (khóa 14 Thủ Đức), Thiếu Khanh (đơn vị Truyền Tin), Trạch Gầm (khóa 21 Thủ Đức) Trần Huiền Ân, Trần Vấn Lệ, Trần Dzạ Lữ, Trần Văn Sơn (Địa Phương Quân Tiểu khu Bình Tuy), Trần Phù Thế (khóa 25 Thủ Đức), Tô Thùy Yên, Từ Hoài Tấn (khóa 3/70, Phòng 6 Bộ Tổng Tham Mưu QLVNCH), Tường Linh, Võ Ý (khóa 17 Võ Bị Quốc Gia Đà Lạt, Phi Đoàn 118 Pleiku), Vĩnh Liêm, Vũ Hoàng Thư (Sĩ Quan Hải quân VNCH), Xuyên Trà (khóa 20 Thủ Đức).

MỤC LỤC

www.ingramcontent.com/pod-product-compliance
Lightning Source LLC
LaVergne TN
LVHW052216200926
848481LV00001B/129